Jianzhi Sengcan Faith in Mind the Poem (Direct and Concise Version) Divided in English Tagalog and Japanese Translations

By Ronald Allen

Description

Faith in Mind: A Trilingual Journey to Profound Understanding

"Faith in Mind" invites you on an extraordinary spiritual journey through its profound poem, meticulously divided into 37 insightful quatrains. This comprehensive book offers an unparalleled exploration of each verse, guiding you through the depths of its meaning and enduring significance.

More than just a translation, this work provides a detailed **in-depth analysis and interpretation** for every quatrain, illuminating the foundational principles of spiritual awakening and offering practical wisdom for navigating the complexities of the mind and the path to enlightenment. Each quatrain serves as a stepping stone, shedding light on core concepts essential for profound understanding and inner liberation.

Exploring the Depths of Wisdom:

Through this book, you will delve into crucial themes such as:

- **Understanding the Path:** Grasping the fundamental principles that initiate and guide your spiritual journey.
- **Navigating the Mind's Afflictions:** Learning to skillfully overcome mental obstacles, inner turmoil, and limiting thought patterns.
- **Navigating the Middle Path:** Discovering the balanced approach to life and understanding that transcends extremes.
- **The Pitfalls of Dualism:** Unraveling the complexities of perception, transcending the illusion of separation, and achieving unimpeded understanding.
- **The Path to True Realization:** Finding your way back to the root of existence and transcending the pervasive influence of delusion.
- **Transcending Dualism:** Embracing an unblemished reality and experiencing the profound unity of non-duality.
- **The Profound Silence of Unconditional Truth:** Connecting with the deeper aspects of reality and realizing genuine inner peace.
- **The Simplicity of the Path and the Recurrence of Wisdom:** Realigning with the straightforward path to wisdom that is ever-present.
- **The Ineffable Unity and Unfettered Abidance:** Immersing yourself in the experience of unity and boundless, unconditioned freedom.
- **The True Nature of Mind and the Transcendent View:** Gaining profound

insight into the mind's true essence and cultivating a higher, transcendent perspective.

- **The True Stillness Beyond Motion and Cessation:** Discovering a deep, abiding calm that exists beyond constant change and the cycle of phenomena.
- **The Unconditioned Stillness and Dynamic Emptiness:** Experiencing inner stillness not as a void, but as the vibrant, dynamic nature of emptiness itself.
- **The Ineffable Nature of Reality and the Limitations of Naming:** Exploring the indescribable aspects of reality that lie beyond the confines of words and conceptual frameworks.
- **The Direct Path of the Straight Mind and the Hindrance of Deviated Intent:** Aligning with a direct, honest approach to inner wisdom, free from the obstacles of misdirected intentions.
- **The Effortless Wisdom of Non-Action and the Self-Imposed Chains of Delusion:** Finding liberation and profound wisdom through effortless being, breaking free from self-imposed limitations and delusions.
- **The Non-Dual Unity of Mind and Reality, and the Ultimate Silence:** Experiencing the profound unity of mind and reality that culminates in an ultimate, liberating silence.
- **The Path to Nirvana Through Non-Contrivance and the Oneness of Mind:** Discovering the path to Nirvana through

effortless being and realizing the fundamental oneness of all minds.

- **The Unconditioned Nature of Ultimate Reality:** Realizing the true, inherent, and unconditioned nature of ultimate reality.
- **The Enduring Wisdom of No-Mind and True Stillness:** Accessing lasting wisdom through a state of no-mind and genuine, unmoving stillness.
- **The Profound Paradox of Unconditioned Mind and Ultimate Accord:** Exploring the deep paradox of an unconditioned mind that exists in perfect harmony and ultimate accord with all.
- **The Unnameable Truth and the Freedom Beyond Concepts:** Embracing a truth that transcends all definitions and experiencing the boundless freedom that lies beyond conceptual thought.
- **The Direct Path of the Upright Mind and the Clarity Beyond Words:** Following the straightforward path of an honest and direct mind, leading to a clarity that surpasses linguistic expression.
- **The Wisdom of Effortless Release and the Liberation from Self-Imposed Bonds:** Experiencing profound liberation through effortless release from attachment and freedom from self-made ties.
- **The Unwavering Trust in Oneness and the Silence Beyond Time:** Developing an unwavering trust in the fundamental unity of

all things and experiencing a timeless, profound silence.

- **The Pathless Path to Formless Unity:** Discovering unity in formlessness through a path that transcends conventional routes and concepts.
- **The Non-Dual Gateway: Perceiving the Unstained Way in All Things:** Entering the non-dual gateway, where one perceives the pure, untainted path in every aspect of existence.
- **The Unconditioned Essence: True Suchness and the Nature of Self-Nature:** Realizing the true essence and self-nature in their unconditioned, inherent state.
- **The Omnipresent Now: Recognizing True Nature in Every Moment:** Cultivating the ability to recognize your true nature in every present moment, perceiving the omnipresent now.
- **The Tathagata's Ever-Present Formlessness:** Experiencing the timeless and ever-present formlessness of ultimate reality, akin to the essence of the Tathagata.
- **The Unconditioned Buddha: Equanimity and Liberation in the Non-Dual Realm:** Attaining profound equanimity and liberation within the non-dual state of being, embodying the unconditioned Buddha.
- **Nirvana's Namelessness and the Ineffable Way:** Understanding Nirvana not as a destination with a name, but as an inexpressible and immeasurable way of being.

- **The Imperative of the Upright Mind: Effortless Wisdom vs. Self-Imposed Striving:** Emphasizing the crucial role of an upright mind in choosing effortless wisdom over self-imposed struggle and arduous striving.
- **The Peril of Clinging and the Rest of the Mind:** Gaining insight into the dangers of attachment and finding true mental peace by releasing these burdens.
- **The Non-Dual Faith and the Unity of All Formless Forms:** Embracing a non-dual faith that recognizes and celebrates the inherent unity of all formless existences.
- **The Ever-Present Way: Immanence and Unity in the Non-Dual Realm:** Experiencing the constant presence of the spiritual path, where immanence and unity converge within the non-dual realm.
- **The Unconditioned Essence Revisited: True Suchness and the Paradox of Self-Nature:** A deeper dive into the unconditioned essence, exploring the concept of true suchness and the profound paradox of self-nature.
- **The Unbroken Circle: True Nature and the Omnipresent Suchness:** Discovering the eternal, unbroken circle of true nature and the omnipresent, unchanging reality of suchness.

For a truly global audience, each quatrain, along with its comprehensive analysis and interpretation, is presented in English, followed by meticulously crafted **Tagalog and Japanese translations**. This unique trilingual approach allows readers worldwide to access and deeply understand the profound wisdom contained within "Faith in Mind," fostering a richer, more diverse, and universally accessible spiritual journey.

Contents

Introduction

Faith in Mind: A Trilingual Journey to Profound Understanding

Dive into the timeless wisdom of **"Faith in Mind,"** a profound poem meticulously broken down into 37 insightful quatrains. This comprehensive book offers an unparalleled exploration of each verse, guiding you through the depths of its meaning and significance.

Each quatrain serves as a stepping stone on a journey toward enlightenment, tackling fundamental concepts such as:

- **Understanding the Path**: Discover the foundational principles of spiritual awakening.
- **Navigating the Mind's Afflictions**: Learn to overcome mental obstacles and inner turmoil.
- **Navigating the Middle Path**: Explore the balanced approach to life and understanding.
- **The Pitfalls of Dualism**: Unravel the complexities of perception and transcend limiting beliefs.
- **The Path to True Realization**: Find your way back to the root of existence and transcend delusion.

- **Transcending Dualism**: Embrace unblemished reality and experience non-duality.
- **The Profound Silence of Unconditional Truth**: Connect with the deeper aspects of reality and inner peace.
- **The Simplicity of the Path and the Recurrence of Wisdom**: Realign with the straightforward path to wisdom.
- **The Ineffable Unity and Unfettered Abidance**: Immerse yourself in the experience of unity and boundless freedom.
- **The True Nature of Mind and the Transcendent View**: Gain insight into the mind's true essence and a higher perspective.
- **The True Stillness Beyond Motion and Cessation**: Discover the calm beyond constant change.
- **The Unconditioned Stillness and Dynamic Emptiness**: Experience inner stillness and the vibrant nature of emptiness.
- **The Ineffable Nature of Reality and the Limitations of Naming**: Explore the indescribable aspects of reality beyond words.
- **The Direct Path of the Straight Mind and the Hindrance of Deviated Intent**: Align with a direct, honest approach to inner wisdom.
- **The Effortless Wisdom of Non-Action and the Self-Imposed Chains of Delusion**: Find freedom in effortless wisdom and break free from self-imposed limitations.

- **The Non-Dual Unity of Mind and Reality, and the Ultimate Silence**: Experience the profound unity of mind and reality in ultimate silence.
- **The Path to Nirvana Through Non-Contrivance and the Oneness of Mind**: Discover nirvana through effortless being and mental unity.
- **The Unconditioned Nature of Ultimate Reality**: Realize the true, unconditioned nature of reality.
- **The Enduring Wisdom of No-Mind and True Stillness**: Access lasting wisdom through a state of no-mind and genuine stillness.
- **The Profound Paradox of Unconditioned Mind and Ultimate Accord**: Explore the deep paradox of unconditioned mind and ultimate harmony.
- **The Unnameable Truth and the Freedom Beyond Concepts**: Embrace truth beyond definitions and conceptual freedom.
- **The Direct Path of the Upright Mind and the Clarity Beyond Words**: Follow the straightforward path of an honest mind to clarity beyond language.
- **The Wisdom of Effortless Release and the Liberation from Self-Imposed Bonds**: Experience liberation through effortless release and freedom from self-made ties.
- **The Unwavering Trust in Oneness and the Silence Beyond Time**: Develop unwavering trust in unity and experience timeless silence.

- **The Pathless Path to Formless Unity**: Discover unity in formlessness through a path beyond traditional paths.
- **The Non-Dual Gateway: Perceiving the Unstained Way in All Things**: See the pure, untainted path in all of existence through the non-dual gateway.
- **The Unconditioned Essence: True Suchness and the Nature of Self-Nature**: Realize true essence and self-nature in their unconditioned state.
- **The Omnipresent Now: Recognizing True Nature in Every Moment**: Recognize your true nature in every present moment.
- **The Tathagata's Ever-Present Formlessness**: Experience the timeless formlessness of ultimate reality.
- **The Unconditioned Buddha: Equanimity and Liberation in the Non-Dual Realm**: Attain equanimity and liberation within the non-dual state of Buddha.
- **Nirvana's Namelessness and the Ineffable Way**: Understand Nirvana beyond names and its inexpressible path.
- **The Imperative of the Upright Mind: Effortless Wisdom vs. Self-Imposed Striving**: Choose effortless wisdom over self-imposed struggle with an upright mind.
- **The Peril of Clinging and the Rest of the Mind**: Find mental peace by releasing attachments.

- **The Non-Dual Faith and the Unity of All Formless Forms**: Embrace non-dual faith and the unity of all formless existences.
- **The Ever-Present Way: Immanence and Unity in the Non-Dual Realm**: Experience the constant presence of the path, where unity and immanence converge.
- **The Unconditioned Essence Revisited: True Suchness and the Paradox of Self-Nature**: Revisit the unconditioned essence, exploring true suchness and the paradox of self-nature.
- **The Unbroken Circle: True Nature and the Omnipresent Suchness**: Discover the eternal circle of true nature and omnipresent reality.

For a truly global audience, each quatrain, along with its **in-depth analysis and interpretation**, is presented in English, followed by comprehensive **Tagalog and Japanese translations**. This allows readers worldwide to access and deeply understand the profound wisdom contained within "Faith in Mind," fostering a richer, more diverse spiritual journey.

Faith in Mind the Poem (Direct and Concise Version) by Master Jianzhi Sengcan Divided in to Quatrain English Tagalog and Japanese Translations

《信心銘》 (**Xinxin Ming** / *Faith in Mind*) is traditionally attributed to **Jianzhi Sengcan** (僧璨大師), the **Third Patriarch of Chan (Zen) Buddhism** in China.

Line-by-line division of the *Xinxin Ming* into its correct quatrains and the final couplet, based on the 146 lines of the text.

Quatrain 1 Understanding the Path

The first quatrain of this ancient text, "至道無難， 唯嫌揀擇 ； 但莫憎愛， 洞然明白。 毫釐有差， 天地懸隔 ； 欲得現前， 莫存順逆," offers profound insights into the nature of enlightenment or the "Ultimate Way." It suggests that the path to profound understanding is not inherently difficult, but rather our own mental habits create obstacles. Let's explore three contemporary interpretations of this rich stanza.

The ultimate truth isn't hard to grasp; our pickiness is the only problem. Just avoid attachment and aversion, and it becomes perfectly clear. Even a tiny deviation creates a massive difference. If you want to experience it directly, don't hold onto preferences.

This interpretation emphasizes the immediate and practical advice embedded in the lines. The "Ultimate Way" or "至道" is presented as something accessible, not an esoteric mystery. The core issue, "唯嫌揀擇," is directly translated as "our pickiness," highlighting how our constant mental filtering and judgment prevent clear perception. The phrase "但莫憎愛" is rendered as "just avoid attachment and aversion," getting straight to the point that these emotional extremes cloud our understanding. The stark consequence of even a slight departure from this balanced state, "毫釐有差，天地懸隔," is powerfully conveyed as "even a tiny deviation creates a massive difference," stressing the precision required. Finally, "欲得現前，莫存順逆" is a direct call to action: "If you want to experience it directly, don't hold onto preferences," urging an immediate release of mental biases.

In-Depth Analysis and Interpretation of Quatrain 1

This quatrain from an ancient text offers profound insights into the nature of achieving enlightenment or understanding, often referred to as the "Ultimate Way" or "至道" (Zhì Dào). It posits that the path to profound understanding is not inherently difficult, but rather our own mental habits and tendencies create the primary obstacles. Let's break down each line and its significance, incorporating the contemporary interpretations you've provided.

Line 1: "至道無難，唯嫌揀擇" (Zhì Dào wú nán, wéi xián jiǎnzé)

- **Literal Meaning:** The Ultimate Way is not difficult; the only problem is choosing and discriminating.
- **Analysis and Interpretation:** This opening line sets the foundational premise. It immediately asserts that the "Ultimate Way" – whether understood as enlightenment, profound truth, or ultimate reality – is **not inherently difficult or complicated**. This challenges the common perception that spiritual or philosophical truths are esoteric and arduous to attain. The difficulty, the text states, lies entirely in "揀擇" (jiǎnzé), which translates to **"choosing and discriminating," "picking and selecting," or "preferences."** This refers to our innate human tendency to

categorize, judge, label, and form preferences or biases. It's our constant mental activity of sifting through experience, deciding what we like and dislike, what's good or bad, favorable or unfavorable. This mental habit, the quatrain argues, is the sole impediment to understanding.

- o **Contemporary Resonance:**
    - **"Our pickiness is the only problem" (Option 1):** This concisely highlights how our everyday judgments and biases obscure clear perception.
    - **"Our tendency to choose and discriminate" (Option 2):** This elaborates on the mental process, suggesting a more active and ingrained habit.
    - **"Our discerning mind, forever sifting and selecting" (Option 3):** This offers a more contemplative view, personifying the mind's incessant activity that creates perceived difficulty.

Line 2: "但莫憎愛，洞然明白" (Dàn mò zēng'ài, dòngrán míngbái)

- **Literal Meaning:** Just do not hate or love, then it will be clearly understood.
- **Analysis and Interpretation:** Building on the first line, this line provides the key solution: "

但莫憎愛" (dàn mò zēng'ài) – "just do not hate or love," or "avoid attachment and aversion." This is a core tenet in many wisdom traditions. "Zēng'ài" refers to the dualistic extremes of emotional attachment (liking, craving, clinging) and aversion (disliking, rejecting, fearing). When we are caught in this duality, our perception becomes skewed. We see the world through the lens of our desires and fears, rather than as it truly is. The result of releasing these attachments and aversions is "洞然明白" (dòngrán míngbái) – "perfectly clear," "brilliantly clear," or "a perfect clarity illuminates our being." This signifies a state of profound, unobstructed understanding, where reality is perceived directly and without distortion.

- Contemporary Resonance:
  - "Just avoid attachment and aversion, and it becomes perfectly clear" (Option 1): This is direct and emphasizes the immediate result.
  - "If you simply cease to cling to likes and dislikes, everything will become brilliantly clear" (Option 2): This suggests a more active process of letting go and highlights the pervasive nature of clarity.
  - "When we release the grip of attraction and repulsion, a

**perfect clarity illuminates
our being" (Option 3):** This
emphasizes the internal
transformation and the
resulting radiant state of
understanding.

Line 3: "毫釐有差，天地懸隔" (Háolí yǒu chā,
tiāndì xuángé)

- **Literal Meaning:** A hair's breadth of
  difference, heaven and earth are separated.
- **Analysis and Interpretation:** This powerful
  line serves as a stark warning about the
  precision required. **"毫釐有差" (háolí yǒu
  chā) refers to "a hair's breadth of
  difference," or "even a tiny deviation."** It
  underscores that even seemingly insignificant
  mental preferences or deviations from the
  state of non-attachment can lead to profound
  consequences. The result of such a slight
  deviation is **"天地懸隔" (tiāndì xuángé) –
  "heaven and earth are separated," or "a
  chasm as vast as heaven and earth."** This
  vivid imagery illustrates the immense
  disparity and disconnection that arises from
  even a small departure from a balanced, non-
  discriminating mind. It suggests that while the
  path itself isn't difficult, it demands
  unwavering attention to our internal states. A
  slight lapse can lead to a complete loss of
  clarity and a return to the confused state of
  dualistic perception.

- o **Contemporary Resonance:**
  - ▪ **"Even a tiny deviation creates a massive difference" (Option 1):** This emphasizes the dramatic impact of small errors.
  - ▪ **"Even a hair's breadth of difference can lead to a chasm as vast as heaven and earth" (Option 2):** This uses the literal imagery to convey the magnitude of the separation.
  - ▪ **"A fractional divergence from this balance creates a separation as profound as heaven from earth" (Option 3):** This highlights the importance of maintaining internal balance and the depth of the resulting schism.

Line 4: "欲得現前，莫存順逆" (Yù dé xiànqián, mò cún shùnnì)

- **Literal Meaning:** If you want to appear in the present, do not store agreement or disagreement.
- **Analysis and Interpretation:** The final line offers a direct instruction for immediate realization. **"欲得現前" (yù dé xiànqián) means "if you want to experience it directly," "to truly manifest this**

understanding in the present moment," or "to fully embody this truth in the here and now." "現前" (xiànqián) refers to direct, immediate realization or manifestation in the present moment, rather than an intellectual understanding or a future attainment. The condition for this direct experience is "莫存順逆" (mò cún shùnnì) – "do not hold onto preferences," "abandon all notions of agreement or disagreement," or "relinquish all concepts of what is favorable or unfavorable." "順逆" (shùnnì) refers to the dichotomy of "favorable or unfavorable," "agreement or disagreement," "concordance or opposition." This reinforces the core message: true, direct understanding arises when we completely let go of all dualistic judgments and preferences, accepting reality as it is, without filtering it through our desires or aversions.

- o **Contemporary Resonance:**
  - **"If you want to experience it directly, don't hold onto preferences" (Option 1):** This is a clear, actionable directive.
  - **"To truly manifest this understanding in the present moment, you must abandon all notions of agreement or disagreement" (Option 2):** This clarifies the meaning of "manifesting" and "preferences."

- **"To fully embody this truth in the here and now, one must relinquish all concepts of what is favorable or unfavorable" (Option 3):** This emphasizes the holistic and embodied nature of the realization and the complete letting go of dualistic thinking.

Overall Interpretation and Significance

The first quatrain of this ancient text functions as a foundational teaching, particularly relevant to spiritual and philosophical pursuits. It systematically dismantles the illusion that enlightenment is a distant or complex goal, instead pointing to our own internal habits as the sole barrier.

1. **Simplicity of the Path:** It establishes that the "Ultimate Way" is inherently simple and accessible. The difficulty is not in the path itself, but in the practitioner's mind.
2. **The Obstacle: Dualistic Thinking:** The primary obstacle identified is "揀擇" (choosing and discriminating) and "憎愛" (attachment and aversion). These refer to the ingrained human tendency to engage in dualistic thinking – categorizing, judging, liking, disliking, wanting, rejecting.

3. **The Solution: Non-Attachment:** The remedy is to release these dualistic tendencies. By not clinging to likes or dislikes, and by abandoning all preferences, one can achieve a state of "perfect clarity."
4. **The Consequence of Deviation:** The quatrain issues a powerful warning that even a slight return to dualistic thinking can lead to a profound separation from this clarity. This highlights the importance of consistent awareness.
5. **Direct Realization:** The ultimate aim is "現前" (direct, present moment realization). This is not about intellectual understanding alone, but about an embodied, immediate experience of truth, achieved by relinquishing all notions of what is "right" or "wrong," "favorable" or "unfavorable."

In essence, the quatrain serves as a timeless reminder that the greatest obstacles to truth are often self-imposed, residing not in the external world or in the complexity of the Way, but within the confines of our own minds and our habitual patterns of judgment and preference. By cultivating a mind free from these biases, one can achieve a state of profound, effortless understanding.

Tagalog Translation

Quatrain 1: Pag-unawa sa Landas

Ang unang quatrain ng sinaunang tekstong ito, "至道無難，唯嫌揀擇；但莫憎愛，洞然明白。毫釐有差，天地懸隔；欲得現前，莫存順逆，" ay nag-aalok ng malalim na pananaw sa kalikasan ng paliwanag o ng "Pinakamataas na Daan." Iminumungkahi nito na ang landas tungo sa malalim na pag-unawa ay hindi naman likas na mahirap, ngunit ang ating sariling mga gawi sa pag-iisip ang lumilikha ng mga balakid. Galugarin natin ang tatlong kontemporaryong interpretasyon ng mayamang sipi na ito.

Ang sukdulang katotohanan ay hindi mahirap unawain; ang ating pagiging mapili ang tanging problema. Iwasan lamang ang pagkapit at pagkamuhi, at ito ay magiging ganap na malinaw. Kahit ang isang maliit na paglihis ay lumilikha ng napakalaking pagkakaiba. Kung nais mong maranasan ito nang direkta, huwag kang kumapit sa mga kagustuhan.

Binibigyang-diin ng interpretasyong ito ang agarang at praktikal na payo na nakapaloob sa mga linya. Ang "Pinakamataas na Daan" o "至道" ay ipinakita bilang isang bagay na madaling lapitan, hindi isang misteryo. Ang pangunahing isyu, "唯嫌揀擇," ay direktang isinalin bilang "ang ating pagiging mapili," na nagbibigay-diin kung paano pinipigilan ng ating patuloy na mental na pag-filter at paghuhusga ang malinaw na pagdama. Ang pariralang "但莫憎愛" ay isinalin bilang "iwasan lamang ang pagkapit at pagkamuhi," na diretsong tumutukoy sa katotohanang ang mga emosyonal na sukdulang ito ay lumalabnaw sa ating pag-unawa. Ang matinding kahihinatnan ng kahit kaunting paglihis mula sa balanseng estado na ito, "毫釐有差，天地懸隔," ay mahusay na naipahayag bilang "kahit ang isang maliit na paglihis ay lumilikha ng napakalaking pagkakaiba," na nagbibigay-diin sa katumpakang kinakailangan. Sa wakas, "欲得現前，莫存順逆" ay isang direktang panawagan sa pagkilos: "Kung nais mong maranasan ito nang direkta, huwag kang kumapit sa mga kagustuhan," na naghihimok ng agarang pagpapakawala ng mga bias sa pag-iisip.

Malalim na Pagsusuri at Interpretasyon ng Quatrain 1

Ang quatrain na ito mula sa isang sinaunang teksto ay nag-aalok ng malalim na pananaw sa kalikasan ng pagkamit ng kaliwanagan o pag-unawa, na madalas na tinutukoy bilang "Ang Pinakamataas na Daan" o "至道" (Zhì Dào). Ipinapalagay nito na ang landas tungo sa malalim na pag-unawa ay hindi likas na mahirap, kundi ang ating sariling mga gawi at hilig sa pag-iisip ang lumilikha ng pangunahing mga balakid. Hatiin natin ang bawat linya at ang kahalagahan nito, isinasama ang mga kontemporaryong interpretasyon na ibinigay mo.

Linya 1: "至道無難，唯嫌揀擇" (Zhì Dào wú nán, wéi xián jiǎnzé)

- **Likas na Kahulugan:** Ang Pinakamataas na Daan ay hindi mahirap; ang tanging problema ay ang pagpili at pagtatangi.
- **Pagsusuri at Interpretasyon:** Ang pambungad na linyang ito ay nagtatakda ng pundasyong saligan. Agad nitong sinasabi na ang "Pinakamataas na Daan" – nauunawaan man bilang kaliwanagan, malalim na katotohanan, o sukdulang realidad – ay hindi likas na mahirap o kumplikado. Hinahamon nito ang karaniwang pananaw na ang mga espiritwal o pilosopikal na katotohanan ay lihim at mahirap abutin. Ang hirap, sabi ng teksto, ay nasa "揀擇" (jiǎnzé), na isinasalin sa "pagpili at pagtatangi," "pagpili at pagsala," o "mga kagustuhan." Ito ay tumutukoy sa ating likas na hilig ng tao na mangategorya, humusga, maglagay ng label, at bumuo ng mga kagustuhan o bias. Ito ang ating patuloy na mental na aktibidad ng pagsasala ng karanasan, pagpapasya kung ano ang gusto at ayaw natin, kung ano ang mabuti o masama, pabor o hindi pabor. Ang gawi ng pag-iisip na ito, ayon sa quatrain, ang tanging hadlang sa pag-unawa.
- **Kontemporaryong Resonansiya:**
  - "Ang ating pagiging mapili ang tanging problema" (Opsyon 1): Ito ay maikli at nagbibigay-diin kung paano nilalabuan ng ating pang-araw-araw na paghuhusga at bias ang malinaw na pagdama.

- o "Ang ating hilig na pumili at magtangi" (Opsyon 2): Ito ay nagpapaliwanag sa proseso ng pag-iisip, na nagpapahiwatig ng isang mas aktibo at nakasanayang gawi.
- o "Ang ating mapanuring pag-iisip, walang hanggang nagsasala at pumipili" (Opsyon 3): Nag-aalok ito ng mas mapagbulay-bulay na pananaw, na nagbibigay-katauhan sa walang tigil na aktibidad ng isip na lumilikha ng napapansing kahirapan.

Linya 2: "但莫憎愛，洞然明白" (Dàn mò zēng'ài, dòngrán míngbái)

- **Likas na Kahulugan:** Huwag lang kang mamuhi o magmahal, kung gayon ay malinaw na mauunawaan.
- **Pagsusuri at Interpretasyon:** Batay sa unang linya, ang linyang ito ay nagbibigay ng susi sa solusyon: "但莫憎愛" (dàn mò zēng'ài) – "huwag lang mamuhi o magmahal," o "iwasan ang pagkapit at pagkamuhi." Ito ay isang pangunahing turo sa maraming tradisyon ng karunungan. Ang "Zēng'ài" ay tumutukoy sa dualistikong sukdulan ng emosyonal na pagkapit (pagkagusto, pagnanasa, pagkapit) at pagkamuhi (pagkaayaw, pagtanggi, pagkatakot). Kapag tayo ay nahuli sa dualidad na ito, nagiging baluktot ang ating persepsyon. Nakikita natin ang mundo sa pamamagitan ng lente ng ating mga pagnanasa at takot, sa halip

na kung ano talaga ito. Ang resulta ng pagpapakawala ng mga pagkapit at pagkamuhi na ito ay "洞然明白" (dòngrán míngbái) – "ganap na malinaw," "napakalinaw," o "isang perpektong kaliwanagan ang nagbibigay-liwanag sa ating pagkatao." Ito ay nagpapahiwatig ng isang estado ng malalim, walang hadlang na pag-unawa, kung saan ang realidad ay direktang napapansin at walang pagbaluktot.

- **Kontemporaryong Resonansiya:**
    - "Iwasan lamang ang pagkapit at pagkamuhi, at ito ay magiging ganap na malinaw" (Opsyon 1): Ito ay direkta at nagbibigay-diin sa agarang resulta.
    - "Kung titigil ka lamang sa pagkapit sa mga gusto at ayaw, magiging napakalinaw ang lahat" (Opsyon 2): Nagpapahiwatig ito ng isang mas aktibong proseso ng pagpapakawala at binibigyang-diin ang malaganap na kalikasan ng kalinawan.
    - "Kapag pinakawalan natin ang hawak ng atraksyon at repulsyon, isang perpektong kaliwanagan ang nagbibigay-liwanag sa ating pagkatao" (Opsyon 3): Nagbibigay-diin ito sa panloob na pagbabago at sa nagreresultang makinang na estado ng pag-unawa.

Linya 3: "毫釐有差，天地懸隔" (Háolí yǒu chā, tiāndì xuángé)

- **Likas na Kahulugan:** Isang hibla ng buhok lamang ang pagkakaiba, langit at lupa ay magkahiwalay.
- **Pagsusuri at Interpretasyon:** Ang makapangyarihang linyang ito ay nagsisilbing isang matinding babala tungkol sa katumpakang kinakailangan. Ang "毫釐有差" (háolí yǒu chā) ay tumutukoy sa "isang hibla ng buhok lamang ang pagkakaiba," o "kahit isang maliit na paglihis." Binibigyang-diin nito na kahit ang tila walang kabuluhang mga kagustuhan sa pag-iisip o mga paglihis mula sa estado ng hindi pagkapit ay maaaring humantong sa malalim na kahihinatnan. Ang resulta ng gayong bahagyang paglihis ay "天地懸隔" (tiāndì xuángé) – "langit at lupa ay magkahiwalay," o "isang kalaliman na kasing lawak ng langit at lupa." Ang matingkad na imaheng ito ay naglalarawan ng napakalaking pagkakaiba at pagkakahiwalay na nagmumula sa kahit isang maliit na paglihis mula sa isang balanse, hindi nagtatanging isip. Iminumungkahi nito na bagaman ang landas mismo ay hindi mahirap, nangangailangan ito ng matatag na atensyon sa ating mga panloob na estado. Ang isang maliit na pagkakamali ay maaaring humantong sa isang kumpletong pagkawala ng kalinawan at isang pagbabalik sa nalilitong estado ng dualistikong persepsyon.
- **Kontemporaryong Resonansiya:**
  - "Kahit ang isang maliit na paglihis ay lumilikha ng napakalaking

pagkakaiba" (Opsyon 1): Binibigyang-
diin nito ang dramatikong epekto ng
maliliit na pagkakamali.

- o "Kahit isang hibla ng buhok lamang
  ang pagkakaiba ay maaaring
  humantong sa isang kalaliman na
  kasing lawak ng langit at lupa"
  (Opsyon 2): Ginagamit nito ang literal
  na imahe upang iparating ang laki ng
  paghihiwalay.
- o "Ang isang bahagyang paglihis mula
  sa balanse na ito ay lumilikha ng
  paghihiwalay na kasing lalim ng langit
  mula sa lupa" (Opsyon 3):
  Binibigyang-diin nito ang kahalagahan
  ng pagpapanatili ng panloob na
  balanse at ang lalim ng nagreresultang
  schism.

Linya 4: "欲得現前，莫存順逆" (Yù dé xiànqián, mò cún shùnnì)

- **Likas na Kahulugan:** Kung nais mong
  lumitaw sa kasalukuyan, huwag kang mag-
  imbak ng pagsang-ayon o di-pagsang-ayon.
- **Pagsusuri at Interpretasyon:** Ang huling
  linya ay nag-aalok ng direktang tagubilin para
  sa agarang pagsasakatuparan. Ang "欲得現前
  " (yù dé xiànqián) ay nangangahulugang
  "kung nais mong maranasan ito nang direkta,"
  "upang tunay na maipakita ang pag-unawang
  ito sa kasalukuyang sandali," o "upang ganap
  na maisakatuparan ang katotohanang ito dito

at ngayon." Ang "現前" (xiànqián) ay tumutukoy sa direkta, agarang pagsasakatuparan o pagpapakita sa kasalukuyang sandali, sa halip na isang intelektwal na pag-unawa o isang nakaraang pagkamit. Ang kondisyon para sa direktang karanasang ito ay "莫存順逆" (mò cún shùnnì) – "huwag kumapit sa mga kagustuhan," "talikdan ang lahat ng mga kaisipan ng pagsang-ayon o di-pagsang-ayon," o "talikdan ang lahat ng mga konsepto kung ano ang pabor o hindi pabor." Ang "順逆" (shùnnì) ay tumutukoy sa dikotomiya ng "pabor o hindi pabor," "pagsang-ayon o di-pagsang-ayon," "pagkakasundo o oposisyon." Pinapatibay nito ang pangunahing mensahe: ang tunay, direktang pag-unawa ay lumalabas kapag ganap nating pinakawalan ang lahat ng dualistikong paghuhusga at kagustuhan, tinatanggap ang realidad kung ano ito, nang hindi sinasala ito sa pamamagitan ng ating mga pagnanasa o pagkamuhi.

- **Kontemporaryong Resonansiya:**
  - "Kung nais mong maranasan ito nang direkta, huwag kang kumapit sa mga kagustuhan" (Opsyon 1): Ito ay isang malinaw, maaksyong direktiba.
  - "Upang tunay na maipakita ang pag-unawang ito sa kasalukuyang sandali, dapat mong talikdan ang lahat ng mga kaisipan ng pagsang-ayon o di-pagsang-ayon" (Opsyon 2): Nililinaw

nito ang kahulugan ng "pagpapakita" at "mga kagustuhan."

- o "Upang ganap na maisakatuparan ang katotohanang ito dito at ngayon, dapat talikdan ang lahat ng mga konsepto kung ano ang pabor o hindi pabor" (Opsyon 3): Binibigyang-diin nito ang holistikong at nakasakatuparang kalikasan ng pagsasakatuparan at ang kumpletong pagpapakawala ng dualistikong pag-iisip.

Pangkalahatang Interpretasyon at Kahalagahan

Ang unang quatrain ng sinaunang tekstong ito ay gumaganap bilang isang pundasyong turo, lalo na may kaugnayan sa espiritwal at pilosopikal na paghahanap. Sistematisado nitong binubuwag ang ilusyon na ang kaliwanagan ay isang malayo o kumplikadong layunin, sa halip ay itinuturo ang ating sariling mga panloob na gawi bilang tanging hadlang.

- **Pagiging Simple ng Landas:** Itinatatag nito na ang "Pinakamataas na Daan" ay likas na simple at madaling lapitan. Ang kahirapan ay wala sa landas mismo, kundi sa isip ng nagsasanay.
- **Ang Balakid: Dualistikong Pag-iisip:** Ang pangunahing balakid na natukoy ay "揀擇" (pagpili at pagtatangi) at "憎愛" (pagkapit at

pagkamuhi). Tumutukoy ang mga ito sa nakasanayang hilig ng tao na makisali sa dualistikong pag-iisip – pagkategorya, paghuhusga, pagkagusto, pagkaayaw, pagnanais, pagtanggi.

- **Ang Solusyon: Hindi Pagkapit:** Ang lunas ay ang pagpapakawala sa mga dualistikong hilig na ito. Sa pamamagitan ng hindi pagkapit sa mga gusto o ayaw, at sa pamamagitan ng pagtalikod sa lahat ng mga kagustuhan, makakamit ang isang estado ng "ganap na kalinawan."

- **Ang Kahihinatnan ng Paglihis:** Ang quatrain ay nagbibigay ng isang malakas na babala na kahit ang isang bahagyang pagbabalik sa dualistikong pag-iisip ay maaaring humantong sa isang malalim na paghihiwalay mula sa kalinawang ito. Binibigyang-diin nito ang kahalagahan ng pare-parehong kamalayan.

- **Direktang Realisasyon:** Ang sukdulang layunin ay "現前" (direkta, kasalukuyang sandali ng pagsasakatuparan). Hindi ito tungkol sa intelektwal na pag-unawa lamang, kundi tungkol sa isang nakasakatuparan, agarang karanasan ng katotohanan, na nakamit sa pamamagitan ng pagtalikod sa lahat ng mga kaisipan ng kung ano ang "tama" o "mali," "pabor" o "hindi pabor."

Sa esensya, ang quatrain ay nagsisilbing isang walang hanggang paalala na ang pinakamalaking hadlang sa katotohanan ay madalas na sariling-sanhi, na naninirahan hindi sa labas ng mundo o sa kumplikado ng Daan, kundi sa loob ng mga hangganan ng ating sariling isip at ang ating nakasanayang mga pattern ng paghuhusga at kagustuhan. Sa pamamagitan ng paglinang ng isang isip na malaya sa mga bias na ito, makakamit ang isang estado ng malalim, walang hirap na pag-unawa.

Japanese Translation

第1句: 理解の道

この古代のテキストの最初の四句、「至道無難，唯嫌揀擇；但莫憎愛，洞然明白。毫釐有差，天地懸隔；欲得現前，莫存順逆」は、悟り、つまり「究極の道」の本質について深い洞察を提供しています。それは、深い理解への道は本来難しくなく、むしろ私たち自身の心の習慣が障害を作り出していることを示唆しています。この豊かな詩の3つの現代的な解釈を探ってみましょう。

究極の真理を把握するのは難しくありません。私たちの好き嫌いが唯一の問題です。ただ執着と嫌悪を避けなさい、そうすれば完全に明らかになります。ほんのわずかな違いでも、途方もない差を生み出します。直接体験したいのなら、好みを持ち続けたりしないでください。

この解釈は、行間に埋め込まれた即座で実用的なアドバイスを強調しています。「究極の道」または「至道」は、秘教的な神秘ではなく、アクセス可能なものとして提示されています。核心的な問題である「唯嫌揀擇」は、「私たちの好き嫌い」と直接翻訳され、私たちの絶え間ない精神的なフィルタリングと判断が、いかに明確な認識を妨げているかを強調しています。「但莫憎愛」というフレーズは「ただ執着と嫌悪を避けなさい」と訳され、これらの感情的な極端が私たちの理解を曇らせるという点をまっすぐに伝えています。このバランスの取れた状態からのわずかな逸脱でさえもたらされる厳しい結果である「毫釐有差，天地懸隔」は、「ほんのわずかな違いでも、途方もない差を生み出す」と力強く伝えられ、必要な正確さを強調しています。最後に、「欲得現前，莫存順逆」は直接的な行動を促すものです。「直接体験したいのなら、好みを持ち続けたりしないでください」と、精神的な偏見を即座に手放すよう促しています。

第1句の詳細な分析と解釈

この古代のテキストからの四句は、悟りや理解を達成する本質について深い洞察を提供しており、しばしば「究極の道」または「至道」（Zhì Dào）と呼ばれています。それは、深い理解への

道は本来難しくなく、むしろ私たち自身の心の習慣と傾向が主要な障害を作り出していると仮定しています。各行とその重要性を、提供された現代的な解釈を組み込んで分解してみましょう。

第1行：「至道無難，唯嫌揀擇」（Zhì Dào wú nán, wéi xián jiǎnzé）

- **文字通りの意味:** 究極の道は難しくない。唯一の問題は選び分け、識別することである。
- **分析と解釈:** この冒頭の行は、基本的な前提を設定しています。「究極の道」が、悟り、深遠な真理、または究極の現実として理解されるかどうかにかかわらず、本来難しくも複雑でもないことをすぐに断言しています。これは、精神的または哲学的な真理が難解で到達するのが困難であるという一般的な認識に挑戦しています。テキストによると、難しさは「揀擇」（jiǎnzé）に完全にあり、これは「選び分け、識別すること」、「選び取る、選択すること」、または「好み」と翻訳されます。これは、私たちが分類し、判断し、レッテルを貼り、好みや偏見を形成するという、人間本来の傾向を指します。それは、私たちが好き嫌い、良いか悪いか、好ましいか好ましくないかを決定しながら、経験を絶えずふるいにかけ

る精神活動です。この精神的な習慣が、この四句によると、理解への唯一の障害であると主張されています。

- **現代的な共鳴:**
  - ○ 「私たちの好き嫌いが唯一の問題です」（選択肢1）：これは、私たちの日常的な判断や偏見がいかに明確な認識を曇らせるかを簡潔に強調しています。
  - ○ 「選び分け、識別する私たちの傾向」（選択肢2）：これは、精神的なプロセスを詳細に説明し、より積極的で根深い習慣を示唆しています。
  - ○ 「永遠にふるい分け、選択し続ける私たちの識別する心」（選択肢3）：これは、認識された困難を作り出す心の絶え間ない活動を擬人化し、より思索的な見解を提供します。

第2行：「但莫憎愛，洞然明白」（Dàn mò zēng'ài, dòngrán míngbái）

- **文字通りの意味:** ただ憎んだり愛したりするな。そうすれば、はっきりと理解されるだろう。
- **分析と解釈:** 第1行に基づいて、この行は解決策の鍵を提供しています。「但莫憎愛」（dàn mò zēng'ài）-「ただ憎んだり愛

したりするな」、または「執着と嫌悪を避けなさい」。これは、多くの知恵の伝統における核となる教えです。「憎愛」（zēng'ài）は、感情的な執着（好き、渇望、しがみつくこと）と嫌悪（嫌い、拒絶、恐れ）の二元的な極端を指します。私たちがこの二元性に囚われているとき、私たちの認識は歪みます。私たちは、現実をあるがままに見るのではなく、欲望や恐れというレンズを通して世界を見ています。これらの執着と嫌悪を手放した結果は「洞然明白」（dòngrán míngbái）-「完全に明らか」、「鮮やかに明らか」、または「完全な明晰さが私たちの存在を照らす」です。これは、深遠で遮られることのない理解の状態を意味し、現実は直接的かつ歪みなく認識されます。

- **現代的な共鳴:**
  - 「ただ執着と嫌悪を避けなさい、そうすれば完全に明らかになります」（選択肢1）：これは直接的であり、即座の結果を強調しています。
  - 「もしあなたが好き嫌いにしがみつくのをやめれば、すべてが鮮やかに明らかになるだろう」（選択肢2）：これは、手放すというより積極的なプロセスを示唆し、明晰さの普遍的な性質を強調しています。

○ 「引力と反発の支配を手放すとき、完全な明晰さが私たちの存在を照らす」（選択肢3）：これは、内面の変容と、その結果として生まれる輝かしい理解の状態を強調しています。

第3行：「毫釐有差，天地懸隔」（Háolí yǒu chā, tiāndì xuángé）

- **文字通りの意味:** わずかな違いでも、天地は隔たる。
- **分析と解釈:** この力強い行は、求められる正確さについての厳しい警告として機能します。「毫釐有差」（háolí yǒu chā）は、「わずかな違い」、または「ほんのわずかな逸脱」を指します。それは、一見些細に見える心の好みや非執着の状態からの逸脱でさえ、深刻な結果につながる可能性があることを強調しています。そのようなわずかな逸脱の結果は「天地懸隔」（tiāndì xuángé）-「天地は隔たる」、または「天地ほど広大な隔たり」です。この鮮やかなイメージは、バランスの取れた、識別しない心からのわずかな逸脱から生じる途方もない隔たりと断絶を例示しています。それは、道自体は難しくないものの、私たちの内面の状態に対する揺るぎない注意を要求することを示唆しています。わずかな過失が、明晰さ

の完全な喪失と二元的な認識の混乱した状態への回帰につながる可能性があります。

- **現代的な共鳴:**
  - 「ほんのわずかな違いでも、途方もない差を生み出します」（選択肢1）：これは、小さな誤りの劇的な影響を強調しています。
  - 「ほんのわずかな違いでも、天地ほど広大な隔たりにつながる可能性がある」（選択肢2）：これは、分離の大きさを伝えるために文字通りのイメージを使用しています。
  - 「このバランスからのわずかな乖離が、天と地ほどの深遠な分離を生み出す」（選択肢3）：これは、内面のバランスを維持することの重要性と、結果として生じる分裂の深さを強調しています。

第4行：「欲得現前，莫存順逆」（Yù dé xiànqián, mò cún shùnnì）

- **文字通りの意味:** 今現在に現れたいなら、賛成も反対も心に留めるな。
- **分析と解釈:** 最後の行は、即座の実現のための直接的な指示を提供しています。「欲得現前」（yù dé xiànqián）は、「直接体験したいなら」、「この理解を今この

瞬間に真に顕現させたいなら」、または
「この真理を今ここで完全に体現したい
なら」を意味します。「現前」（xiànqián
）は、知的理解や将来の達成ではなく、
現在この瞬間の直接的で即座の実現また
は顕現を指します。この直接的な経験の
条件は「莫存順逆」（mò cún shùnnì）-「
好みを持ち続けるな」、「賛成も反対も
あらゆる概念を捨てろ」、または「好ま
しいか好ましくないかのあらゆる概念を
放棄せよ」です。「順逆」（shùnnì）は、
「好ましいか好ましくないか」、「賛成
か反対か」、「一致か反対か」という二
元論を指します。これは核心的なメッセ
ージを強化します。真の直接的な理解は
、すべての二元的な判断と好みを完全に
手放し、欲望や嫌悪を通してフィルター
をかけることなく、現実をあるがままに
受け入れるときに生じます。

- **現代的な共鳴:**
  - 「直接体験したいのなら、好みを
    持ち続けたりしないでください」
    （選択肢1）：これは明確で実行可
    能な指示です。
  - 「この理解を今この瞬間に真に顕
    現させるには、賛成も反対もあら
    ゆる概念を捨てなければならない
    」（選択肢2）：これは、「顕現さ
    せる」と「好み」の意味を明確に
    しています。

- 「この真理を今ここで完全に体現するには、好ましいか好ましくないかのあらゆる概念を放棄しなければならない」（選択肢3）: これは、実現の全体的で体現された性質と、二元的な思考の完全な手放しを強調しています。

全体的な解釈と意義

この古代のテキストの最初の四句は、特に精神的および哲学的追求に関連する、基礎的な教えとして機能します。それは、悟りが遠いまたは複雑な目標であるという幻想を体系的に解体し、代わりに私たち自身の内面の習慣を唯一の障壁として指摘しています。

- **道のシンプルさ:** それは、「究極の道」が本質的にシンプルでアクセス可能であることを確立しています。難しさは道そのものにあるのではなく、実践者の心の中にあります。
- **障害: 二元的な思考:** 特定された主要な障害は「揀擇」（選び分け、識別すること）と「憎愛」（執着と嫌悪）です。これらは、分類し、判断し、好き嫌いを言い、欲しがり、拒絶するといった二元的な

思考に従事するという、人間本来の根深い傾向を指します。

- **解決策: 非執着:** 解決策は、これらの二元的な傾向を手放すことです。好き嫌いにしがみつかず、すべての好みを放棄することによって、「完全な明晰さ」の状態を達成できます。

- **逸脱の結果:** この四句は、二元的な思考へのわずかな回帰でさえ、この明晰さからの深い分離につながる可能性があるという強力な警告を発しています。これは、一貫した意識の重要性を強調しています。

- **直接的な実現:** 究極の目的は「現前」（直接的で現在の瞬間の実現）です。これは、知的理解だけではなく、真理の体現された、即座の経験であり、「正しい」または「間違っている」、「好ましい」または「好ましくない」という概念をすべて放棄することによって達成されます。

本質的に、この四句は、真理への最大の障害はしばしば自己imposedなものであり、外の世界や道の複雑さにあるのではなく、私たち自身の心の制約と判断や好みの習慣的なパターンの中にあるという、時代を超えたリマインダーとして機能します。これらの偏見から解放された心を育むことによって、人は深遠で楽な理解の状態を達成できます。

Quatrain 2 Navigating the Mind's Afflictions

The second quatrain from Master Sengcan's *Inscription on Faith in Mind* delves deeper into the human predicament, revealing how our mental habits, particularly the struggle between agreement and disagreement, become a source of inner turmoil. It points to a profound truth: the universe, in its ultimate nature, is complete and perfect, and our inability to perceive this stems from our own acts of selection and rejection.

Conflict between what you like and dislike is a sickness of the mind. If you don't grasp this deep truth, trying to quiet your thoughts is pointless. The Way is as vast and perfect as space, with nothing missing and nothing extra. It's only because of your picking and choosing that you don't experience this.

This direct interpretation cuts straight to the core of each line. "違順相爭，是為心病" becomes a clear statement: **"Conflict between what you like and dislike is a sickness of the mind."** This immediately identifies the problem—our internal struggle with preferences. The next line, "不識玄旨，徒勞念靜,"

is rendered as a stark warning: **"If you don't grasp this deep truth, trying to quiet your thoughts is pointless."** It highlights the futility of superficial meditation without fundamental insight.

The following two lines, "圓同太虛，無欠無餘," offer a profound cosmic perspective: **"The Way is as vast and perfect as space, with nothing missing and nothing extra."** This presents a vision of wholeness. Finally, "良由取捨，所以不如," succinctly identifies the root cause of our suffering: **"It's only because of your picking and choosing that you don't experience this."** This option's strength lies in its punchy delivery, making the meaning immediately accessible and impactful.

In-Depth Analysis and Interpretation of Quatrain 2

The second quatrain from Master Sengcan's *Inscription on Faith in Mind* continues the profound exploration of mental habits and their impact on our perception of reality. It vividly illustrates how our internal struggles manifest as "sickness of the mind" and how recognizing the inherent perfection of the universe is key to true understanding.

Line 1: "違順相爭，是為心病" (Wéi shùn xiāng zhēng, shì wèi xīn bìng)

- **Literal Meaning:** Opposition and agreement mutually contend; this is called a sickness of the mind.
- **Analysis and Interpretation:** This opening line immediately diagnoses the core human predicament. "違順相爭" (wéi shùn xiāng zhēng) refers to the **conflict between "opposition" (違, wéi) and "agreement" (順, shùn)** – essentially, our internal struggle with what we dislike/resist and what we like/accept. This isn't just about external events; it's the constant battle within our own minds as we categorize, judge, and react to experiences. This incessant mental contention, the text declares, **"是為心病" (shì wèi xīn bìng) – "is truly a sickness of the mind" or "an ailment of the heart-mind."** This powerful metaphor emphasizes that this internal friction isn't just an inconvenience; it's a fundamental pathology preventing inner peace and clear perception. It highlights that the source of our suffering often lies within our own reactive patterns.
  - **Contemporary Resonance:**
    - **"Conflict between what you like and dislike is a sickness of the mind" (Option 1):** Directly identifies the problem and its nature.
    - **"When agreement and disagreement battle within you, that is truly a sickness of the mind" (Option 2):**

Emphasizes the internal battle and adds gravity to the diagnosis.

- **"The inner conflict arising from favoring one thing and resisting another is truly an ailment of the heart-mind" (Option 3):** Offers a more contemplative and integrated understanding of the "heart-mind."

Line 2: "不識玄旨，徒勞念靜" (Bù shí xuán zhǐ, tú láo niàn jìng)

- **Literal Meaning:** Not knowing the profound essence, uselessly toils to quiet thoughts.
- **Analysis and Interpretation:** This line acts as a crucial warning. **"不識玄旨" (bù shí xuán zhǐ) means "without understanding the profound essence" or "not recognizing the profound wisdom of this."** The "profound essence" (玄旨, xuán zhǐ) refers to the deep truth unveiled in the quatrain itself – that our preferences cause suffering, and that reality is inherently complete. If one doesn't grasp this fundamental insight, then **"徒勞念靜" (tú láo niàn jìng) – "all efforts to calm your thoughts are in vain"** or **"trying to quiet your thoughts is pointless."** This critiques superficial meditative practices or attempts to simply suppress thoughts without

addressing the root cause of mental agitation. It suggests that merely trying to "empty the mind" without understanding *why* the mind is restless (due to dualistic conflict) is a futile exercise. True stillness arises naturally from deep insight, not forced suppression.

- Contemporary Resonance:
  - **"If you don't grasp this deep truth, trying to quiet your thoughts is pointless" (Option 1):** A stark warning about the futility of superficial practice.
  - **"Without understanding the profound essence, all efforts to calm your thoughts are in vain" (Option 2):** Clarifies the "deep truth" as "profound essence" and emphasizes the fruitlessness.
  - **"Without recognizing the profound wisdom of this, any attempt to quiet the mind will be a fruitless endeavor" (Option 3):** Connects the "deep truth" to "profound wisdom" and highlights the endeavor's futility.

Line 3: "圓同太虛， 無欠無餘" (Yuán tóng tài xū, wú qiàn wú yú)

- **Literal Meaning:** Round and like the great void, without lack and without excess.
- **Analysis and Interpretation:** This line offers a profound description of the "Way" or ultimate reality. **"圓同太虛" (yuán tóng tài xū) literally means "round and like the great void" or "as vast and perfect as space."** "太虛" (tài xū) refers to the vast, boundless, empty space – often used as a metaphor for the ultimate, unconditioned reality or the true nature of existence. It signifies something complete, all-encompassing, and free from any limits. The phrase **"無欠無餘" (wú qiàn wú yú) translates to "nothing missing and nothing extra," "neither lacking anything nor having anything in excess."** This is a powerful statement about the inherent perfection and completeness of reality. It suggests that the universe, in its fundamental state, is perfect just as it is. There's no need to add anything to it or take anything away for it to be whole. This is a crucial philosophical point that counters our tendency to perceive reality as imperfect or needing modification.
  - **Contemporary Resonance:**
    - **"The Way is as vast and perfect as space, with nothing missing and nothing extra"** (Option 1): Directly presents the cosmic perfection.
    - **"The Way is utterly complete, like the vastness of**

space, neither lacking anything nor having anything in excess" (Option 2): Emphasizes completeness and uses the literal imagery.

- "The universe, in its perfect essence, is boundless and complete, truly lacking nothing and containing no excess" (Option 3): Highlights the "perfect essence" and evokes a sense of universal completeness.

Line 4: "良由取捨，所以不如" (Liáng yóu qǔ shě, suǒ yǐ bù rú)

- **Literal Meaning:** Truly because of taking and rejecting, therefore it is not as good.
- **Analysis and Interpretation:** This final line brings the focus back to the human condition and the self-imposed limitations. **"良由取捨" (liáng yóu qǔ shě) means "it is precisely because of our habits of taking and rejecting" or "solely due to our grasping and letting go."** "取捨" (qǔ shě) refers to the act of "taking and rejecting," "picking and choosing," or "acceptance and rejection." This is directly linked to the "agreeing and disagreeing" mentioned in the first line. Our constant engagement in these acts of preference and judgment prevents us from seeing reality as it truly is. The consequence is

"所以不如" (suǒ yǐ bù rú) – "therefore, it is not as good," "we fall short of this perfection," or "we fail to realize this inherent harmony." This means that our suffering and our inability to experience the inherent perfection of the "Way" are not due to any external flaw in reality, but entirely because of our own mental filters and activities of "taking" (what we desire) and "rejecting" (what we dislike). We create our own discord by not aligning with the already complete nature of existence.

- **Contemporary Resonance:**
  - **"It's only because of your picking and choosing that you don't experience this" (Option 1):** Clearly identifies the cause and consequence.
  - **"It is precisely because of our habits of taking and rejecting that we fall short of this perfection" (Option 2):** Provides more context for the "taking and rejecting" and the outcome of "falling short."
  - **"It is solely due to our grasping and letting go that we fail to realize this inherent harmony" (Option 3):** Emphasizes the self-imposed limitation and the missed harmony.

Overall Interpretation and Significance

Quatrain 2 serves as both a **diagnosis of human suffering and a pointer toward liberation.**

1. **The Source of Suffering:** It identifies the **conflict between our preferences (agreement and disagreement, taking and rejecting)** as the fundamental "sickness of the mind." This internal struggle is not just a nuisance but the root cause of our inner turmoil and inability to perceive reality clearly.

2. **Futility of Superficial Practices:** It warns against engaging in **superficial attempts to quiet the mind** without first grasping the profound truth that our dualistic thinking is the problem. True mental stillness arises from an understanding and relinquishing of these patterns, not from forced suppression.

3. **The Perfect Nature of Reality:** It presents a sublime vision of reality – the "Way" – as **vast, complete, and utterly perfect, like boundless space.** It inherently lacks nothing and has no excess. This emphasizes that perfection isn't something to be achieved or added to reality; it's already its inherent nature.

4. **Self-Imposed Limitation:** The quatrain concludes by asserting that our **failure to experience this perfection is entirely self-**

imposed. It's our own "picking and choosing," our "taking and rejecting" of phenomena, that obscures this inherent harmony and creates our sense of incompleteness or dissatisfaction.

In essence, this quatrain encourages us to look inward and recognize that the discord we experience is not a flaw in the universe, but a product of our own minds. By letting go of the constant battle between likes and dislikes, and by ceasing to filter reality through our judgments and preferences, we can directly experience the inherent perfection and boundless completeness that is always present. It's a call to shift our perspective from one of constant evaluation to one of simple, non-dualistic acceptance.

Tagalog Translation

Quatrain 2: Pag-navigate sa mga Pagdurusa ng Isip

Ang ikalawang quatrain mula sa "Inscription on Faith in Mind" ni Master Sengcan ay mas malalim na bumababa sa kalagayan ng tao, na nagpapakita kung paano ang ating mga gawi sa pag-iisip, lalo na ang pagpupunyagi sa pagitan ng pagtanggap at di-pagtanggap, ay nagiging sanhi ng kaguluhan sa kalooban. Ito ay tumutukoy sa isang malalim na katotohanan: ang uniberso, sa pinakapangunahing kalikasan nito, ay kumpleto at perpekto, at ang ating kawalan ng kakayahang makita ito ay nagmumula sa ating sariling mga kilos ng pagpili at pagtanggi.

Ang salungatan sa pagitan ng gusto mo at ayaw mo ay sakit ng isip. Kung hindi mo nauunawaan ang malalim na katotohanang ito, ang pagtatangkang pakalmahin ang iyong mga saloobin ay walang saysay. Ang Daan ay kasing lawak at perpekto ng espasyo, na walang kulang at walang sobra. Dahil lamang sa iyong pagpili at pagtatangi kaya hindi mo nararanasan ito.

Ang direktang interpretasyong ito ay tumutukoy sa mismong puso ng bawat linya. Ang "違順相爭，是為心病" ay nagiging isang malinaw na pahayag: "Ang salungatan sa pagitan ng gusto mo at ayaw mo ay sakit ng isip." Ito ay agad na nagpapakilala sa problema—ang ating panloob na pagpupunyagi sa mga kagustuhan. Ang susunod na linya, "不識玄旨，徒勞念靜," ay inihahatid bilang isang matinding babala: "Kung hindi mo nauunawaan ang malalim na katotohanang ito, ang pagtatangkang pakalmahin ang iyong mga saloobin ay walang saysay." Binibigyang-diin nito ang kawalan ng kabuluhan ng mababaw na pagmumuni-muni nang walang pangunahing pananaw.

Ang sumunod na dalawang linya, "圓同太虛，無欠無餘," ay nag-aalok ng isang malalim na kosmikong pananaw: "Ang Daan ay kasing lawak at perpekto ng espasyo, na walang kulang at walang sobra." Nagtatanghal ito ng isang pananaw ng pagkakumpleto. Sa wakas, "良由取捨，所以不如," ay maikli na kinikilala ang ugat ng ating pagdurusa: "Dahil lamang sa iyong pagpili at pagtatangi kaya hindi mo nararanasan ito." Ang lakas ng opsyong ito ay nasa matatas nitong paghahatid, na ginagawang agad na abot-kamay at epektibo ang kahulugan.

Malalim na Pagsusuri at Interpretasyon ng Quatrain 2

Ang ikalawang quatrain mula sa "Inscription on Faith in Mind" ni Master Sengcan ay nagpapatuloy sa malalim na paggalugad ng mga gawi ng isip at ang epekto nito sa ating pagdama sa realidad. Malinaw nitong ipinapakita kung paano ang ating panloob na pagpupunyagi ay nagpapakita bilang "sakit ng isip" at kung paano ang pagkilala sa likas na pagiging perpekto ng uniberso ang susi sa tunay na pag-unawa.

Linya 1: "違順相爭，是為心病" (Wéi shùn xiāng zhēng, shì wèi xīn bìng)

- **Likas na Kahulugan:** Ang pagtutol at pagsang-ayon ay nagtatalo; ito ay tinatawag na sakit ng isip.
- **Pagsusuri at Interpretasyon:** Ang pambungad na linyang ito ay agad na nag-diagnose ng pangunahing kalagayan ng tao. Ang "違順相爭" (wéi shùn xiāng zhēng) ay tumutukoy sa salungatan sa pagitan ng "pagtutol" (違, wéi) at "pagsang-ayon" (順,

shùn) – sa esensya, ang ating panloob na pagpupunyagi sa kung ano ang hindi natin gusto/nilalabanan at kung ano ang gusto/tinatanggap natin. Hindi lang ito tungkol sa panlabas na pangyayari; ito ang patuloy na labanan sa loob ng ating sariling isip habang tayo ay nagkakategorya, humuhusga, at nagre-react sa mga karanasan. Ang walang tigil na mental na pagtatalo na ito, ayon sa teksto, "是為心病" (shì wèi xīn bìng) – "ay tunay na sakit ng isip" o "karamdaman ng puso-isip." Ang makapangyarihang metapora na ito ay nagbibigay-diin na ang panloob na alitan na ito ay hindi lamang isang abala; ito ay isang pangunahing patolohiya na humahadlang sa panloob na kapayapaan at malinaw na persepsyon. Binibigyang-diin nito na ang pinagmulan ng ating pagdurusa ay madalas na nasa ating sariling mga reaktibong pattern.

- **Kontemporaryong Resonansiya:**
  - "Ang salungatan sa pagitan ng gusto mo at ayaw mo ay sakit ng isip" (Opsyon 1): Direktang kinikilala ang problema at ang kalikasan nito.
  - "Kapag ang pagsang-ayon at di-pagsang-ayon ay naglalaban sa loob mo, iyan ay tunay na sakit ng isip" (Opsyon 2): Binibigyang-diin ang panloob na labanan at nagdaragdag ng bigat sa diagnosis.
  - "Ang panloob na salungatan na nagmumula sa pabor sa isang bagay at paglaban sa isa pa ay tunay na

karamdaman ng puso-isip" (Opsyon 3): Nag-aalok ng mas mapagbulay-bulay at pinagsamang pag-unawa sa "puso-isip."

Linya 2: "不識玄旨，徒勞念靜" (Bù shí xuán zhǐ, tú láo niàn jìng)

- **Likas na Kahulugan:** Hindi nalalaman ang malalim na diwa, walang saysay na nagpapagal sa pagpapatahimik ng mga iniisip.
- **Pagsusuri at Interpretasyon:** Ang linyang ito ay nagsisilbing isang mahalagang babala. Ang "不識玄旨" (bù shí xuán zhǐ) ay nangangahulugang "nang walang pag-unawa sa malalim na diwa" o "hindi kinikilala ang malalim na karunungan nito." Ang "malalim na diwa" (玄旨, xuán zhǐ) ay tumutukoy sa malalim na katotohanan na inilalabas sa quatrain mismo – na ang ating mga kagustuhan ay nagdudulot ng pagdurusa, at na ang realidad ay likas na kumpleto. Kung hindi nauunawaan ang pangunahing pananaw na ito, kung gayon ang "徒勞念靜" (tú láo niàn jìng) – "ang lahat ng pagsisikap na pakalmahin ang iyong mga iniisip ay walang saysay" o "ang pagtatangkang pakalmahin ang iyong mga iniisip ay walang saysay." Binibigyang-kritika nito ang mababaw na mga gawi ng pagmumuni-muni o mga pagtatangka na pigilan lamang ang mga iniisip nang hindi tinutugunan ang ugat ng mental na pagkabalisa. Iminumungkahi nito na ang

simpleng pagsubok na "walangin ang isip" nang hindi nauunawaan kung bakit balisa ang isip (dahil sa dualistikong salungatan) ay isang walang saysay na ehersisyo. Ang tunay na katahimikan ay likas na nagmumula sa malalim na pananaw, hindi sapilitang pagsupil.

- **Kontemporaryong Resonansiya:**
  - "Kung hindi mo nauunawaan ang malalim na katotohanang ito, ang pagtatangkang pakalmahin ang iyong mga saloobin ay walang saysay" (Opsyon 1): Isang matinding babala tungkol sa kawalan ng kabuluhan ng mababaw na pag-aaral.
  - "Nang walang pag-unawa sa malalim na diwa, ang lahat ng pagsisikap na pakalmahin ang iyong mga iniisip ay walang saysay" (Opsyon 2): Nililinaw ang "malalim na katotohanan" bilang "malalim na diwa" at binibigyang-diin ang kawalan ng saysay.
  - "Nang hindi kinikilala ang malalim na karunungan nito, ang anumang pagtatangka na patahimikin ang isip ay magiging walang saysay na pagpupunyagi" (Opsyon 3): Ikinonekta ang "malalim na katotohanan" sa "malalim na karunungan" at binibigyang-diin ang kawalan ng saysay ng pagpupunyagi.

Linya 3: "圓同太虛，無欠無餘" (Yuán tóng tài xū, wú qiàn wú yú)

- **Likas na Kahulugan:** Bilog at tulad ng malawak na kawalan, walang kulang at walang sobra.
- **Pagsusuri at Interpretasyon:** Ang linyang ito ay nag-aalok ng malalim na paglalarawan ng "Daan" o sukdulang realidad. Ang "圓同太虛" (yuán tóng tài xū) ay literal na nangangahulugang "bilog at tulad ng malawak na kawalan" o "kasing lawak at perpekto ng espasyo." Ang "太虛" (tài xū) ay tumutukoy sa malawak, walang hanggan, walang laman na espasyo – madalas na ginagamit bilang metapora para sa sukdulan, hindi kondisyonadong realidad o ang tunay na kalikasan ng pag-iral. Ito ay nangangahulugang isang bagay na kumpleto, sumasaklaw sa lahat, at malaya sa anumang limitasyon. Ang pariralang "無欠無餘" (wú qiàn wú yú) ay isinasalin sa "walang kulang at walang sobra," "hindi kulang sa anuman at hindi sobra sa anuman." Ito ay isang makapangyarihang pahayag tungkol sa likas na pagiging perpekto at pagkakakumpleto ng realidad. Iminumungkahi nito na ang uniberso, sa pinakapangunahing estado nito, ay perpekto sa kung ano ito. Hindi na kailangang magdagdag ng anuman dito o kumuha ng anuman dito upang maging buo. Ito ay isang mahalagang pilosopikal na punto na sumasalungat sa ating tendensiya na makita

ang realidad bilang di-perpekto o nangangailangan ng pagbabago.

- **Kontemporaryong Resonansiya:**
  - "Ang Daan ay kasing lawak at perpekto ng espasyo, na walang kulang at walang sobra" (Opsyon 1): Direktang nagtatanghal ng kosmikong pagiging perpekto.
  - "Ang Daan ay ganap na kumpleto, tulad ng kalawakan ng espasyo, hindi kulang sa anuman at hindi sobra sa anuman" (Opsyon 2): Binibigyang-diin ang pagkakumpleto at ginagamit ang literal na imahe.
  - "Ang uniberso, sa perpekto nitong diwa, ay walang hanggan at kumpleto, tunay na walang kulang at walang sobra" (Opsyon 3): Binibigyang-diin ang "perpektong diwa" at nagpapahiwatig ng isang pakiramdam ng unibersal na pagkakumpleto.

Linya 4: "良由取捨，所以不如" (Liáng yóu qǔ shě, suǒ yǐ bù rú)

- **Likas na Kahulugan:** Tunay na dahil sa pagkuha at pagtanggi, samakatuwid hindi ito kasing ganda.
- **Pagsusuri at Interpretasyon:** Ang huling linyang ito ay nagbabalik ng pokus sa kalagayan ng tao at sa mga limitasyong ipinapataw sa sarili. Ang "良由取捨" (liáng yóu qǔ shě) ay nangangahulugang "tiyak na

dahil sa ating mga gawi ng pagkuha at pagtanggi" o "dahil lamang sa ating pagkapit at pagpapakawala." Ang "取捨" (qǔ shě) ay tumutukoy sa kilos ng "pagkuha at pagtanggi," "pagpili at pagtatangi," o "pagtanggap at pagtanggi." Ito ay direktang nauugnay sa "pagsang-ayon at di-pagsang-ayon" na nabanggit sa unang linya. Ang ating patuloy na pakikipag-ugnayan sa mga kilos na ito ng kagustuhan at paghuhusga ay humahadlang sa atin na makita ang realidad kung ano talaga ito. Ang kahihinatnan ay "所以不如" (suǒ yǐ bù rú) – "samakatuwid, hindi ito kasing ganda," "nagkukulang tayo sa pagiging perpekto na ito," o "nabigo tayong maisakatuparan ang likas na harmoniya na ito." Nangangahulugan ito na ang ating pagdurusa at ang ating kawalan ng kakayahang maranasan ang likas na pagiging perpekto ng "Daan" ay hindi dahil sa anumang panlabas na depekto sa realidad, kundi ganap na dahil sa ating sariling mga mental na filter at mga aktibidad ng "pagkuha" (kung ano ang ating nais) at "pagtanggi" (kung ano ang ating ayaw). Lumilikha tayo ng sarili nating di-pagkakasundo sa pamamagang hindi pagkakaisa sa likas na kumpletong kalikasan ng pag-iral.

- **Kontemporaryong Resonansiya:**
  - "Dahil lamang sa iyong pagpili at pagtatangi kaya hindi mo nararanasan ito" (Opsyon 1): Malinaw na kinikilala ang sanhi at bunga.

- "Tiyak na dahil sa ating mga gawi ng pagkuha at pagtanggi kaya nagkukulang tayo sa pagiging perpekto na ito" (Opsyon 2): Nagbibigay ng mas maraming konteksto para sa "pagkuha at pagtanggi" at ang resulta ng "pagkukulang."
- "Dahil lamang sa ating pagkapit at pagpapakawala kaya nabigo tayong maisakatuparan ang likas na harmoniya na ito" (Opsyon 3): Binibigyang-diin ang limitasyong ipinapataw sa sarili at ang napalagpas na harmoniya.

Pangkalahatang Interpretasyon at Kahalagahan

Ang Quatrain 2 ay nagsisilbing parehong diagnosis ng pagdurusa ng tao at isang gabay tungo sa paglaya.

- **Ang Pinagmulan ng Pagdurusa:** Kinikilala nito ang salungatan sa pagitan ng ating mga kagustuhan (pagsang-ayon at di-pagsang-ayon, pagkuha at pagtanggi) bilang ang pangunahing "sakit ng isip." Ang panloob na pagpupunyagi na ito ay hindi lamang isang abala kundi ang ugat ng ating panloob na kaguluhan at kawalan ng kakayahang makita ang realidad nang malinaw.

- **Kawalan ng Saysay ng Mababaw na Gawi:** Nagbabala ito laban sa pakikipag-ugnayan sa mababaw na pagtatangka upang pakalmahin ang isip nang hindi muna nauunawaan ang malalim na katotohanan na ang ating dualistikong pag-iisip ang problema. Ang tunay na katahimikan ng isip ay nagmumula sa pag-unawa at pagpapakawala ng mga pattern na ito, hindi mula sa sapilitang pagsupil.
- **Ang Perpektong Kalikasan ng Realidad:** Nagtatanghal ito ng isang marilag na pananaw ng realidad – ang "Daan" – bilang malawak, kumpleto, at ganap na perpekto, tulad ng walang hanggang espasyo. Likas itong walang kulang at walang sobra. Binibigyang-diin nito na ang pagiging perpekto ay hindi isang bagay na dapat makamit o idagdag sa realidad; ito ay likas na kalikasan nito.
- **Limitasyong Ipinapataw sa Sarili:** Ang quatrain ay nagtatapos sa pagpapatunay na ang ating pagkabigo na maranasan ang pagiging perpekto na ito ay ganap na ipinapataw sa sarili. Ito ang ating sariling "pagpili at pagtatangi," ang ating "pagkuha at pagtanggi" sa mga phenomena, na lumalabo sa likas na harmoniya na ito at lumilikha ng ating pakiramdam ng di-pagkakumpleto o di-pagkakontento.

Sa esensya, ang quatrain na ito ay naghihikayat sa atin na tumingin sa loob at kilalanin na ang di-pagkakasundo na ating nararanasan ay hindi isang depekto sa uniberso, kundi isang produkto ng ating sariling isip. Sa pamamagitan ng pagpapakawala sa patuloy na labanan sa pagitan ng mga gusto at ayaw, at sa pamamagitan ng pagtigil sa pagsala ng realidad sa pamamagitan ng ating mga paghuhusga at kagustuhan, maaari nating direktang maranasan ang likas na pagiging perpekto at walang hanggang pagkakumpleto na laging naroroon. Ito ay isang panawagan upang baguhin ang ating pananaw mula sa isang patuloy na pagsusuri tungo sa isang simple, hindi-dualistikong pagtanggap.

Japanese Translation

第2句: 心の煩悩を乗り越える

僧璨大師の『信心銘』からの第2句は、人間の苦境を深く掘り下げ、私たちの心の習慣、特に賛成と反対の間の葛藤が、いかに内面の混乱の原因となるかを明らかにしています。それは深遠な真理を指し示しています。すなわち、宇宙はその究極的な本質において完全無欠であり、私たちがそれを認識できないのは、私たち自身の選択と拒絶の行為に起因するものです。

好き嫌いの葛藤は心の病です。この深い真理を理解しないと、思考を静めようとすることは無駄です。道は宇宙のように広大で完璧であり、

何も欠けることなく、何も余分なものもありません。あなたが選び分けをしているからこそ、このことを体験できないのです。

この直接的な解釈は、各行の核心にまっすぐに切り込んでいます。「違順相争，是為心病」は、「好き嫌いの葛藤は心の病です」という明確な表現になっています。これは、問題—私たちの好みとの内的な闘い—を直ちに特定します。次の行「不識玄旨，徒勞念靜」は、「この深い真理を理解しないと、思考を静めようとすることは無駄です」という厳しい警告として訳されています。これは、根本的な洞察なしに表面的な瞑想をすることの無益さを強調しています。

続く2行、「圓同太虛，無欠無餘」は、深遠な宇宙的視点を提供しています。「道は宇宙のように広大で完璧であり、何も欠けることなく、何も余分なものもありません。」これは全体性のビジョンを提示しています。最後に、「良由取捨，所以不如」は、私たちの苦しみの根本原因を簡潔に特定しています。「あなたが選び分けをしているからこそ、このことを体験できないのです。」この選択肢の強みは、その力強い表現にあり、意味をすぐにアクセスしやすく、インパクトのあるものにしています。

第2句の詳細な分析と解釈

僧璨大師の『信心銘』からの第2句は、心の習慣とその現実の認識への影響についての深い探求を続けています。それは、私たちの内的な葛藤がどのように「心の病」として現れるか、そして宇宙の本来の完璧さを認識することが真の理解への鍵であるかを鮮やかに示しています。

第1行：「違順相爭，是為心病」（Wéi shùn xiāng zhēng, shì wèi xīn bìng）

- **文字通りの意味:** 逆らいと従いが互いに争う。これは心の病と呼ばれる。
- **分析と解釈:** この冒頭の行は、人間の根本的な苦境を直ちに診断しています。「違順相爭」（wéi shùn xiāng zhēng）は、「反対」（違, wéi）と「賛成」（順, shùn）の間の葛藤を指します。本質的には、私たちが嫌うもの/抵抗するものと、好むもの/受け入れるものとの内的な闘いです。これは単なる外部の出来事だけではありません。私たちが経験を分類し、判断し、反応する中で、私たち自身の心の中で絶えず繰り広げられる戦いです。この絶え間ない精神的な争いが、このテキストによると、「是為心病」（shì wèi xīn bìng）-「真に心の病である」、または「心（heart-mind）の病である」と宣言されています。この力強い比喩は、この内的な摩擦が単なる不便さではなく、内なる平和と明確な認識を妨げる根本的な病理であ

ることを強調しています。それは、私たちの苦しみの源が、しばしば私たち自身の反応パターンの中にあることを示しています。

- **現代的な共鳴:**
  - ○ 「好き嫌いの葛藤は心の病です」（選択肢1）：問題とその性質を直接特定しています。
  - ○ 「賛成と反対があなたの中で戦うとき、それは真に心の病です」（選択肢2）：内的な戦いを強調し、診断に重みを加えています。
  - ○ 「あるものを好み、別のものに抵抗することから生じる内なる葛藤は、真に心（heart-mind）の病である」（選択肢3）：「心（heart-mind）」について、より思索的で統合された理解を提供しています。

第2行：「不識玄旨，徒勞念靜」（Bù shí xuán zhǐ, tú láo niàn jìng）

- **文字通りの意味:** 深遠な本質を知らないまま、むなしく思考を静めようと労する。
- **分析と解釈:** この行は重要な警告として機能します。「不識玄旨」（bù shí xuán zhǐ）は、「深遠な本質を理解せずに」、または「これの深遠な知恵を認識せずに」を意味します。「深遠な本質」（玄旨, xuán zhǐ）は、この四句そのもので明らか

にされる深い真理を指します。すなわち、私たちの好みが苦しみをもたらし、現実が本来的に完全であるということです。もしこの根本的な洞察を理解しないのであれば、「徒勞念靜」（tú láo niàn jìng）-「あなたの思考を落ち着かせようとするすべての努力は無駄である」、または「思考を静めようとすることは無駄である」となります。これは、精神的な動揺の根本原因に対処せずに、表面的な瞑想の実践や単に思考を抑制しようとすることを批判しています。それは、心がなぜ落ち着かないのか（二元的な葛藤のため）を理解せずに、単に「心を空にする」ことを試みても無益な努力であることを示唆しています。真の静けさは、深い洞察から自然に生じるものであり、強制的な抑制から生じるものではありません。

- **現代的な共鳴:**
  - 「この深い真理を理解しないと、思考を静めようとすることは無駄です」（選択肢1）：表面的な実践の無益さについての厳しい警告です。
  - 「深遠な本質を理解せずに、あなたの思考を落ち着かせようとするすべての努力は無駄である」（選択肢2）：「深い真理」を「深遠な本質」として明確にし、無益さを強調しています。

。「これの深遠な知恵を認識せずに、心を静めようとするいかなる試みも無益な努力となるだろう」（選択肢3）：「深い真理」を「深遠な知恵」と結びつけ、努力の無益さを強調しています。

第3行：「圓同太虛，無欠無餘」（**Yuán tóng tài xū, wú qiàn wú yú**）

- **文字通りの意味:** 円くして大いなる虚空に同じく、欠けることなく余ることもない。

- **分析と解釈:** この行は、「道」または究極の現実の深遠な描写を提供しています。「圓同太虛」（yuán tóng tài xū）は文字通り「円くして大いなる虚空に同じく」または「宇宙のように広大で完璧である」を意味します。「太虛」（tài xū）は、広大で限りなく、空虚な空間を指し、しばしば究極の、無条件の現実または存在の真の性質の比喩として用いられます。それは完全で、すべてを包含し、いかなる限界からも自由なものを意味します。「無欠無餘」（wú qiàn wú yú）というフレーズは、「何も欠けることなく、何も余分なものもない」、「何も不足することなく、何も過剰なものもない」と翻訳されます。これは、現実の本来の完璧さと完全性についての力強い声明です。それ

は、宇宙がその根本的な状態において、あるがままに完璧であることを示唆しています。全体であるために、何も加える必要も、何も取り去る必要もありません。これは、現実を不完全であるとか、修正が必要であると認識する私たちの傾向に反する重要な哲学的ポイントです。

- **現代的な共鳴:**
    - 「道は宇宙のように広大で完璧であり、何も欠けることなく、何も余分なものもありません」（選択肢1）：宇宙の完璧さを直接提示しています。
    - 「道は宇宙の広大さのように完全に無欠であり、何も不足することなく、何も過剰なものもない」（選択肢2）：完全性を強調し、文字通りのイメージを使用しています。
    - 「宇宙は、その完璧な本質において、無限で完全であり、真に何も欠けることなく、いかなる過剰も含まない」（選択肢3）：「完璧な本質」を強調し、普遍的な完全性の感覚を呼び起こしています。

第4行：「良由取捨，所以不如」（Liáng yóu qǔ shě, suǒ yǐ bù rú）

- **文字通りの意味:** 真に取捨選択があるから、したがって不如意である。
- **分析と解釈:** この最後の行は、焦点を人間の状態と自己imposedな制限に戻します。「良由取捨」（liáng yóu qǔ shě）は、「私たちが取捨選択する習慣があるからこそ」または「私たちのつかむことと手放すことのせいだけである」を意味します。「取捨」（qǔ shě）は、「取ることと捨てること」、「選び分けること」、「受け入れることと拒絶すること」の行為を指します。これは、最初の行で言及された「賛成と反対」に直接関連しています。私たちが好みと判断のこれらの行為に絶えず従事することが、現実をあるがままに見ることを妨げます。結果として、「所以不如」（suǒ yǐ bù rú）-「したがって、不如意である」、「私たちはこの完璧さに及ばない」、または「私たちはこの本来の調和を認識できない」となります。これは、私たちの苦しみと「道」の本来の完璧さを経験できないことは、現実の外部の欠陥によるものではなく、完全に私たち自身の心のフィルターと、「取る」（私たちが望むもの）ことと「捨てる」（私たちが嫌うもの）ことの活動によるものであることを意味します。私たちは、存在のすでに完全な性質と一致しないことで、私たち自身の不調和を作り出しているのです。

- **現代的な共鳴:**
  - 「あなたが選び分けをしているからこそ、このことを体験できないのです」（選択肢1）：原因と結果を明確に特定しています。
  - 「私たちの取捨選択の習慣があるからこそ、私たちはこの完璧さに及ばないのだ」（選択肢2）：「取捨選択」とその結果としての「及ばないこと」について、より多くの文脈を提供しています。
  - 「私たちがつかむことと手放すこととのせいだけであるからこそ、私たちはこの本来の調和を認識できないのだ」（選択肢3）：自己imposedな制限と見逃された調和を強調しています。

全体的な解釈と意義

第2句は、人間の苦しみの診断と解放への指針の両方として機能します。

- **苦しみの源:** それは、私たちの好み（賛成と反対、取ることと捨てること）の間の葛藤を、根本的な「心の病」として特定しています。この内的な闘いは、単なる不便さではなく、私たちの内なる混乱と

現実を明確に認識できないことの根本原因です。

- **表面的な実践の無益さ:** それは、まず私たちの二元的な思考が問題であるという深い真理を理解せずに、心を静めようとする表面的な試みに従事することに対する警告です。真の心の静けさは、これらのパターンを理解し手放すことから生じるものであり、強制的な抑制から生じるものではありません。

- **現実の完璧な本質:** それは、現実—「道」—の崇高なビジョンを提示しています。それは広大で、完全で、そして、限りない宇宙のように完全に完璧です。本来、何も欠けることなく、何も余分なものもありません。これは、完璧さが達成されるべきものや現実に加えられるべきものではなく、すでにその本来の性質であることを強調しています。

- **自己imposedな制限:** この四句は、この完璧さを経験できないことが完全に自己imposedなものであることを主張して締めくくられています。現象を「選び分け」、現象を「取ることと捨てること」が、この本来の調和を曇らせ、私たちの不完全さや不満の感覚を作り出しているのです。

本質的に、この四句は、私たちが経験する不調和は宇宙の欠陥ではなく、私たち自身の心の産

物であることを内省し、認識することを促して
います。好き嫌いの絶え間ない戦いを手放し、
判断や好みを介して現実をフィルターにかける
のをやめることによって、私たちは常に存在す
る本来の完璧さと無限の完全性を直接経験する
ことができます。それは、絶え間ない評価の視
点から、シンプルで非二元的な受容の視点へと
シフトするよう促すものです。

Quatrain 3 Navigating the Middle Path

Quatrain 3, lines 9-12, from a profound text likely
rooted in Buddhist or similar contemplative
traditions, offers a concise yet immensely deep
instruction on achieving liberation and understanding.
It delves into the pitfalls of dualistic thinking and
points towards a unified, non-attached state of being.
The original Chinese characters, "莫逐有緣，勿住空
忍；一種平懷，泯然自盡。止動歸止，止更彌動
；惟滯兩邊，寧知一種," present a sophisticated
challenge for translation, demanding not just
linguistic accuracy but also a nuanced grasp of
philosophical concepts.

"Don't pursue what arises from conditions, nor cling
to an empty stillness. With a unified, calm mind, all

distinctions naturally cease. Suppressing movement leads to apparent stillness, yet this stillness only intensifies movement. Only by being caught between extremes can one truly know unity."

In-Depth Analysis and Interpretation

The core message of Quatrain 3 revolves around transcending dualities and achieving a state of non-attachment and unified understanding. Each line contributes to this profound instruction:

Lines 9-10: "莫逐有緣，勿住空忍 ；一種平懷，泯然自盡。"

These lines set the stage by advising against two common pitfalls on the spiritual path: chasing after conditioned phenomena and clinging to a concept of emptiness.

- **"莫逐有緣" (Don't pursue what arises from conditions / Do not chase after phenomena that arise from interdependent conditions / Harmonize with what arises without attachment):** This warns against becoming entangled in the ever-changing stream of sensory experiences, thoughts, and emotions that arise due to various causes and conditions. "有緣" (yǒuyuán) refers to anything that comes into being through karmic connections or dependent origination. To "pursue" or "chase after" implies attachment, desire, and the perpetuation of suffering. It encourages a detached observation rather than an active engagement driven by craving or aversion. In contemporary terms, this could be akin to not getting caught up in the endless pursuit of external validation, material possessions, or fleeting emotional highs and lows.

- **"勿住空忍" (Nor cling to an empty stillness / Nor reside in a passive acceptance of emptiness / Do not dwell in an empty, tolerant void):** This is a crucial counterpoint. While the first phrase advises against attachment to "form" or "existence," this one warns against attachment to "emptiness" (空, kōng). "忍" (rěn) can mean patience, endurance, or acceptance. In this context, "空忍" might refer to a static, conceptual understanding of emptiness, or a passive, nihilistic resignation that avoids engagement. True emptiness in Buddhist philosophy is not a void but the absence of inherent self-existence; it is dynamic and interconnected. Clinging to a static concept of emptiness can be just as limiting as clinging to phenomena. It's about recognizing the empty nature of all phenomena *without* turning that recognition into another form of attachment or dogma.
- **"一種平懷" (With a unified, calm mind / Cultivate a state of impartial awareness and equanimity / When a balanced and

impartial perspective is embraced): This phrase introduces the antidote to the two extremes. "一種" (yīzhǒng) implies a single, unified, or undifferentiated state. "平懷" (pínghuái) speaks to a level, calm, equanimous, and impartial mind or heart. This is the "middle way," a state where one is neither grasping at phenomena nor retreating into a conceptual void. It signifies a balanced, non-judgmental awareness that sees things as they are, free from the distortions of desire or aversion. It's a state of inner tranquility and equilibrium.

- **"泯然自盡" (All distinctions naturally cease / Where all dualistic notions naturally dissolve and disappear / All illusions naturally fade away):** This is the natural outcome of cultivating "一種平懷." "泯然" (mǐnrán) means to vanish completely, to disappear without a trace. "自盡" (zìjìn) implies ending by itself, or naturally ceasing. When the mind is truly unified and impartial, the artificial distinctions and dualities (such as self/other, good/bad, existence/non-existence) that the conditioned mind creates naturally dissolve. This isn't a forced intellectual suppression, but an effortless fading away of illusions as clarity arises.

Lines 11-12: "止動歸止，止更彌動 ; 惟滯兩邊，寧知一種。**"**

These lines further elaborate on the futility of forced suppression and emphasize the necessity of transcending dualities to realize ultimate unity.

- **"止動歸止" (Suppressing movement leads to apparent stillness / Attempting to halt activity by force only creates a superficial cessation / Forcing stillness merely creates a false quietude):** This describes a common but ultimately ineffective approach to inner peace. "止動" (zhǐdòng) means to stop movement or activity. "歸止" (guīzhǐ) means to return to stillness. This refers to a superficial attempt to quiet the mind through brute force or suppression of thoughts and emotions. It might create a momentary quietude, but it's not genuine liberation. Imagine holding your breath to stop thinking – it's temporary and unsustainable.

- **"止更彌動" (Yet this stillness only intensifies movement / Which in turn fuels a deeper, more subtle unrest / That paradoxically amplifies inner agitation):** This is the profound paradox. "更彌動" (gēngmí dòng) means it becomes even more active, or intensifies movement. When you try to forcibly suppress thoughts or emotions, they often return with greater vigor, or manifest in more subtle, insidious ways. The suppressed energy doesn't disappear; it merely goes underground, creating deeper internal tension and agitation. True stillness doesn't come from suppression but from understanding and letting go.

- **"惟滯兩邊" (Only by being caught between extremes / It is only when you are no longer fixated on either extreme / Only by transcending the dualities of 'this' and 'that'):** "惟滯" (wéizhì) means only to be stuck or to linger. "兩邊" (liǎngbiān) refers to the two sides or extremes – the dualities discussed earlier (e.g., existence/emptiness, movement/stillness, subject/object). This line highlights the common human tendency to get trapped in either-or thinking, oscillating between opposing concepts. As long as one is "stuck" in this dualistic perception, true understanding remains elusive.

- **"寧知一種" (Can one truly know unity / That you can genuinely apprehend the singular, undifferentiated reality / Can one truly perceive the inherent unity):** "寧知" (níngzhī) implies "how can one possibly know" or "how can one truly understand." "一種" (yīzhǒng) again refers to the singular, undifferentiated, unified reality or truth. The rhetorical question emphasizes that genuine understanding of the non-dual, unified nature of reality is only possible when one transcends the clinging to either side of any duality. It is by letting go of all conceptual frameworks and experiencing things directly, without the filter of dualistic thought, that one truly apprehends the ultimate unity.

In conclusion, Quatrain 3 provides a potent guide for spiritual practitioners and anyone seeking deeper understanding. It cautions against both clinging to the world of phenomena and falling into a nihilistic view of emptiness. It advocates for the cultivation of an impartial, balanced mind that naturally dissolves all dualities. Ultimately, it reveals that true stillness and ultimate unity are not achieved through forced suppression, but through transcending the conceptual traps of "two" and realizing the profound "one." The journey is not about finding something new, but about shedding what obscures the inherent truth.

Tagalog Translation

Quatrain 3: Pag-navigate sa Gitnang Daan

Ang Quatrain 3, mga linya 9-12, mula sa isang malalim na teksto na malamang ay nakaugat sa Budismo o katulad na mga tradisyon ng pagmumuni-muni, ay nag-aalok ng maikli ngunit napakalalim na tagubilin sa pagkamit ng kalayaan at pag-unawa. Ito ay sumasalamin sa mga panganib ng dualistikong pag-iisip at tumutukoy sa isang nagkakaisa, walang-kapit na estado ng pagkatao. Ang orihinal na Chinese character, "莫逐有緣，勿住空忍；一種平懷，泯然自盡。止動歸止，止更彌動；惟滯兩邊，寧知一種," ay nagtatanghal ng isang sopistikadong hamon sa pagsasalin, na nangangailangan hindi lamang ng linguistic accuracy kundi pati na rin ng nuanced na pag-unawa sa mga konseptong pilosopikal.

"Huwag mong habulin ang bumabangon mula sa mga kondisyon, ni kumapit sa isang walang laman na katahimikan. Sa isang nagkakaisa, kalmado na isip, ang lahat ng pagkakaiba ay natural na nawawala. Ang pagpigil sa paggalaw ay humahantong sa tila katahimikan, gayunpaman ang katahimikan na ito ay nagpapatindi lamang sa paggalaw. Tanging sa pagiging nahuli sa pagitan ng mga sukdulan mo lamang tunay na malalaman ang pagkakaisa."

Malalim na Pagsusuri at Interpretasyon

Ang pangunahing mensahe ng Quatrain 3 ay umiikot sa paglampas sa mga dualidad at pagkamit ng isang estado ng walang-kapit at nagkakaisang pag-unawa. Bawat linya ay nag-aambag sa malalim na tagubiling ito:

Mga Linya 9-10: "莫逐有緣，勿住空忍；一種平懷，泯然自盡。" Ang mga linyang ito ay nagtatakda ng yugto sa pamamagitan ng pagpapayo laban sa dalawang karaniwang pagkakamali sa espiritwal na landas: ang paghahabol sa mga kondisyonadong phenomena at ang pagkapit sa isang konsepto ng kawalan.

- "莫逐有緣" (Huwag habulin ang bumabangon mula sa mga kondisyon / Huwag habulin ang mga phenomena na bumabangon mula sa magkakaugnay na kondisyon / Makipag-ugnay sa bumabangon nang walang pagkapit): Nagbabala ito laban sa pagiging balot sa patuloy na nagbabagong daloy ng mga karanasan sa pandama, mga iniisip, at mga emosyon na bumabangon dahil sa iba't ibang sanhi at kondisyon. Ang "有緣" (yǒuyuán) ay tumutukoy sa anumang bagay na nagiging sa pamamagitan ng mga karmic na koneksyon o umaasang paglitaw. Ang "paghabol" o "pagtugis" ay nagpapahiwatig ng pagkapit, pagnanasa, at pagpapatuloy ng pagdurusa. Hinihikayat nito ang isang walang-kapit na pagmamasid sa halip na isang aktibong pakikipag-ugnayan na dulot ng pagnanasa o pagkamuhi. Sa kontemporaryong termino, ito ay maaaring maihambing sa hindi pagiging balot sa walang katapusang paghahabol ng panlabas na pagpapatunay, materyal na pag-aari, o panandaliang emosyonal na pagtaas at pagbaba.

- "勿住空忍" (Ni kumapit sa isang walang laman na katahimikan / Ni manirahan sa isang pasibong pagtanggap ng kawalan / Huwag manirahan sa isang walang laman, mapagparayang kawalan): Ito ay isang mahalagang salungat na punto. Habang ang unang parirala ay nagpapayo laban sa pagkapit sa "anyo" o "pag-iral," ang isang ito ay nagbabala laban sa pagkapit sa "kawalan" (空, kōng). Ang "忍" (rěn) ay maaaring mangahulugang pasensya, pagtitiis, o pagtanggap. Sa kontekstong ito, ang "空忍" ay maaaring tumukoy sa isang static, konseptuwal na pag-unawa sa kawalan, o isang pasibo, nihilistikong pagtalikod na umiiwas sa pakikipag-ugnayan. Ang tunay na kawalan sa pilosopiyang Budista ay hindi isang kawalan kundi ang kawalan ng likas na sarili-pag-iral; ito ay dinamiko at magkakaugnay. Ang pagkapit sa isang static na konsepto ng kawalan ay maaaring maging kasing limitado ng pagkapit sa mga phenomena. Ito ay tungkol sa pagkilala sa walang laman na kalikasan ng lahat ng phenomena nang hindi ginagawang isa pang uri ng pagkapit o dogma ang pagkilala na iyon.

- "一種平懷" (Sa isang nagkakaisa, kalmado na isip / Linangin ang isang estado ng walang-kinikilingan na kamalayan at pagkakapantay-pantay / Kapag ang isang balanse at walang-kinikilingan na pananaw ay tinanggap): Ang pariralang ito ay nagpapakilala ng antidote sa dalawang sukdulan. Ang "一種" (yīzhǒng) ay nagpapahiwatig ng isang iisa, nagkakaisa, o hindi naiiba na estado. Ang "平懷" (pínghuái) ay tumutukoy sa isang antas, kalmado, pantay, at walang-kinikilingan na isip o puso. Ito ang "gitnang daan," isang estado kung saan ang isang tao ay hindi kumakapit sa mga phenomena ni umaatras sa isang konseptuwal na kawalan. Ito ay nagpapahiwatig ng isang balanse, walang-paghuhusga na kamalayan na nakakakita ng mga bagay kung ano sila, malaya mula sa mga pagbaluktot ng pagnanasa o pagkamuhi. Ito ay isang estado ng panloob na katahimikan at balanse.

- "泯然自盡" (Ang lahat ng pagkakaiba ay natural na nawawala / Kung saan ang lahat ng dualistikong konsepto ay natural na natutunaw at nawawala / Lahat ng ilusyon ay natural na nawawala): Ito ang natural na kinalabasan ng paglinang ng "一種平懷." Ang "泯然" (mǐnrán) ay nangangahulugang ganap na maglaho, mawala nang walang bakas. Ang "自盡" (zìjìn) ay nagpapahiwatig ng pagtatapos ng sarili, o natural na pagtigil. Kapag ang isip ay tunay na nagkakaisa at walang-kinikilingan, ang artipisyal na mga pagkakaiba at dualidad (tulad ng sarili/iba, mabuti/masama, pag-iral/di-pag-iral) na nililikha ng kondisyonadong isip ay natural na natutunaw. Ito ay hindi isang sapilitang intelektwal na pagsupil, kundi isang walang hirap na paglaho ng mga ilusyon habang bumabangon ang kalinawan.

Mga Linya 11-12: "止動歸止，止更彌動；惟滯兩邊，寧知一種。" Ang mga linyang ito ay higit pang nagpapaliwanag sa kawalan ng saysay ng sapilitang pagsupil at nagbibigay-diin sa pangangailangan na malampasan ang mga dualidad upang matanto ang sukdulang pagkakaisa.

- "止動歸止" (Ang pagpigil sa paggalaw ay humahantong sa tila katahimikan / Ang pagtatangkang pigilin ang aktibidad sa pamamagitan ng puwersa ay lumilikha lamang ng isang mababaw na pagtigil / Ang sapilitang katahimikan ay lumilikha lamang ng isang maling katahimikan): Inilalarawan nito ang isang karaniwan ngunit sa huli ay hindi epektibong diskarte sa panloob na kapayapaan. Ang "止動" (zhǐdòng) ay nangangahulugang pigilin ang paggalaw o aktibidad. Ang "歸止" (guīzhǐ) ay nangangahulugang bumalik sa katahimikan. Ito ay tumutukoy sa isang mababaw na pagtatangka na patahimikin ang isip sa pamamagitan ng puwersa o pagsupil sa mga iniisip at emosyon. Maaari itong lumikha ng panandaliang katahimikan, ngunit hindi ito tunay na kalayaan. Isipin ang pagpigil ng iyong hininga upang pigilin ang pag-iisip – ito ay panandalian at hindi napapanatili.

- "止更彌動" (Gayunpaman ang katahimikan na ito ay nagpapatindi lamang sa paggalaw / Na nagpapalakas naman ng isang mas malalim, mas banayad na pagkabalisa / Na sa kabalintunaan ay nagpapalakas ng panloob na pagkabalisa): Ito ang malalim na kabalintunaan. Ang "更彌動" (gēngmí dòng) ay nangangahulugang mas nagiging aktibo pa, o nagpapatindi sa paggalaw. Kapag sinubukan mong sapilitang pigilin ang mga iniisip o emosyon, madalas itong bumalik nang may mas malaking lakas, o nagpapakita sa mas banayad, mapanlinlang na paraan. Ang pinigilang enerhiya ay hindi nawawala; ito ay nagtatago lamang, na lumilikha ng mas malalim na panloob na tensyon at pagkabalisa. Ang tunay na katahimikan ay hindi nagmumula sa pagsupil kundi sa pag-unawa at pagpapakawala.

- "惟滯兩邊" (Tanging sa pagiging nahuli sa pagitan ng mga sukdulan / Tanging kapag hindi ka na nakatutok sa alinman sa mga sukdulan / Tanging sa pamamagitan ng paglampas sa mga dualidad ng 'ito' at 'iyan'): Ang "惟滯" (wéizhì) ay nangangahulugang tanging ma-stuck o manatili. Ang "兩邊" (liǎngbiān) ay tumutukoy sa dalawang panig o sukdulan – ang mga dualidad na tinalakay kanina (hal., pag-iral/kawalan, paggalaw/katahimikan, paksa/bagay). Binibigyang-diin ng linyang ito ang karaniwang tendensiya ng tao na makulong sa alinman-o-isip, na nagbabago sa pagitan ng magkasalungat na konsepto. Hangga't ang isang tao ay "na-stuck" sa dualistikong persepsyon na ito, ang tunay na pag-unawa ay nananatiling mailap.

- "寧知一種" (Maaari bang tunay na malaman ng isang tao ang pagkakaisa / Na maaari mong tunay na maunawaan ang iisa, hindi naiiba na realidad / Maaari bang tunay na makita ng isang tao ang likas na pagkakaisa): Ang "寧知" (níngzhī) ay nagpapahiwatig ng "paano ba malalaman" o "paano ba tunay na mauunawaan." Ang "一種" (yīzhǒng) ay muling tumutukoy sa iisa, hindi naiiba, nagkakaisang realidad o katotohanan. Binibigyang-diin ng retorikal na tanong na ang tunay na pag-unawa sa di-dual, nagkakaisang kalikasan ng realidad ay posible lamang kapag nalampasan ng isang tao ang pagkapit sa alinman sa mga panig ng anumang dualidad. Sa pamamagitan ng pagpapakawala sa lahat ng konseptuwal na balangkas at direktang pagdanas ng mga bagay, nang walang filter ng dualistikong pag-iisip, tunay na nauunawaan ang sukdulang pagkakaisa.

Bilang konklusyon, ang Quatrain 3 ay nagbibigay ng isang makapangyarihang gabay para sa mga espiritwal na practitioner at sinumang naghahanap ng mas malalim na pag-unawa. Nagbabala ito laban sa pagkapit sa mundo ng mga phenomena at pagkahulog sa isang nihilistikong pananaw ng kawalan. Ito ay nagtataguyod para sa paglinang ng isang walang-kinikilingan, balanse na isip na natural na nagtutunaw sa lahat ng dualidad. Sa huli, inilalantad nito na ang tunay na katahimikan at sukdulang pagkakaisa ay hindi nakakamit sa pamamagitan ng sapilitang pagsupil, kundi sa pamamagitan ng paglampas sa mga konseptuwal na bitag ng "dalawa" at pagtatanto ng malalim na "isa." Ang paglalakbay ay hindi tungkol sa paghahanap ng isang bagong bagay, kundi tungkol sa pagtatalop ng kung ano ang lumalabo sa likas na katotohanan.

Japanese Translation

第3句: 中道を行く

仏教または同様の瞑想の伝統に深く根ざしたと思われる深遠なテキストからの第3句（9行目から12行目）は、解脱と理解を達成するための簡潔でありながら非常に深い指示を提供しています。それは二元的な思考の落とし穴を掘り下げ、統一された、執着のない存在状態を指し示しています。元の漢字「莫逐有縁，勿住空忍；一種平懷，泯然自盡。止動歸止，止更彌動；惟滯兩邊，寧知一種」は、単なる言語的正確さだけでなく、哲学的概念の微妙な把握をも要求する、高度な翻訳の課題を提示しています。

「条件から生じるものを追うな、空の静けさに執着するな。統一された穏やかな心で、すべての区別は自然に消える。動きを抑えることは見かけの静けさをもたらすが、この静けさはかえって動きを強める。両極端に囚われてこそ、真に統一を知ることができる。」

詳細な分析と解釈

第3句の核心的なメッセージは、二元性を超越し、執着のない、統一された理解の状態を達成することに集約されています。各行がこの深遠な指示に貢献しています。

9-10行目：「莫逐有縁，勿住空忍 ； 一種平懷，泯然自盡。」 これらの行は、精神的な道における2つの一般的な落とし穴、すなわち条件付けられた現象を追いかけることと、空の概念にしがみつくことを戒めることで、舞台を設定しています。

- 「莫逐有縁」（条件から生じるものを追うな / 相互依存的な条件から生じる現象を追い求めるな / 執着せずに生じるものと調和せよ）：これは、さまざまな原因と条件によって生じる感覚経験、思考、感情の絶え間なく変化する流れに絡め取られることを戒めています。「有縁」（yǒuyuán）は、カルマ的なつながりや縁起によって生じるあらゆるものを指します。「追う」または「追いかける」は、執着、欲望、苦しみの永続を意味します。それは、渇望や嫌悪に駆られた積極的な関与ではなく、無執着な観察を促します。現代の言葉で言えば、これは、外部からの承認、物質的な所有物、あるいはつかの間の感情的な高揚と低迷の終わりのない追求に囚われないことに似ているかもしれません。
- 「勿住空忍」（空の静けさに執着するな / 空の受動的な受容にとどまるな / 空虚で寛容な虚無にとどまるな）：これは重要な対照点です。最初のフレーズが「形」や「存在」への執着を戒める一方で、この

フレーズは「空」（空, kōng）への執着を戒めています。「忍」（rěn）は、忍耐、耐え忍ぶこと、または受容を意味することがあります。この文脈では、「空忍」は、空に関する静的な、概念的な理解、または関与を避ける受動的で虚無主義的な諦めを指すかもしれません。仏教哲学における真の空は、虚無ではなく、固有の自己存在の欠如です。それは動的で相互につながっています。静的な空の概念にしがみつくことは、現象にしがみつくことと同じくらい制限的である可能性があります。それは、すべての現象の空なる性質を認識することであり、その認識を別の形の執着やドグマに変えないことです。

- 「一種平懐」（統一された穏やかな心で / 公平な気づきと平静の境地を培え / バランスの取れた公平な視点が受け入れられたとき）：このフレーズは、2つの極端に対する解毒剤を導入しています。「一種」（yīzhǒng）は、単一の、統一された、または区別されない状態を意味します。「平懐」（pínghuái）は、平穏で、穏やかで、平静で、公平な心や心を指します。これが「中道」であり、現象にしがみつくことも、概念的な虚無に退却することもない状態です。それは、欲望や嫌悪の歪みから解放されて、物事をあるがままに見る、バランスの取れた、判断しない

気づきを意味します。それは内面の静けさと均衡の状態です。

- 「泯然自盡」（すべての区別は自然に消える / すべての二元的な概念が自然に溶解し消滅する / すべての幻想が自然に消え去る）：これは「一種平懷」を培うことの自然な結果です。「泯然」（mǐnrán）は、完全に消え去ること、跡形もなく消えることを意味します。「自盡」（zìjìn）は、それ自体で終わること、または自然に終わることを意味します。心が真に統一され、公平であるとき、条件付けられた心が作り出す人工的な区別と二元性（自己/他者、善/悪、存在/非存在など）は自然に溶解します。これは強制的な知的抑制ではなく、明晰さが生じるにつれて幻想が楽に消え去ることです。

11-12行目：「止動歸止，止更彌動 ； 惟滯兩邊，寧知一種。」 これらの行は、強制的な抑制の無益さをさらに詳しく説明し、究極の統一を実現するために二元性を超越することの必要性を強調しています。

- 「止動歸止」（動きを抑えることは見かけの静けさをもたらす / 力ずくで活動を止めようとすると、表面的な停止を生み出すだけである / 静止を強制することは、偽りの静けさを作り出すにすぎない）：これは、内なる平和への一般的だが最終

的には非効果的なアプローチを説明して
います。「止動」（zhǐdòng）は、動きや
活動を止めることを意味します。「歸止
」（guīzhǐ）は、静止に戻ることを意味し
ます。これは、力ずくで、または思考や
感情を抑制することによって、心を静め
ようとする表面的な試みを指します。一
時的な静けさを生み出すかもしれません
が、それは真の解脱ではありません。思
考を止めるために息を止めることを想像
してみてください。それは一時的で持続
不可能です。

- 「止更彌動」（しかしこの静けさはかえ
って動きを強める／それがさらに深く、
より微妙な不安を助長する／それは逆説
的に内なる動揺を増幅させる）：これが深
遠なパラドックスです。「更彌動」（
gēngmí dòng）は、さらに活発になる、ま
たは動きを強めることを意味します。思
考や感情を無理に抑制しようとすると、
それらはしばしばより大きな勢いで戻っ
てきたり、より微妙で巧妙な方法で現れ
たりします。抑制されたエネルギーは消
えません。それは単に地下に潜り込み、
より深い内的な緊張と動揺を生み出しま
す。真の静けさは、抑制からではなく、
理解と手放しから生じます。

- 「惟滯兩邊」（両極端に囚われてこそ／
もはやどちらの極端にも固執しないとき
だけ／「これ」と「あれ」の二元性を超

越することによってのみ）：「惟滞」（wéizhì）は、ただ立ち往生すること、または留まることを意味します。「兩邊」（liǎngbiān）は、2つの側面または極端、つまり以前に議論された二元性（例：存在/空、動き/静けさ、主観/客観）を指します。この行は、いずれか一方の思考に囚われ、相反する概念の間を揺れ動くという一般的な人間の傾向を強調しています。この二元的な認識に「立ち往生」している限り、真の理解は捉えがたいままです。

- 「寧知一種」（真に統一を知ることができる / 真に単一の、区別されない現実を把握できる / 真に本来の統一を認識できる）：「寧知」（níngzhī）は「どうして知ることができようか」または「どうして真に理解できようか」を意味します。「一種」（yīzhǒng）は再び、単一の、区別されない、統一された現実または真理を指します。この修辞的疑問は、現実の非二元的で統一された性質の真の理解は、いかなる二元性のどちらかの側面への執着をも超越して初めて可能であることを強調しています。すべての概念的枠組みを手放し、二元的な思考のフィルターなしに物事を直接経験することによって、究極の統一を真に把握できるのです。

結論として、第3句は、精神的な実践者やより深い理解を求めるすべての人にとって、強力な指針を提供しています。それは、現象の世界にしがみつくことと、空の虚無主義的な見解に陥ることの両方を戒めています。それは、すべての二元性を自然に溶解させる、公平でバランスの取れた心の育成を提唱しています。最終的に、真の静けさと究極の統一は、強制的な抑制によってではなく、「二」という概念的な罠を超越し、深遠な「一」を実現することによって達成されることを明らかにしています。旅は何か新しいものを見つけることではなく、本来の真理を覆い隠しているものを捨てることなのです。

Quatrain 4 The Pitfalls of Dualism and the Path to Unimpeded Understanding

Quatrain 4, comprising lines 13-16 of a profound text, likely from a contemplative tradition such as Zen Buddhism or similar philosophical schools, delivers a powerful message about the limitations of dualistic thinking and the liberation found in transcending concepts. It warns against the mental acrobatics that lead to stagnation and points towards a state of unimpeded understanding achieved through the cessation of elaborate thought. The original Chinese characters, "一種不通，兩處失功；遣有沒有，從

空背空。 多言多慮, 轉不相應; **絕言絕慮**, 無處不通," present a rich tapestry of meaning, demanding careful translation and insightful interpretation to unveil their contemporary relevance.

"If you don't grasp the unity, both extremes are useless. Eliminating 'being' or 'non-being' is to turn away from emptiness. Much talk and much thought lead further from the truth. Ceasing all words and thoughts leaves no place where you are not free."

In-Depth Analysis and Interpretation

Quatrain 4 builds upon the previous quatrain's themes of transcending dualities, specifically focusing on the intellectual and conceptual traps that hinder true realization. It advocates for a direct, unmediated experience of reality.

Lines 13-14: "一種不通, 兩處失功; 遣有沒有, 從空背空。"

These lines address the futility of conceptualizing ultimate truth and the pitfalls of clinging to 'existence' or 'emptiness' as fixed ideas.

- **"一種不通" (If you don't grasp the unity / If you fail to comprehend the singular,** undifferentiated reality / Without recognizing the essential unity): "一種" (yīzhǒng) refers back to the "singular," "undifferentiated reality" or "unity" from the previous quatrain. "不通" (bùtōng) means not being able to pass through, to be blocked, or not to understand. This implies that without a direct apprehension of this non-dual unity, one's efforts remain obstructed. It's a foundational understanding that, if missed, renders subsequent actions ineffective.

- **"兩處失功" (Both extremes are useless / Then both the paths of 'existence' and 'emptiness' become fruitless endeavors / Efforts on either side of duality are futile):** "兩處" (liǎngchù) refers to the "two places" or "two extremes," typically meaning 'existence' (有, yǒu) and 'non-existence' or 'emptiness' (空, kōng). "失功" (shīgōng) means to lose effectiveness, to fail, or to be without merit. If the foundational understanding of unity is absent, then even efforts made within the conceptual frameworks of 'existence' or 'emptiness' will not lead to true liberation. Clinging to either extreme, or even oscillating between them, is ultimately unproductive.

- **"遣有沒有" (Eliminating 'being' or 'non-being' / Whether you try to affirm 'being' or deny 'non-being' / Trying to dismiss what is or isn't):** "遣有" (qiǎnyǒu) means to dismiss or eliminate 'being' or 'existence.' "遣無" (qiǎnwú) means to dismiss or eliminate 'non-being' or 'non-existence.' This points to the intellectual game of trying to negate one concept with another. For example, some might try to forcefully deny the reality of phenomena (existence) in favor of emptiness, or conversely, deny emptiness in favor of conventional reality. This mental manipulation is what the text warns against.

- **"從空背空" (Is to turn away from emptiness / You are in fact moving away from the true nature of emptiness / Is to miss the essence of emptiness):** "從空" (cóngkōng) means from emptiness, or starting from emptiness. "背空" (bèikōng) means to turn one's back on emptiness, or to betray emptiness. This is a profound statement. True emptiness (śūnyatā) in Mahayana Buddhism is not a void to be conceptually grasped or affirmed/denied. It's the inherent lack of inherent existence of all phenomena, which means phenomena are dependently arisen and interconnected. By trying to *do* something with "emptiness" – by affirming or denying aspects of it – one is actually moving away from its direct, unmediated realization. It's like trying to describe silence by making noise.

Lines 15-16: "多言多慮，轉不相應；絕言絕慮，無處不通。"

These lines highlight the liberating power of transcending conceptual thought and language.

- **"多言多慮" (Much talk and much thought / Excessive discourse and overthinking / Much speaking and much pondering):** "多言" (duōyán) means much talk, verbosity, or excessive verbalization. "多慮" (duōlǜ) means much thought, overthinking, or excessive mental speculation. This refers to the intellectualizing, analyzing, and conceptualizing that often characterizes philosophical or spiritual pursuits. While initial study might be useful, becoming fixated on endless discourse and abstract thought ultimately becomes a barrier.
- **"轉不相應" (Lead further from the truth / Only distance you from genuine realization / Only create disharmony and disconnect):** "轉" (zhuǎn) means to turn, to become. "不相應" (bùxiāngyìng) means not to accord with, to be out of sync, or to be incompatible. The more one engages in excessive conceptual thought and verbalization, the further one moves away from the direct, unmediated experience of truth or reality. This intellectual activity creates a disconnect, rather than leading to genuine insight. It's like trying to appreciate a landscape by only reading a detailed map of it.
- **"絕言絕慮" (Ceasing all words and thoughts / When you cut off all**

conceptualization and verbalization / When words and thoughts are entirely relinquished): "絕言" (juéyán) means to cut off or cease all words, to be beyond verbal expression. "絕慮" (juélǜ) means to cut off or cease all thoughts, to be beyond mental deliberation. This is not about becoming mindless or mute, but about transcending the constant internal dialogue and conceptual overlay that filters and distorts reality. It's a state of profound silence where the mind is not actively constructing or interpreting.

- **"無處不通" (Leaves no place where you are not free / There is no place where understanding is not effortlessly accessible / There is no barrier to complete understanding):** "無處" (wúchù) means no place, nowhere. "不通" (bùtōng) as seen before, means not blocked, unimpeded, or accessible. When words and thoughts are fully relinquished, there are no more conceptual barriers or mental constructions to obscure understanding. In this state of unconditioned awareness, wisdom flows freely, and one experiences complete freedom and unimpeded clarity in all aspects of being. It signifies a liberation from the constraints of the discursive mind, where truth is not something to be found, but something that is inherently present when obstacles are removed.

In essence, Quatrain 4 powerfully articulates that true understanding is not an intellectual achievement gained through mental gymnastics or endless theorizing. Instead, it arises from transcending the dualities of thought and perception, particularly the concepts of 'being' and 'non-being.' By quieting the incessant chatter of the mind and releasing the grip of conceptualization, one opens the door to an immediate, unobstructed, and universally accessible wisdom. It is a call to move beyond the confines of language and thought into a direct, non-dual experience of reality.

Tagalog Translation

Quatrain 4: Ang mga Bitag ng Dualismo at ang Landas sa Walang Hadlang na Pag-unawa

Ang Quatrain 4, na binubuo ng mga linya 13-16 ng isang malalim na teksto, malamang mula sa isang tradisyon ng pagmumuni-muni tulad ng Zen Buddhism o katulad na mga paaralang pilosopikal, ay naghahatid ng isang makapangyarihang mensahe tungkol sa mga limitasyon ng dualistikong pag-iisip at ang kalayaang matatagpuan sa paglampas sa mga konsepto. Nagbabala ito laban sa mga mental na akrobatika na humahantong sa pagtigil at tumutukoy sa isang estado ng walang hadlang na pag-unawa na nakakamit sa pamamagitan ng pagtigil ng mga detalyadong pag-iisip. Ang orihinal na Chinese character, "一種不通，兩處失功；遣有沒有，從空背空。多言多慮，轉不相應；**絕言絕慮，無處不通**," ay nagtatanghal ng isang mayamang tapiserya ng kahulugan, na nangangailangan ng maingat na pagsasalin at matalinong interpretasyon upang maipakita ang kanilang kontemporaryong kahalagahan.

"Kung hindi mo nauunawaan ang pagkakaisa, parehong sukdulan ay walang silbi. Ang pag-aalis ng 'pag-iral' o 'di-pag-iral' ay ang pagtalikod sa kawalan. Ang maraming salita at maraming pag-iisip ay naglalayo pa sa katotohanan. Ang pagtigil sa lahat ng salita at pag-iisip ay nag-iiwan ng walang lugar kung saan hindi ka malaya."

Malalim na Pagsusuri at Interpretasyon

Ang Quatrain 4 ay bumubuo sa mga tema ng paglampas sa mga dualidad ng nakaraang quatrain, partikular na nakatuon sa mga intelektwal at konseptuwal na bitag na humahadlang sa tunay na realisasyon. Ito ay nagtataguyod para sa isang direkta, walang-tagapamagitan na karanasan ng realidad.

Mga Linya 13-14: "一種不通，兩處失功；遣有沒有，從空背空。" Ang mga linyang ito ay tumutukoy sa kawalan ng saysay ng pagiging konseptuwal ng sukdulang katotohanan at ang mga panganib ng pagkapit sa 'pag-iral' o 'kawalan' bilang mga nakapirming ideya.

- "一種不通" (Kung hindi mo nauunawaan ang pagkakaisa / Kung hindi mo nauunawaan ang iisa, hindi naiiba na realidad / Nang hindi kinikilala ang mahalagang pagkakaisa): Ang "一種" (yīzhǒng) ay tumutukoy pabalik sa "iisa," "hindi naiiba na realidad" o "pagkakaisa" mula sa nakaraang quatrain. Ang "不通" (bùtōng) ay nangangahulugang hindi makadaan, hadlangan, o hindi maunawaan. Ipinahihiwatig nito na nang walang direktang pag-unawa sa non-dual na pagkakaisa na ito, ang mga pagsisikap ng isang tao ay nananatiling hadlang. Ito ay isang pundasyong pag-unawa na, kung napalampas, ay nagiging hindi epektibo ang mga susunod na aksyon.
- "兩處失功" (Parehong sukdulan ay walang silbi / Kung gayon ang parehong landas ng 'pag-iral' at 'kawalan' ay nagiging walang bunga na pagpupunyagi / Ang mga pagsisikap sa alinmang panig ng dualidad ay walang saysay): Ang "兩處" (liǎngchù) ay tumutukoy sa "dalawang lugar" o "dalawang sukdulan," karaniwang nangangahulugang 'pag-iral' (有, yǒu) at 'di-pag-iral' o 'kawalan' (空, kōng). Ang "失功" (shīgōng) ay nangangahulugang mawalan ng epekto, mabigo, o maging walang merito. Kung ang pundasyong pag-unawa sa pagkakaisa ay wala, kung gayon maging ang mga pagsisikap na ginawa sa loob ng

konseptuwal na balangkas ng 'pag-iral' o 'kawalan' ay hindi hahantong sa tunay na kalayaan. Ang pagkapit sa alinmang sukdulan, o kahit ang pag-oscillate sa pagitan ng mga ito, ay sa huli ay hindi produktibo.

- "遣有沒有" (Ang pag-aalis ng 'pag-iral' o 'di-pag-iral' / Kung susubukan mong kumpirmahin ang 'pag-iral' o tanggihan ang 'di-pag-iral' / Ang pagtatangkang ipawalang-bisa kung ano ang mayroon o wala): Ang "遣有" (qiǎnyǒu) ay nangangahulugang ipawalang-bisa o alisin ang 'pag-iral' o 'eksistensya.' Ang "遣無" (qiǎnwú) ay nangangahulugang ipawalang-bisa o alisin ang 'di-pag-iral' o 'non-eksistensya.' Ito ay tumutukoy sa intelektwal na laro ng pagtatangkang tanggihan ang isang konsepto sa isa pa. Halimbawa, ang ilan ay maaaring sapilitang tanggihan ang realidad ng mga phenomena (pag-iral) pabor sa kawalan, o kabaliktaran, tanggihan ang kawalan pabor sa konventional na realidad. Ang manipulasyong mental na ito ang babala ng teksto.

- "從空背空" (Ay ang pagtalikod sa kawalan / Sa katunayan ay lumalayo ka mula sa tunay na kalikasan ng kawalan / Ay ang pagpalampas sa esensya ng kawalan): Ang "從空" (cóngkōng) ay nangangahulugang mula sa kawalan, o simula sa kawalan. Ang "背空" (bèikōng) ay nangangahulugang talikuran ang kawalan, o ipagkanulo ang kawalan. Ito ay isang malalim na pahayag. Ang tunay na kawalan (śūnyatā) sa Mahayana Buddhism ay

hindi isang kawalan na dapat konseptuwal na
maunawaan o kumpirmahin/tangggihan. Ito ay
ang likas na kawalan ng likas na pag-iral ng
lahat ng phenomena, na nangangahulugang
ang mga phenomena ay umaasa sa paglitaw at
magkakaugnay. Sa pamamagitan ng
pagtatangkang gawin ang isang bagay sa
"kawalan" – sa pamamagitan ng pagpapatunay
o pagtanggi sa mga aspeto nito – ang isang tao
ay talagang lumalayo mula sa direkta, walang-
tagapamagitan na realisasyon nito. Ito ay tulad
ng pagtatangkang ilarawan ang katahimikan
sa pamamagitan ng paglikha ng ingay.

Mga Linya 15-16: "多言多慮，轉不相應；**絕言絕
慮，無處不通。** " Binibigyang-diin ng mga linyang
ito ang mapagpalayang kapangyarihan ng paglampas
sa konseptuwal na pag-iisip at wika.

- "多言多慮" (Maraming salita at maraming
  pag-iisip / Labis na diskurso at sobrang pag-
  iisip / Maraming pagsasalita at maraming
  pagmumuni-muni): Ang "多言" (duōyán) ay
  nangangahulugang maraming salita,
  kahambugan, o labis na pagsasalita. Ang "多
  慮" (duōlǜ) ay nangangahulugang maraming
  pag-iisip, sobrang pag-iisip, o labis na
  spekulasyon ng isip. Ito ay tumutukoy sa
  pagiging intelektwal, pagsusuri, at pagiging
  konseptuwal na madalas na nagpapakilala sa
  mga pilosopikal o espiritwal na pagpupunyagi.
  Bagaman kapaki-pakinabang ang paunang

pag-aaral, ang pagiging balot sa walang katapusang diskurso at abstract na pag-iisip ay sa huli ay nagiging balakid.

- "轉不相應" (Naglalayo pa sa katotohanan / Naglalayo lamang sa tunay na realisasyon / Lumilikha lamang ng di-pagkakasundo at kawalan ng koneksyon): Ang "轉" (zhuǎn) ay nangangahulugang bumaling, maging. Ang "不相應" (bùxiāngyìng) ay nangangahulugang hindi umaayon, hindi magkakasundo, o hindi tugma. Ang mas maraming paglahok sa labis na konseptuwal na pag-iisip at pagsasalita, mas lumalayo ang isang tao mula sa direkta, walang-tagapamagitan na karanasan ng katotohanan o realidad. Ang aktibidad na intelektwal na ito ay lumilikha ng kawalan ng koneksyon, sa halip na humantong sa tunay na pananaw. Ito ay tulad ng pagtatangkang pahalagahan ang isang tanawin sa pamamagitan lamang ng pagbabasa ng detalyadong mapa nito.

- "絕言絕慮" (Ang pagtigil sa lahat ng salita at pag-iisip / Kapag pinutol mo ang lahat ng konseptuwalisasyon at pagsasalita / Kapag ang mga salita at pag-iisip ay ganap na itinigil): Ang "絕言" (juéyán) ay nangangahulugang putulin o tigilin ang lahat ng salita, upang maging higit sa berbal na pagpapahayag. Ang "絕慮" (juélǜ) ay nangangahulugang putulin o tigilin ang lahat ng pag-iisip, upang maging higit sa pagmumuni-muni ng isip. Hindi ito tungkol sa pagiging walang isip o pipi, kundi tungkol sa paglampas sa patuloy na panloob na diyalogo at konseptuwal na overlay na nagtutunaw at nagpapaliko sa realidad. Ito ay isang estado ng malalim na katahimikan kung saan ang isip ay hindi aktibong nagtatayo o nagbibigay-kahulugan.

- "無處不通" (Walang lugar kung saan hindi ka malaya / Walang lugar kung saan ang pag-unawa ay hindi madaling ma-access / Walang hadlang sa kumpletong pag-unawa): Ang "無 處" (wúchù) ay nangangahulugang walang lugar, wala. Ang "不通" (bùtōng), tulad ng nakita kanina, ay nangangahulugang hindi hadlang, walang hadlang, o madaling ma-access. Kapag ang mga salita at pag-iisip ay ganap na itinigil, wala nang konseptuwal na mga hadlang o mental na konstruksyon upang makabalot sa pag-unawa. Sa estado na ito ng walang kondisyonadong kamalayan, ang karunungan ay dumadaloy nang malaya, at ang isang tao ay nakakaranas ng kumpletong kalayaan at walang hadlang na kalinawan sa lahat ng aspeto ng pagiging. Ipinahihiwatig nito ang isang paglaya mula sa mga paghihigpit ng diskursibong isip, kung saan ang katotohanan ay hindi isang bagay na matutuklasan, kundi isang bagay na likas na naroroon kapag inalis ang mga hadlang.

Sa esensya, ang Quatrain 4 ay makapangyarihang nagpapahayag na ang tunay na pag-unawa ay hindi isang intelektwal na pagkamit na nakukuha sa pamamagitan ng mental na gymnastics o walang katapusang teorya. Sa halip, ito ay bumabangon mula sa paglampas sa mga dualidad ng pag-iisip at persepsyon, partikular ang mga konsepto ng 'pag-iral' at 'di-pag-iral.' Sa pamamagitan ng pagpapatahimik sa walang tigil na pagbubulungan ng isip at pagpapakawala sa kapit ng konseptuwalisasyon, binubuksan ng isang tao ang pinto sa isang agarang, walang hadlang, at unibersal na naa-access na karunungan. Ito ay isang panawagan upang lumampas sa mga hangganan ng wika at pag-iisip tungo sa isang direkta, non-dual na karanasan ng realidad.

Japanese Translation

第4句: 二元論の落とし穴と無碍な理解への道

深遠なテキスト（おそらく禅仏教または類似の哲学的流派に由来する）の13行目から16行目で構成される第4句は、二元的な思考の限界と、概念を超越することで見出される解放について、強力なメッセージを伝えています。それは停滞につながる精神的な曲芸を戒め、精緻な思考の停止によって達成される無碍な理解の状態を指し示しています。元の漢字「一種不通，兩處失功；遣有沒有，從空背空。多言多慮，轉不相應

；絶言絶慮，無處不通」は、豊かな意味のタペストリーを提示しており、現代的関連性を明らかにするためには、慎重な翻訳と洞察に満ちた解釈が要求されます。

「もし統一を把握しなければ、両極端は無益です。『有』も『無』も排除することは、空に背を向けることです。多く語り、多く考えることは、真理からさらに遠ざかります。すべての言葉と思考を絶ち切れば、あなたが自由でない場所はありません。」

詳細な分析と解釈

第4句は、前句の二元性を超越するというテーマに基づいて構築されており、特に真の悟りを妨げる知的・概念的な罠に焦点を当てています。それは、直接的で媒介されない現実の経験を提唱しています。

13-14行目:「一種不通，兩處失功；遣有沒有，從空背空。」 これらの行は、究極の真理を概念化することの無益さと、「存在」や「空」を固定された観念としてしがみつくことの落とし穴について述べています。

- 「一種不通」（もし統一を把握しなければ / もし単一の、区別されない現実を理解できなければ / 本質的な統一を認識せずに）：「一種」（yīzhǒng）は、前句の「単一の」、「区別されない現実」、または「統一」を指し返しています。「不通」（bùtōng）は、通じない、ブロックされる、または理解できないことを意味します。これは、この非二元的な統一を直接的に把握しなければ、努力が無効になることを示唆しています。それは、もし見落とされれば、その後の行動を無効にする基本的な理解です。

- 「兩處失功」（両極端は無益です / そのとき、「存在」と「空」の両方の道は実りのない努力となる / 二元性のいずれの側の努力も無益である）：「兩處」（liǎngchù）は、「二つの場所」または「二つの極端」を指し、通常は「存在」（有, yǒu）と「非存在」または「空」（空, kōng）を意味します。「失功」（shīgōng）は、効果を失う、失敗する、または功徳がないことを意味します。もし統一という基本的な理解が欠けていれば、「存在」または「空」という概念的枠組み内で行われた努力でさえ、真の解脱にはつながりません。いずれかの極端にしがみつくこと、あるいはその間を揺れ動くことさえ、最終的には非生産的です。

- 「遣有没有」（「有」も「無」も排除すること / 「有」を肯定しようとしようと、「無」を否定しようとしようと / あるものとないものを排斥しようとすること）：「遣有」（qiǎnyǒu）は、「有」または「存在」を排斥または排除することを意味します。「遣無」（qiǎnwú）は、「無」または「非存在」を排斥または排除することを意味します。これは、ある概念を別の概念で否定しようとする知的なゲームを指しています。例えば、ある人は現象（存在）の現実を空のために強制的に否定しようとするかもしれませんし、逆に、従来の現実のために空を否定しようとするかもしれません。この精神的な操作が、このテキストが警告していることです。
- 「従空背空」（空に背を向けることです / あなたは実際には空の真の本質から遠ざかっている / 空の本質を見誤る）：「従空」（cóngkōng）は、空から、または空から始まることを意味します。「背空」（bèikōng）は、空に背を向けること、または空を裏切ることを意味します。これは深遠な声明です。大乗仏教における真の空（śūnyatā）は、概念的に把握されたり肯定/否定されたりする虚無ではありません。それは、すべての現象が本来的に固有の存在を欠いていることであり、現象が縁起によって生じ、相互につながって

いることを意味します。空について何かをしようとすること、つまりその側面を肯定したり否定したりすることによって、実際にはその直接的で媒介されない実現から遠ざかっているのです。それは、音を立てて沈黙を表現しようとするようなものです。

15-16行目:「多言多慮，轉不相應 ; 絕言絕慮，無處不通。」 これらの行は、概念的思考と言語を超越することの解放的な力を強調しています。

- 「多言多慮」（多く語り、多く考えること / 過度な言説と過剰な思考 / 多く話し、多く熟考する）:「多言」（duōyán）は、多く語ること、冗漫であること、または過剰な言語化を意味します。「多慮」（duōlǜ）は、多く考えること、過剰な思考、または過剰な精神的推測を意味します。これは、哲学的または精神的な追求を特徴づけることが多い知的化、分析、概念化を指します。最初の学習は有用かもしれませんが、終わりのない言説と抽象的な思考に囚われることは、最終的に障壁となります。
- 「轉不相應」（真理からさらに遠ざかります / 真の悟りからあなたを遠ざけるだけである / 不調和と断絶を生み出すだけ

である）：「轉」（zhuǎn）は、転じる、なることを意味します。「不相應」（bùxiāngyìng）は、一致しない、同期しない、または互換性がないことを意味します。概念的思考と言語化に過度に囚われれば囚われるほど、真理や現実の直接的で媒介されない経験から遠ざかります。この知的活動は、真の洞察につながるのではなく、断絶を生み出します。それは、詳細な地図を読むだけで風景を鑑賞しようとするようなものです。

- **「絶言絶慮」（すべての言葉と思考を絶ち切れば** / すべての概念化と言語化を断ち切ったとき / 言葉と思考が完全に放棄されたとき）：「**絶言**」（juéyán）は、すべての言葉を断ち切る、または停止すること、言語表現を超越することを意味します。「**絶慮**」（juélǜ）は、すべての思考を断ち切る、または停止すること、精神的な熟考を超越することを意味します。これは、無知になったり、口がきけなくなったりすることではなく、現実をフィルターにかけて歪ませる絶え間ない内面の対話と概念的な重ね合わせを超越することです。それは、心が能動的に構成したり解釈したりしない、深遠な沈黙の状態です。

- 「無處不通」（あなたが自由でない場所はありません / 理解が楽にアクセスできない場所はない / 完全な理解への障壁はない）：「無處」（wúchù）は、場所がない、どこにもないことを意味します。「不通」（bùtōng）は、以前にも見たように、ブロックされていない、無碍である、またはアクセス可能であることを意味します。言葉と思考が完全に放棄されると、理解を曇らせる概念的な障壁や精神的な構築物はなくなります。この無条件の意識の状態では、知恵は自由に流れ、存在のあらゆる側面において完全な自由と無碍な明晰さを経験します。それは、真理が見つけられるべきものではなく、障害が取り除かれたときに本来的に存在するものであるという、論理的な心の制約からの解放を意味します。

本質的に、第4句は、真の理解が精神的な体操や終わりのない理論化によって得られる知的な達成ではないことを力強く明確にしています。代わりに、それは思考と認識の二元性、特に「存在」と「非存在」の概念を超越することから生じます。心の絶え間ないおしゃべりを静め、概念化の束縛を解き放つことによって、人は即座の、妨げのない、普遍的にアクセス可能な知恵への扉を開きます。それは、言語と思考の限界を超えて、現実の直接的で非二元的な経験へと進むよう促すものです。

Quatrain 5 The Path to True Realization: Returning to the Root and Transcending Delusion

Quatrain 5, encompassing lines 17-20 of a profound text, likely stemming from a tradition focused on direct insight and non-dual wisdom, presents a pivotal teaching on the nature of ultimate understanding. It emphasizes the importance of turning inward to the fundamental source of being, while warning against the pitfalls of external pursuit and the delusions born from conceptual thought. The original Chinese characters, "歸根得旨，隨照失宗 ; 須臾返照，勝卻前空。前空轉變，皆由妄見 ; 不用求真，唯須息見," offer a rich tapestry of meaning, demanding careful translation and nuanced interpretation to convey their timeless wisdom.

"Return to the root to grasp the essence; following external light loses the true aim. Instantly turn inward, surpassing previous emptiness. That previous emptiness transforms, all due to deluded views. There's no need to seek truth; just cease your views."

In-Depth Analysis and Interpretation

Quatrain 5 elaborates on the path to genuine realization, moving from the earlier quatrains' warnings against dualism to a direct instruction on where and how to find truth. It highlights the power of introspection and the liberation that comes from shedding delusive views.

Lines 17-18: "歸根得旨，隨照失宗；須臾返照，勝卻前空。"

These lines initiate the core teaching, advocating for an inward turning and contrasting it with the pitfalls of external focus.

- **"歸根得旨" (Return to the root to grasp the essence / By returning to the fundamental origin, you will grasp the core principle / Uniting with the origin brings true insight):** "歸根" (guīgēn) literally means "return to the root." This refers to the fundamental source, the ground of being, the true nature of mind, or ultimate reality, which is often seen as unconditioned and prior to all phenomena. "得旨" (dézhǐ) means to obtain the essence, to grasp the main point, or to gain profound understanding. This implies that true insight is found not by looking outward, but by turning inward to one's own fundamental nature. It's a foundational principle: liberation lies within.

- "隨照失宗" (Following external light loses the true aim / By merely following external illumination, you lose sight of the true objective / Being led by external appearances misses the true harmony): "隨照" (suízhào) means to follow external illumination, or to be guided by what is reflected outwardly (e.g., sense objects, intellectual concepts, external teachings without internal validation). "失宗" (shīzōng) means to lose the principal aim, to miss the true purpose or objective. This is a warning against intellectualizing, being captivated by sensory experiences, or relying solely on external phenomena or concepts. If one is constantly looking outside, one misses the inherent truth within.

- "須臾返照" (Instantly turn inward / A momentary turning inward and reflecting upon your own nature / Even a brief moment of inner reflection): "須臾" (xūyú) means a short while, an instant, or a brief moment. "返照" (fǎnzhào) literally means "to reflect back" or "to shine back," signifying introspection, self-reflection, or turning the awareness inward. This emphasizes the immediate and potent nature of genuine self-inquiry. It doesn't require a long, arduous process, but a simple, direct shift of attention.

- "勝卻前空" (Surpassing previous emptiness / Surpasses even a conceptual understanding of emptiness / Outshines a

superficial understanding of emptiness): "
勝卻" (shèngquè) means to surpass, to excel,
or to be superior to. "前空" (qiánkōng) refers
to the "previous emptiness" mentioned in
Quatrain 3 and 4, which could be a conceptual
understanding of emptiness (e.g., emptiness as
a void or a philosophical concept). The
profound insight gained from even a brief
moment of genuine introspection (返照) is far
superior to a mere intellectual grasp or
conceptualization of emptiness. True
emptiness is not a concept but a living
realization, and "返照" is the gateway to it.

Lines 19-20: "前空轉變，皆由妄見；不用求真，唯須息見。"

These lines further clarify the nature of delusive
perception and offer the ultimate instruction for
liberation: the cessation of views.

- **"前空轉變" (That previous emptiness
  transforms / Any transformation or change
  in that previous conceptual emptiness / Any
  shifts in that 'empty' state):** This refers back
  to the "previous emptiness" – the intellectual
  understanding of emptiness. "轉變"
  (zhuǎnbiàn) means to transform, change, or
  shift. The text suggests that even this
  conceptual "emptiness" is not static; it can be
  interpreted, twisted, or colored by the mind.

- **"皆由妄見" (All due to deluded views / Arises entirely from deluded perceptions / Are products of mistaken perceptions):** "皆由" (jiēyóu) means all due to, entirely caused by. "妄見" (wàngjiàn) means deluded views, false perceptions, mistaken notions, or conceptual fabrications. This is a crucial point: any perceived "transformation" or misunderstanding of emptiness is not due to emptiness itself, but to the deluded way the mind perceives and conceptualizes it. The problem isn't reality, but our interpretation of it. This includes attaching to emptiness as a fixed state, or creating new concepts around it.

- **"不用求真" (There's no need to seek truth / There is no need to actively search for truth / You don't need to strive for truth):** "不用" (bùyòng) means no need to, no use in. "求真" (qiúzhēn) means to seek truth, to search for what is real or authentic. This is a radical and liberating instruction. It implies that truth is not something external to be found, or a hidden object to be unearthed. It is inherently present. The very act of "seeking" truth often implies it is absent, thereby reinforcing the sense of separation.

- **"唯須息見" (Just cease your views / You simply need to quiet your conceptual interpretations and distorted views / Simply allow your perceptions to settle):** "唯須" (wéixū) means only need to, simply must. "息見" (xījiàn) means to cease views, to quieten perceptions, to extinguish conceptual notions. This is the ultimate instruction for liberation. "Views" (見, jiàn) here encompass not just opinions but all conceptual frameworks, intellectual constructs, and conditioned perceptions. By letting go of these filters, by allowing the mind to settle and the stream of conceptualization to cease, truth reveals itself spontaneously, without any effort or search. It's an act of non-doing, of letting go of the activity of the mind that obscures reality.

In summary, Quatrain 5 is a profound directive for direct realization. It teaches that true insight is found by turning inward to the fundamental nature of reality, rather than pursuing external phenomena or intellectual concepts. It asserts that even a powerful concept like "emptiness" can be distorted by deluded views. Ultimately, the quatrain offers a liberating truth: one does not need to *seek* truth, for it is already present. The only requirement is to *cease* the conceptualizations and distorted perceptions that obscure its inherent clarity. This echoes the sentiment that enlightenment is not about adding something, but about removing the veils.

Tagalog Translation

Quatrain 5: Ang Landas Tungo sa Tunay na Realisasyon: Pagbalik sa Ugat at Paglampas sa Delusyon

Ang Quatrain 5, na sumasaklaw sa mga linya 17-20 ng isang malalim na teksto, malamang na nagmumula sa isang tradisyon na nakatuon sa direktang pananaw at non-dual na karunungan, ay nagtatanghal ng isang mahalagang turo sa kalikasan ng sukdulang pag-unawa. Binibigyang-diin nito ang kahalagahan ng paglingon sa kalooban tungo sa pangunahing pinagmulan ng pagkatao, habang nagbabala laban sa mga bitag ng panlabas na paghahabol at ang mga delusyon na ipinanganak mula sa konseptuwal na pag-iisip. Ang orihinal na Chinese character, "歸根得旨，隨照失宗 ; 須臾返照，勝卻前空。 前空轉變，皆由妄見 ; 不用求真，唯須息見," ay nag-aalok ng isang mayamang tapiserya ng kahulugan, na nangangailangan ng maingat na pagsasalin at nuanced na interpretasyon upang maiparating ang kanilang walang-hanggang karunungan.

"Bumalik sa ugat upang maunawaan ang diwa; ang pagsunod sa panlabas na liwanag ay nawawala ang tunay na layunin. Agad na bumaling sa loob, lampasan ang nakaraang kawalan. Ang nakaraang kawalan na iyon ay nagbabago, lahat ay dahil sa mga maling pananaw. Hindi na kailangang humanap ng katotohanan; itigil mo lang ang iyong mga pananaw."

Malalim na Pagsusuri at Interpretasyon

Ang Quatrain 5 ay nagpapaliwanag sa landas tungo sa tunay na realisasyon, lumilipat mula sa mga babala laban sa dualismo ng mga naunang quatrain tungo sa isang direktang tagubilin kung saan at paano makahanap ng katotohanan. Binibigyang-diin nito ang kapangyarihan ng introspeksyon at ang kalayaan na nagmumula sa pagpapakawala ng mga maling pananaw.

Mga Linya 17-18: "歸根得旨，隨照失宗；須臾返照，勝卻前空。" Ang mga linyang ito ay nagpasimula ng pangunahing turo, na nagtataguyod para sa isang panloob na pagbaling at kinukumpara ito sa mga bitag ng panlabas na pagtuon.

- "歸根得旨" (Bumalik sa ugat upang maunawaan ang diwa / Sa pamamagitan ng pagbalik sa pundamental na pinagmulan, mauunawaan mo ang pangunahing prinsipyo / Ang pakikipag-isa sa pinagmulan ay nagdadala ng tunay na pananaw): Ang "歸根" (guīgēn) ay literal na nangangahulugang "bumalik sa ugat." Ito ay tumutukoy sa pundamental na pinagmulan, ang batayan ng pagkatao, ang tunay na kalikasan ng isip, o sukdulang realidad, na madalas na itinuturing na hindi kondisyonado at nauna sa lahat ng phenomena. Ang "得旨" (dézhǐ) ay nangangahulugang makakuha ng diwa, maunawaan ang pangunahing punto, o makakuha ng malalim na pag-unawa. Ipinahihiwatig nito na ang tunay na pananaw ay matatagpuan hindi sa pagtingin sa labas, kundi sa pagbaling sa loob sa sariling pundamental na kalikasan. Ito ay isang pundasyong prinsipyo: ang kalayaan ay nasa loob.

- "隨照失宗" (Ang pagsunod sa panlabas na liwanag ay nawawala ang tunay na layunin / Sa pamamagitan lamang ng pagsunod sa panlabas na ilaw, nawawalan ka ng paningin sa tunay na layunin / Ang pagiging pinamunuan ng panlabas na anyo ay nakaligtaan ang tunay na harmoniya): Ang "隨照" (suízhào) ay nangangahulugang sundin ang panlabas na ilaw, o gabayan ng kung ano ang nakikita sa labas (hal., mga bagay na pandama, mga konseptong intelektwal, mga panlabas na turo nang walang panloob na pagpapatunay). Ang "失宗" (shīzōng) ay nangangahulugang mawala ang pangunahing layunin, mawala ang tunay na layunin o obhetibo. Ito ay isang babala laban sa intelektwalisasyon, pagkaakit sa mga karanasan sa pandama, o pagtitiwala lamang sa mga panlabas na phenomena o konsepto. Kung ang isang tao ay patuloy na naghahanap sa labas, nawawala ang likas na katotohanan sa loob.

- "須臾返照" (Agad na bumaling sa loob / Isang sandali ng pagbaling sa loob at pagninilay sa sariling kalikasan / Maging isang maikling sandali ng panloob na pagninilay): Ang "須臾" (xūyú) ay nangangahulugang maikling sandali, isang iglap, o maikling panahon. Ang "返照" (fǎnzhào) ay literal na nangangahulugang "sumasalamin pabalik" o "sumisikat pabalik," na nangangahulugang introspeksyon, self-reflection, o pagbaling ng kamalayan sa loob. Binibigyang-diin nito ang agarang at makapangyarihang kalikasan ng tunay na pagtatanong sa sarili. Hindi ito nangangailangan ng mahaba, mahirap na proseso, kundi isang simple, direktang paglilipat ng atensyon.

- "勝卻前空" (Lampasan ang nakaraang kawalan / Nalampasan pa ang isang konseptuwal na pag-unawa sa kawalan / Lalampasan ang isang mababaw na pag-unawa sa kawalan): Ang "勝卻" (shèngquè) ay nangangahulugang lumampas, magaling, o higit. Ang "前空" (qiánkōng) ay tumutukoy sa "nakaraang kawalan" na binanggit sa Quatrain 3 at 4, na maaaring isang konseptuwal na pag-unawa sa kawalan (hal., kawalan bilang isang kawalan o isang pilosopikal na konsepto). Ang malalim na pananaw na nakuha mula sa kahit isang maikling sandali ng tunay na introspeksyon (返照) ay mas mataas kaysa sa isang simpleng intelektwal na pagkaunawa o konseptuwalisasyon ng kawalan. Ang tunay na kawalan ay hindi isang konsepto kundi isang buhay na realisasyon, at ang "返照" ang gateway dito.

Mga Linya 19-20: "前空轉變，皆由妄見；不用求
真，唯須息見。" Ang mga linyang ito ay
nagpapaliwanag pa sa kalikasan ng maling
persepsyon at nag-aalok ng sukdulang tagubilin para
sa kalayaan: ang pagtigil ng mga pananaw.

- "前空轉變" (Ang nakaraang kawalan na iyon
  ay nagbabago / Anumang pagbabago o
  paglilipat sa nakaraang konseptuwal na
  kawalan / Anumang paglilipat sa 'walang
  laman' na estado): Ito ay tumutukoy pabalik sa
  "nakaraang kawalan" – ang intelektwal na
  pag-unawa sa kawalan. Ang "轉變"
  (zhuǎnbiàn) ay nangangahulugang magbago,
  maglipat, o mag-iba. Iminumungkahi ng
  teksto na kahit ang konseptuwal na "kawalan"
  na ito ay hindi static; maaari itong bigyang-
  kahulugan, balukturin, o kulayan ng isip.
- "皆由妄見" (Lahat ay dahil sa mga maling
  pananaw / Ganap na nagmumula sa mga
  maling persepsyon / Ay mga produkto ng mga
  maling persepsyon): Ang "皆由" (jiēyóu) ay
  nangangahulugang lahat ay dahil sa, ganap na
  dulot ng. Ang "妄見" (wàngjiàn) ay
  nangangahulugang mga maling pananaw,
  maling persepsyon, maling konsepto, o
  konseptuwal na gawa-gawa. Ito ay isang
  mahalagang punto: anumang napansing
  "pagbabago" o pagkalito ng kawalan ay hindi
  dahil sa kawalan mismo, kundi sa maling
  paraan ng pagtingin at pagiging konseptuwal
  ng isip dito. Ang problema ay hindi ang
  realidad, kundi ang ating interpretasyon nito.

Kasama dito ang pagkapit sa kawalan bilang isang nakapirming estado, o paglikha ng mga bagong konsepto sa paligid nito.

- "不用求真" (Hindi na kailangang humanap ng katotohanan / Hindi na kailangang aktibong humanap ng katotohanan / Hindi mo na kailangang magsikap para sa katotohanan): Ang "不用" (bùyòng) ay nangangahulugang hindi na kailangan, walang silbi. Ang "求真" (qiúzhēn) ay nangangahulugang humanap ng katotohanan, humanap ng kung ano ang totoo o tunay. Ito ay isang radikal at mapagpalayang tagubilin. Ipinahihiwatig nito na ang katotohanan ay hindi isang bagay na panlabas na matatagpuan, o isang nakatagong bagay na huhukayin. Ito ay likas na naroroon. Ang mismong pagkilos ng "paghahanap" ng katotohanan ay madalas na nagpapahiwatig na ito ay wala, sa gayon ay nagpapalakas ng pakiramdam ng paghihiwalay.

- "唯須息見" (Itigil mo lang ang iyong mga pananaw / Kailangan mo lang payapain ang iyong mga konseptuwal na interpretasyon at baluktot na pananaw / Hayaan mo lang na lumapag ang iyong mga persepsyon): Ang "唯須" (wéixū) ay nangangahulugang kailangan lang, dapat lang. Ang "息見" (xījiàn) ay nangangahulugang tigilan ang mga pananaw, payapain ang mga persepsyon, patayin ang mga konseptuwal na konsepto. Ito ang sukdulang tagubilin para sa kalayaan. Ang "pananaw" (見, jiàn) dito ay sumasaklaw hindi lamang sa mga opinyon kundi sa lahat ng konseptuwal na balangkas, intelektwal na konstruksyon, at kondisyonadong persepsyon. Sa pamamagitan ng pagpapakawala sa mga filter na ito, sa pamamagitan ng pagpapahintulot sa isip na lumapag at ang daloy ng konseptuwalisasyon na tumigil, ang katotohanan ay nagpapakita ng sarili nang spontaneously, nang walang anumang pagsisikap o paghahanap. Ito ay isang kilos ng non-doing, ng pagpapakawala sa aktibidad ng isip na nagtatakip sa realidad.

Sa buod, ang Quatrain 5 ay isang malalim na direktiba para sa direktang realisasyon. Itinuturo nito na ang tunay na pananaw ay matatagpuan sa pamamagitan ng pagbaling sa loob sa pundamental na kalikasan ng realidad, sa halip na paghabol sa mga panlabas na phenomena o mga konseptong intelektwal. Ipinahihiwatig nito na kahit ang isang makapangyarihang konsepto tulad ng "kawalan" ay maaaring balukturin ng mga maling pananaw. Sa huli, ang quatrain ay nag-aalok ng isang mapagpalayang katotohanan: hindi na kailangan humanap ng katotohanan, dahil ito ay naroroon na. Ang tanging kinakailangan ay itigil ang mga konseptuwalisasyon at baluktot na persepsyon na nagtatakip sa likas nitong kalinawan. Ito ay nagpapaalala sa damdamin na ang kaliwanagan ay hindi tungkol sa pagdaragdag ng isang bagay, kundi tungkol sa pag-alis ng mga tabing.

Japanese Translation

第5句: 真の悟りへの道：根源に戻り、妄想を超越する

直接的な洞察と非二元的な知恵に焦点を当てた伝統に由来すると思われる深遠なテキストの17行目から20行目からなる第5句は、究極の理解の本質に関する極めて重要な教えを提示しています。それは、存在の根本的な源に内省することの重要性を強調し、同時に、外的な追求の落とし穴と、概念的な思考から生まれる妄想を戒めています。元の漢字「歸根得旨，隨照失宗；須臾返照，勝卻前空。前空轉變，皆由妄見；不用求真，唯須息見」は、豊かな意味のタペストリーを提示しており、その不朽の知恵を伝えるためには、慎重な翻訳と微妙な解釈が要求されます。

「根源に帰れば本質を把握し、外的な光を追えば真の目的を失う。束の間、内省すれば、以前の空（の概念）を凌駕する。その以前の空が変化するのは、すべて妄想による見解である。真理を求める必要はない、ただ見解を止めるだけである。」

詳細な分析と解釈

第5句は、真の悟りへの道を詳述しており、前の
四句の二元論に対する警告から、真理をどこで
、どのように見つけるかについての直接的な指
示へと移行しています。それは内省の力と、妄
想的な見解を捨てることから来る解放を強調し
ています。

**17-18行目:「歸根得旨，隨照失宗；須臾返照，
勝卻前空。」** これらの行は、内省を提唱し、そ
れと外的な焦点の落とし穴を対比させることで
、核心的な教えを開始します。

- 「歸根得旨」（根源に帰れば本質を把握
  する / 根本的な源に戻ることによって、
  あなたは核心的な原理を把握する / 根源
  と一体化することは真の洞察をもたらす
  ）:「歸根」（guīgēn）は文字通り「根源
  に戻る」を意味します。これは、根本的
  な源、存在の基盤、心の真の性質、また
  は究極の現実を指し、これらはしばしば
  無条件であり、すべての現象に先立つも
  のと見なされます。「得旨」（dézhǐ）は
  、本質を得る、要点を把握する、または
  深い理解を得ることを意味します。これ
  は、真の洞察が外側を見るのではなく、
  自分自身の根本的な性質に内省すること
  によって見出されることを示唆していま

す。それは基本的な原理です。すなわち、解放は内側にあるのです。

- 「隨照失宗」（外的な光を追えば真の目的を失う / 単に外的な光を追うことによって、あなたは真の目的を見失う / 外見に導かれることは真の調和を見逃す）：「隨照」（suízhào）は、外的な光を追うこと、または外側に反映されるもの（例：感覚対象、知的な概念、内的な検証なしの外的な教え）に導かれることを意味します。「失宗」（shīzōng）は、主要な目的を失うこと、真の目的や目標を見失うことを意味します。これは、知的な思弁にふけること、感覚経験に魅了されること、または専ら外的な現象や概念に頼ることに対する警告です。もし常に外側を見ているなら、内なる固有の真理を見逃してしまいます。

- 「須臾返照」（束の間、内省すれば / ほんの束の間、内側に目を向け、自分自身の性質を振り返ること / ほんの短い内省の瞬間でさえも）：「須臾」（xūyú）は、ほんの短い間、一瞬、または短い瞬間を意味します。「返照」（fǎnzhào）は文字通り「振り返って照らす」または「照らし返す」を意味し、内省、自己反省、または意識を内側に向けることを示します。これは、真の自己探求の即時かつ強力な性質を強調しています。それは長く骨

の折れるプロセスを必要とせず、注意の単純で直接的な転換を必要とします。

- 「勝卻前空」（以前の空（の概念）を凌駕する／空の概念的な理解さえも凌駕する／空の表面的な理解を上回る）：「勝卻」（shèngquè）は、凌駕する、優れる、または優位であることを意味します。「前空」（qiánkōng）は、第3句と第4句で言及された「以前の空」を指し、これは空の概念的な理解（例：空を虚無または哲学的概念として捉えること）である可能性があります。真の内省（返照）のほんの短い瞬間から得られる深遠な洞察は、単なる知的な把握や空の概念化よりもはるかに優れています。真の空は概念ではなく生きた実現であり、「返照」はその入り口です。

19-20行目：「前空轉變，皆由妄見；不用求真，唯須息見。」 これらの行は、妄想的な知覚の本質をさらに明確にし、解放のための究極の指示を提供します。すなわち、見解の停止です。

- 「前空轉變」（その以前の空（の概念）が変化する／その以前の概念的な空におけるいかなる変容や変化も／その「空なる」状態におけるいかなる変化も）：これは「以前の空」——空の知的理解——を指し返しています。「轉變」（zhuǎnbiàn）は、変容する、変化する、または移行する

ことを意味します。このテキストは、この概念的な「空」さえも静的ではないことを示唆しています。それは心によって解釈され、歪められ、色付けされる可能性があります。

- 「皆由妄見」（すべて妄想による見解である／完全に妄想的な知覚から生じる／誤った知覚の産物である）：「皆由」（jiēyóu）は、すべて〜による、完全に〜に起因するを意味します。「妄見」（wàngjiàn）は、妄想的な見解、誤った知覚、誤った概念、または概念的な作り話を意味します。これは重要な点です。空に関するいかなる「変容」や誤解も、空自体によるものではなく、心がそれを知覚し概念化する妄想的な方法によるものです。問題は現実ではなく、私たちの現実の解釈なのです。これには、空を固定された状態として執着すること、あるいは空の周りに新しい概念を作り出すことが含まれます。

- 「不用求真」（真理を求める必要はない／真理を積極的に探す必要はない／真理を追い求める必要はない）：「不用」（bùyòng）は、必要ない、役に立たないを意味します。「求真」（qiúzhēn）は、真理を求めること、真実または本物を探すことを意味します。これは、根本的で解放的な指示です。それは、真理は外側に見つけられるべきものではなく、隠され

た物体を掘り起こすことでもないことを示唆しています。それは本質的に存在しているのです。真理を「求める」という行為そのものが、真理が不在であることを示唆し、それによって分離の感覚を強化することがしばしばあります。

- 「唯須息見」（ただ見解を止めるだけである / あなたはただ、概念的な解釈と歪んだ見解を静めるだけでよい / 単にあなたの知覚が落ち着くのを許すだけである）：「唯須」（wéixū）は、ただ〜するだけでよい、単に〜しなければならないを意味します。「息見」（xījiàn）は、見解を止めること、知覚を静めること、概念的な概念を消滅させることを意味します。これは解放のための究極の指示です。ここでの「見」（見, jiàn）は、意見だけでなく、すべての概念的枠組み、知的な構築物、条件付けられた知覚を包含します。これらのフィルターを手放し、心が落ち着き、概念化の流れが止まることを許すことによって、真理は努力や探求なしに自発的に現れます。それは、現実を覆い隠す心の活動を手放すという、無為の行為なのです。

要約すると、第5句は直接的な悟りのための深遠な指示です。それは、真の洞察は、外的な現象や知的な概念を追い求めるのではなく、現実の根本的な性質に内省することによって見出され

ると教えています。それは、「空」のような強力な概念でさえも、妄想的な見解によって歪められ得ることを主張しています。最終的に、この四句は解放的な真理を提供しています。すなわち、真理を求める必要はない、なぜならそれはすでに存在しているからだ、ということです。唯一の要件は、その本来の明晰さを覆い隠す概念化と歪んだ知覚を止めることなのです。これは、悟りが何かを追加することではなく、ベールを取り除くことであるという感情を反映しています。

Quatrain 6 Transcending Dualism: The Path to Unblemished Reality

Quatrain 6, encompassing lines 21-24 of a profound text, clearly rooted in a non-dual philosophical tradition such as Zen Buddhism or similar contemplative paths, serves as a powerful culmination of the preceding quatrains' themes. It directly addresses the pitfalls of dualistic thinking, the source of mental agitation, and the ultimate liberation found in the cessation of the discriminating mind. The original Chinese characters, "二見不住，慎勿追尋；纔有是非，紛然失心。 二由一有，一亦莫守；一心不生，萬法無咎," convey a deep spiritual instruction that demands both linguistic precision and an understanding of its underlying philosophical currents.

"Do not dwell in dualistic views, nor seek them out. As soon as 'right' and 'wrong' arise, the mind is confused. Duality arises from unity; do not cling even to unity. When the one mind does not arise, all phenomena are faultless."

In-Depth Analysis and Interpretation

Quatrain 6 offers a distilled teaching on the nature of suffering and liberation, pinpointing dualistic perception as the root of mental disquiet and presenting a radical solution: the non-arising of the discriminating mind.

The opening lines, **"二見不住，慎勿追尋；"** **(Lines 21-22)**, immediately establish the central warning. The phrase "二見" (èrjìan), as seen in all three options, refers to "dualistic views" or "opposing views." This encompasses any pair of opposites the mind fabricates – good/bad, true/false, self/other, pure/impure, gain/loss, attachment/aversion, etc. The instruction "不住" (bùzhù) means "do not dwell," "do not allow your mind to rest," or "reside not," highlighting the imperative to avoid fixating on such distinctions. Furthermore, "慎勿追尋" (shènwù zhuīxún) powerfully reinforces this, urging us to "be extremely cautious not to pursue or generate them" (Option 2), or "carefully avoid chasing them" (Option 3). This is not just a passive non-dwelling, but an active avoidance of the mental processes that initiate dualistic thought. The teaching suggests that the moment we begin to categorize and compare, we step away from a direct, unified experience of reality.

The immediate consequence of this mental categorization is laid bare in the latter part of line 22: "纔有是非，紛然失心。" "纔有是非" (cáiyǒu shìfēi) translates to "as soon as 'right' and 'wrong' arise" (Option 1), or "the moment you entertain distinctions of 'right' or 'wrong'" (Option 2). "是非" (shìfēi) profoundly signifies any kind of judgment, approval, or disapproval. The impact is swift and detrimental: "紛然失心" (fēnráng shīxīn). This describes the mind becoming "confused" (Option 1), "agitated and loses its clarity" (Option 2), or that "inner harmony is lost" (Option 3). The message is clear: the very act of engaging in dualistic judgment instantly disturbs our inherent peace and obscures our true perception. It's the inner turmoil created by our own mental labels, not by external circumstances themselves.

The quatrain then delves into the origin of this duality in lines 23-24: "二由一有，一亦莫守；" "二由一有" (èryóuyīyǒu) presents a foundational philosophical insight: "Duality arises from unity" (Option 1), or "Dualistic perspectives originate from a singular source" (Option 2). This points to the idea that the apparent fragmentation and opposition we perceive in the world are not fundamental aspects of reality, but rather conceptual constructions that emerge from an underlying, undifferentiated oneness. Our minds, by their nature, tend to dissect and categorize, creating the illusion of separation. However, the teaching immediately issues a crucial caveat: "一亦莫守" (yīyì mòshǒu) – "do not cling even to unity" (Option 1), "even this concept of 'unity' should not be clung to" (Option 2), or "even oneness should not be held" (Option 3). This prevents the "one" from becoming another rigid concept, another object of attachment, which would merely perpetuate a subtle form of dualism (clinging to 'one' versus 'many'). True non-duality transcends all concepts, including the concept of non-duality itself.

Finally, the ultimate instruction and outcome are presented in the closing line: "一心不生，萬法無咎。" "一心不生" (yīxīnbùshēng) is the key. "一心" (yīxīn) refers to the "one mind" – the fundamental, undifferentiated consciousness, pure awareness prior to conceptualization. "不生" (bùshēng) means "does not arise," "does not stir," or "remains unagitated." This isn't about annihilating the mind, but about allowing the mind's habitual tendency to create distinctions and thoughts to cease. When this fundamental discriminating activity "does not arise," when the mind is no longer caught in its conceptualizing patterns, a profound transformation occurs. The result is "萬法無咎" (wànfǎwújiù) – "all phenomena are faultless" (Option 1), "all phenomena are seen as perfect and without flaw" (Option 2), or "all of existence is seen as pure and blameless"

(Option 3). This signifies a state of complete acceptance and liberation. The perceived "faults," "imperfections," or "problems" in the world are not inherent in phenomena themselves, but are projections of our own dualistic and judging minds. When the mind is liberated from these projections, reality is seen in its pristine, unblemished perfection.

In essence, Quatrain 6 serves as a powerful guide to transcending the root of suffering. It unequivocally warns against the creation and attachment to dualistic views, revealing that such mental activity immediately leads to inner turmoil. It then offers the liberating insight that duality itself is a conceptual construct arising from unity, but crucially, even the concept of unity must be released. The ultimate path to profound peace and unhindered perception lies in allowing the discriminating "one mind" to cease its conceptual activity, thereby revealing all of existence as inherently perfect and pure. This quatrain beautifully encapsulates the essence of non-dual wisdom, pointing directly to a state of being beyond the confines of "this" and "that."

Tagalog Translation

Quatrain 6: Paglampas sa Dualismo: Ang Landas sa Walang Dungis na Realidad

Ang Quatrain 6, na sumasaklaw sa mga linya 21-24 ng isang malalim na teksto, na malinaw na nakaugat sa isang non-dual na tradisyon ng pilosopiya tulad ng Zen Buddhism o katulad na mga landas ng pagmumuni-muni, ay nagsisilbing isang makapangyarihang pagtatapos ng mga tema ng mga naunang quatrain. Direkta nitong tinatalakay ang mga bitag ng dualistikong pag-iisip, ang pinagmulan ng kaguluhan sa isip, at ang sukdulang kalayaan na matatagpuan sa pagtigil ng mapanuring isip. Ang orihinal na Chinese character, "二見不住，慎勿追尋；纔有是非，紛然失心。二由一有，一亦莫守；一心不生，萬法無咎," ay naghahatid ng isang malalim na espiritwal na tagubilin na nangangailangan ng parehong linguistic na katumpakan at pag-unawa sa mga pinagbabatayan nitong pilosopikal na agos.

"Huwag kang manirahan sa mga dualistikong pananaw, ni huwag mo silang hanapin. Sa sandaling lumitaw ang 'tama' at 'mali', ang isip ay nalilito. Ang dualidad ay nagmumula sa pagkakaisa; huwag kang kumapit kahit sa pagkakaisa. Kapag ang iisang isip ay hindi bumangon, ang lahat ng phenomena ay walang kamalian."

Malalim na Pagsusuri at Interpretasyon

Nag-aalok ang Quatrain 6 ng isang piniling turo sa kalikasan ng pagdurusa at kalayaan, tinutukoy ang dualistikong persepsyon bilang ugat ng kaguluhan sa isip at nagtatanghal ng isang radikal na solusyon: ang di-paglitaw ng mapanuring isip.

Ang panimulang linya, "二見不住，慎勿追尋；" (Mga Linya 21-22), ay agad na nagtatatag ng sentral na babala. Ang pariralang "二見" (èrjìan), tulad ng nakikita sa lahat ng tatlong opsyon, ay tumutukoy sa "mga dualistikong pananaw" o "magkasalungat na pananaw." Saklaw nito ang anumang pares ng magkasalungat na gawa-gawa ng isip – mabuti/masama, totoo/mali, sarili/iba, dalisay/marumi, pakinabang/pagkawala, pagkapit/pagkamuhi, atbp. Ang tagubiling "不住" (bùzhù) ay nangangahulugang "huwag manirahan," "huwag hayaang magpahinga ang iyong isip," o "huwag manirahan," na nagbibigay-diin sa pangangailangan na iwasang mapako sa mga pagkakaiba na iyon. Bukod pa rito, ang "慎勿追尋" (shènwù zhuīxún) ay makapangyarihang nagpapatibay dito, na humihimok sa atin na "maging lubhang maingat na huwag silang hanapin o likhain" (Opsyon 2), o "maingat na iwasan ang paghahabol sa kanila" (Opsyon 3). Hindi lamang ito isang pasibong hindi pagtira, kundi isang aktibong pag-iwas sa mga proseso ng isip na nagsisimula ng dualistikong pag-iisip. Iminumungkahi ng turo na sa sandaling magsimula tayong magkategorya at magkumpara, lumalayo tayo sa isang direkta, nagkakaisang karanasan ng realidad.

Ang agarang kahihinatnan ng kategoryang mental na ito ay inilantad sa huling bahagi ng linya 22: "纔有是非，紛然失心。" Ang "纔有是非" (cáiyǒu shìfēi) ay isinasalin sa "sa sandaling lumitaw ang 'tama' at 'mali'" (Opsyon 1), o "sa sandaling magkaroon ka ng mga pagkakaiba ng 'tama' o 'mali'" (Opsyon 2). Ang "是非" (shìfēi) ay malalim na nagpapahiwatig ng anumang uri ng paghatol, pag-apruba, o pagtutol. Ang epekto ay mabilis at nakakapinsala: "紛然失心" (fēnráng shīxīn). Inilalarawan nito ang isip na nagiging "nalilito" (Opsyon 1), "nababagabag at nawawalan ng linaw" (Opsyon 2), o "nawawala ang panloob na harmoniya" (Opsyon 3). Malinaw ang mensahe: ang mismong pagkilos ng pagganap ng dualistikong paghatol ay agad na gumagambala sa ating likas na kapayapaan at nagtatakip sa ating tunay na persepsyon. Ito ang panloob na kaguluhan na nilikha ng sarili nating mga label ng isip, hindi ng mga panlabas na pangyayari mismo.

Ang quatrain ay sumisiyasat sa pinagmulan ng dualidad na ito sa mga linya 23-24: "二由一有，一亦莫守；" Ang "二由一有" (èryóuyīyǒu) ay nagtatanghal ng isang pundasyong pilosopikal na pananaw: "Ang dualidad ay nagmumula sa pagkakaisa" (Opsyon 1), o "Ang mga dualistikong pananaw ay nagmumula sa isang iisang pinagmulan" (Opsyon 2). Ito ay tumutukoy sa ideya na ang tila pagkapira-piraso at oposisyon na nakikita natin sa mundo ay hindi pundamental na aspeto ng realidad, kundi mga konseptuwal na konstruksyon na lumilitaw mula sa isang pinagbabatayan, hindi naiiba na pagkakaisa. Ang ating mga isip, sa kanilang kalikasan, ay may tendensiyang maghiwa-hiwalay at magkategorya, na lumilikha ng ilusyon ng paghihiwalay. Gayunpaman, agad na nagbibigay ng mahalagang babala ang turo: "一亦莫守" (yīyì mòshǒu) – "huwag kang kumapit kahit sa pagkakaisa" (Opsyon 1), "maging ang konsepto ng 'pagkakaisa' na ito ay hindi dapat kapitan" (Opsyon 2), o "maging ang pagkakaisa ay hindi dapat hawakan" (Opsyon 3). Pinipigilan nito ang "isa" na maging isa pang matibay na konsepto, isa pang bagay ng pagkapit, na magpapatuloy lamang ng isang banayad na anyo ng dualismo (pagkapit sa 'isa' laban sa 'marami'). Ang tunay na non-dualidad ay lumalampas sa lahat ng konsepto, kasama na ang konsepto ng non-dualidad mismo.

Sa wakas, ang sukdulang tagubilin at resulta ay ipinapakita sa huling linya: "一心不生，萬法無咎。" Ang "一心不生" (yīxīnbùshēng) ang susi. Ang "一心" (yīxīn) ay tumutukoy sa "iisang isip" – ang pundamental, hindi naiiba na kamalayan, dalisay na kamalayan bago ang konseptuwalisasyon. Ang "不生" (bùshēng) ay nangangahulugang "hindi bumabangon," "hindi kumikilos," o "nananatiling hindi nababagabag." Hindi ito tungkol sa pagwasak ng isip, kundi tungkol sa pagpapahintulot sa nakasanayang tendensya ng isip na lumikha ng mga pagkakaiba at mga pag-iisip na tumigil. Kapag ang pundamental na mapanuring aktibidad na ito ay "hindi bumangon," kapag ang isip ay hindi na nahuhuli sa mga konseptuwal na pattern nito, isang malalim na pagbabago ang nagaganap. Ang resulta ay "萬法無咎" (wànfǎwújiù) – "ang lahat ng phenomena ay walang kamalian" (Opsyon 1), "ang lahat ng phenomena ay nakikita bilang perpekto at walang depekto" (Opsyon 2), o "ang lahat ng pag-iral ay nakikita bilang dalisay at walang kasalanan" (Opsyon 3). Ito ay nagpapahiwatig ng isang estado ng kumpletong pagtanggap at kalayaan. Ang napansing "mga kamalian," "mga depekto," o "mga problema" sa mundo ay hindi likas sa mga phenomena mismo, kundi mga proyeksyon ng ating sariling dualistiko at mapanuring isip. Kapag ang isip ay malaya mula sa mga proyeksyon na ito, ang realidad ay nakikita sa kanyang malinis, walang dungis na pagiging perpekto.

Sa esensya, ang Quatrain 6 ay nagsisilbing isang makapangyarihang gabay sa paglampas sa ugat ng pagdurusa. Ito ay walang pasubali na nagbabala laban sa paglikha at pagkapit sa mga dualistikong pananaw, na nagpapakita na ang ganitong aktibidad ng isip ay agad na humahantong sa panloob na kaguluhan. Nag-aalok ito ng mapagpalayang pananaw na ang dualidad mismo ay isang konseptuwal na konstruksyon na nagmumula sa pagkakaisa, ngunit mahalaga, maging ang konsepto ng pagkakaisa ay dapat pakawalan. Ang sukdulang landas sa malalim na kapayapaan at walang hadlang na persepsyon ay nakasalalay sa pagpapahintulot sa mapanuring "iisang isip" na ihinto ang konseptuwal na aktibidad nito, sa gayon ay inilalantad ang lahat ng pag-iral bilang likas na perpekto at dalisay. Ang quatrain na ito ay magandang naglalaman ng esensya ng non-dual na karunungan, na direktang tumutukoy sa isang estado ng pagkatao na lampas sa mga hangganan ng "ito" at "iyan."

Japanese Translation

第6句: 二元性を超越する：汚れなき現実への道

禅仏教などの非二元的な哲学的伝統、または類似の瞑想の道に明確に根ざした深遠なテキストの21行目から24行目からなる第6句は、先行する四句のテーマの強力な集大成として機能します。それは二元的な思考の落とし穴、精神的動揺の源、そして識別する心の停止に見出される究極の解放に直接的に言及しています。元の漢字「二見不住，慎勿追尋；纔有是非，紛然失心。二由一有，一亦莫守；一心不生，萬法無咎」は、言語的正確さとその根底にある哲学的流れの理解の両方を要求する、深い精神的な指示を伝えています。

「二元的な見解にとどまるな、またそれを追い求めるな。『是』と『非』が生じるやいなや、心は混乱する。二元性は一から生じる。一にも

執着するな。一なる心が生じなければ、万法に咎はない。」

詳細な分析と解釈

第6句は、苦しみと解放の本質に関する凝縮された教えを提供し、二元的な知覚を精神的な不穏の根源として特定し、根本的な解決策、すなわち識別する心の不生を提示しています。

冒頭の行「二見不住，慎勿追尋；」（21-22行目）は、直ちに中心的な警告を確立しています。「二見」（èrjìan）というフレーズは、3つのオプションすべてに見られるように、「二元的な見解」または「対立する見解」を指します。これには、善悪、真偽、自己他者、清浄不浄、得失、執着嫌悪など、心が作り出すあらゆる対立するペアが含まれます。「不住」（bùzhù）という指示は、「とどまるな」、「心を休ませるな」、または「住するな」を意味し、そのような区別に固執することを避ける必要性を強調しています。さらに、「慎勿追尋」（shènwù zhuīxún）は、「それを追求したり生み出したりしないように極めて慎重にせよ」（オプション2）、または「慎重にそれらを追い求めることを避けよ」（オプション3）と強力に補強しています。これは単なる受動的な不非住ではなく、二元的な思考を開始する精神的プロセスを積極的に避け

ることです。この教えは、私たちが分類し比較し始めた瞬間に、現実の直接的で統一された経験から離れてしまうことを示唆しています。

この精神的な分類の即座の結果は、22行目の後半に明らかにされています。「纔有是非，紛然失心。」「纔有是非」（cáiyǒu shìfēi）は、「『是』と『非』が生じるやいなや」（オプション1）、または「『是』か『非』かの区別を抱いた瞬間」（オプション2）と翻訳されます。「是非」（shìfēi）は、あらゆる種類の判断、承認、または不承認を深く意味します。その影響は迅速かつ有害です。「紛然失心」（fēnráng shīxīn）。これは、心が「混乱する」（オプション1）、「動揺し、明晰さを失う」（オプション2）、または「内なる調和が失われる」（オプション3）と描写しています。メッセージは明確です。二元的な判断を行う行為そのものが、私たちの固有の平和を即座に乱し、真の知覚を曇らせるのです。それは、外部の状況そのものによってではなく、私たち自身の心のレッテルによって生み出される内的な混乱なのです。

この四句は、次に23-24行目でこの二元性の起源を深く掘り下げています。「二由一有，一亦莫守；」「二由一有」（èryóuyīyǒu）は、根本的な哲学的洞察を提示しています。「二元性は一から生じる」（オプション1）、または「二元的な視点は単一の源から生じる」（オプション2）。これは、私たちが世界で知覚する見かけの断

片化と対立が、現実の基本的な側面ではなく、根底にある、区別されない一から生じる概念的な構築物であるという考えを指しています。私たちの心は、その性質上、分解し分類する傾向があり、分離の錯覚を生み出します。しかし、この教えは直ちに重要な注意を発しています。「一亦莫守」（yīyì mòshǒu）—「一にも執着するな」（オプション1）、「この『統一』という概念でさえも執着してはならない」（オプション2）、または「一元性でさえ保持してはならない」（オプション3）。これは、「一」が別の硬直した概念、別の執着の対象になるのを防ぎます。それは、微妙な形での二元性（「一」に執着することと「多」に執着すること）を永続させるだけになるでしょう。真の非二元性は、非二元性という概念自体を含むすべての概念を超越します。

最後に、究極の指示と結果が最後の行に示されています。「一心不生，萬法無咎。」「一心不生」（yīxīnbùshēng）が鍵です。「一心」（yīxīn）は、「一なる心」—根本的で区別されない意識、概念化に先立つ純粋な気づき—を指します。「不生」（bùshēng）は、「生じない」、「動じない」、または「動揺しないままである」を意味します。これは心を滅ぼすことではなく、区別と思考を作り出す心の習慣的な傾向を停止させることです。この根本的な識別活動が「生じない」とき、心がその概念化パターンに囚われなくなるとき、深い変容が起こります。その

結果は「萬法無咎」（wànfǎwújiù）—「万法に咎はない」（オプション1）、「すべての現象は完璧で欠陥がないと見なされる」（オプション2）、または「すべての存在は純粋で非難されるべきではないと見なされる」（オプション3）です。これは完全な受容と解放の状態を示しています。世界で知覚される「欠点」、「不完全さ」、または「問題」は、現象自体に固有のものではなく、私たち自身の二元的で判断する心の投影です。心がこれらの投影から解放されるとき、現実はその手つかずの、汚れなき完璧さにおいて見られます。

本質的に、第6句は苦しみの根源を超越するための強力な指針として機能します。それは、二元的な見解の創造と執着を明確に警告し、そのような精神活動が直ちに内的な混乱につながることを明らかにします。そして、二元性自体が一から生じる概念的な構築物であるという解放的な洞察を提供しますが、重要なことに、統一の概念でさえも手放されなければなりません。深遠な平和と妨げられない知覚への究極の道は、識別する「一なる心」がその概念活動を停止することを許すことにあり、それによってすべての存在が本来的に完璧で純粋であると明らかにされるのです。この四句は、非二元的な知恵の本質を美しく要約し、「これ」と「あれ」の制約を超えた存在状態を直接的に指し示しています。

Quatrain 7 The Profound Silence of Unconditional Truth

Quatrain 7, comprising lines 25-28 of a profound text from a non-dual contemplative tradition, pushes deeper into the nature of ultimate reality, moving beyond conceptual thought and even beyond the limitations of language itself. It highlights the ineffable quality of truth and the futility of trying to grasp it through mere words or intellectual constructs. The original Chinese characters, "無咎無法，不生不心；能言所言，皆歸於寂。 止言不言，俱是轉言；無言之言，信得其然," deliver a subtle yet powerful message about the true nature of realization.

"No fault, no phenomena; no arising, no mind. What can be said, what is said, all returns to stillness. Stopping speech or not speaking, both are just turning speech. The speech beyond words, that truly accords with reality."

In-Depth Analysis and Interpretation

Quatrain 7 continues the theme of transcending dualism, taking it further into the realm of ultimate ineffability, where truth cannot be contained by words or concepts. It points towards a realization that lies beyond linguistic expression.

The opening lines, **"無咎無法，不生不心；" (Line 25)**, describe the state of ultimate reality when the mind is liberated from projections. "無咎" (wújiù), meaning "no fault" or "without blemish," refers back to the ending of Quatrain 6, where "all phenomena are faultless." When the mind no longer projects fault or judgment, then "無法" (wúfǎ) arises, meaning "no phenomena" (Option 1), or "no distinct phenomena" (Option 2). This doesn't mean phenomena cease to exist, but rather that they are no longer perceived as separate, inherently existing entities, bound by conceptual distinctions. They are seen as empty of inherent self-nature. Following this, "不生不心" (bùshēng bùxīn) means "no arising, no mind" (Option 1), or "when the mind does not arise, there is no separate self" (Option 2). When the conceptualizing, discriminating mind (心, xīn) does not "arise" (不生, bùshēng), it means the activity of creating separate thoughts and a distinct self-identity ceases. In this profound state, the sense of a solid, independent "I" and separate "things" dissolves.

Lines 26-27, **"能言所言，皆歸於寂。 止言不言，俱是轉言；"**, delve into the limitations of language in expressing this truth. "能言所言" (néngyán suǒyán) refers to "what can be said, what is said" (Option 1), or "everything that can be expressed in words, and everything that has been expressed" (Option 2). This encompasses all discourse, all theories, all attempts to articulate truth. The profound statement is that "皆歸於寂" (jiē guīyú jì) – all of it "returns to stillness" (Option 1), "ultimately returns to a state of profound silence" (Option 2), or "resolves into stillness" (Option 3). This emphasizes that ultimate truth transcends all linguistic formulations. Words are provisional, pointers to reality, but not reality itself. When their function is exhausted, they fall silent before the ineffable.

The next part, "止言不言，俱是轉言" (zhǐyán bùyán, jù shì zhuǎnyán), elaborates on this limitation. "止言" (zhǐyán) means "stopping speech," or consciously refraining from talking. "不言" (bùyán) means "not speaking," or remaining silent. The text states that "俱是轉言" (jù shì zhuǎnyán) – both are "just turning speech" (Option 1), "merely variations of verbal expression" (Option 2), or "still forms of expression" (Option 3). This is a subtle yet crucial point. Even the *act* of choosing to be silent, or forcing oneself not to speak, is still a mental construct, a reaction within the realm of language and thought. It's not the true, unconditioned silence that the text is pointing to. It's like trying to achieve genuine peace by actively suppressing all thoughts; the suppression itself becomes an activity of the mind.

Finally, line 28 offers the true path to understanding: "無言之言，信得其然。" "無言之言" (wúyán zhī yán) is a beautiful paradox: "the speech beyond words" (Option 1), "the 'speech without words'" (Option 2), or "the unspoken truth" (Option 3). This refers to a direct, non-conceptual understanding that is not mediated by language. It's the inherent wisdom or realization that arises when words and concepts fall away. This "speech beyond words" is what "信得其然" (xìndé qí rán) – "truly accords with reality" (Option 1), "can truly be trusted as genuinely aligning with ultimate reality" (Option 2), or "truly resonates with what is" (Option 3). This is the authentic, undeniable truth that is experienced directly, not intellectually grasped or verbally communicated. It is the spontaneous and inherent understanding that arises when all conceptual and linguistic filters are removed.

In essence, Quatrain 7 guides the seeker beyond the limitations of conceptual thought and language. It paints a picture of a liberated state where mental projections of "fault" and "separate phenomena" vanish, and the discriminating mind no longer arises. All attempts to verbalize or intellectualize this truth are ultimately futile, as they merely circle within the realm of conditioned thought. The profound insight arises not from speaking or not speaking, but from a direct, wordless understanding – an "unspoken truth" that alone genuinely aligns with the ultimate, ineffable reality. It's a call to move beyond the signs to the signified, beyond the map to the territory itself.

Tagalog Translation

Quatrain 7: Ang Malalim na Katahimikan ng Walang Kundisyong Katotohanan

Ang Quatrain 7, na binubuo ng mga linya 25-28 ng isang malalim na teksto mula sa isang non-dual na tradisyong kontemplatibo, ay mas nagpapalalim sa kalikasan ng pinakapangunahing realidad, lumalagpas sa konseptuwal na pag-iisip at maging sa mga limitasyon ng wika mismo. Binibigyang-diin nito ang hindi maipaliwanag na kalidad ng katotohanan at ang kawalang-saysay ng pagtatangkang unawain ito sa pamamagitan lamang ng mga salita o intelektuwal na konstruksyon. Ang orihinal na mga karakter ng Tsino, "無咎無法，不生不心；能言所言，皆歸於寂。止言不言，俱是轉言；無言之言，信得其然," ay naghahatid ng isang banayad ngunit makapangyarihang mensahe tungkol sa tunay na kalikasan ng pagkaunawa.

"Walang kapintasan, walang phenomena; walang paglitaw, walang isip. Kung ano ang masasabi, kung ano ang sinasabi, lahat ay bumabalik sa katahimikan. Ang pagtigil sa pagsasalita o hindi pagsasalita, pareho ay pagbaling lamang ng salita. Ang salita na lampas sa mga salita, iyon ang tunay na umaayon sa realidad."

Malalim na Pagsusuri at Interpretasyon

Ipinagpapatuloy ng Quatrain 7 ang tema ng paglampas sa dualismo, na dinadala ito nang mas malalim sa kaharian ng sukdulang kawalang-salita, kung saan ang katotohanan ay hindi kayang saklawin ng mga salita o konsepto. Ito ay tumutukoy sa isang pagkaunawa na nasa labas ng lingguwistikong ekspresyon.

Ang pambungad na mga linya, "無咎無法，不生不心；" (Linya 25), ay naglalarawan ng kalagayan ng sukdulang realidad kapag ang isip ay malaya mula sa mga proyekyon. Ang "無咎" (wújiù), na nangangahulugang "walang kapintasan" o "walang dungis," ay bumabalik sa pagtatapos ng Quatrain 6, kung saan "lahat ng phenomena ay walang kapintasan." Kapag ang isip ay hindi na nagpoproyekto ng kapintasan o paghatol, kung gayon ay lumilitaw ang "無法" (wúfǎ), na nangangahulugang "walang phenomena" (Opsyon 1), o "walang natatanging phenomena" (Opsyon 2). Hindi ito nangangahulugan na humihinto ang phenomena sa pag-iral, kundi sa halip ay hindi na sila nakikita bilang magkakahiwalay, likas na umiiral na entidad, na nakatali sa mga konseptuwal na pagkakaiba. Nakikita sila bilang walang likas na sariling-kalikasan. Kasunod nito, ang "不生不心" (bùshēng bùxīn) ay nangangahulugang "walang paglitaw, walang isip" (Opsyon 1), o "kapag ang isip ay hindi lumilitaw, walang hiwalay na sarili" (Opsyon 2). Kapag ang nagkokonsepto, nagdidiskrimina na isip (心, xīn) ay hindi "lumilitaw" (不生, bùshēng), nangangahulugan ito na ang aktibidad ng paglikha ng magkakahiwalay na kaisipan at isang natatanging pagkakakilanlan ng sarili ay humihinto. Sa malalim na kalagayang ito, ang pakiramdam ng isang solid, independiyenteng "Ako" at magkakahiwalay na "mga bagay" ay natutunaw.

Ang mga linya 26-27, "能言所言，皆歸於寂。 止言不言，俱是轉言；", ay sumisid sa mga limitasyon ng wika sa pagpapahayag ng katotohanang ito. Ang "能言所言" (néngyán suǒyán) ay tumutukoy sa "kung ano ang masasabi, kung ano ang sinasabi" (Opsyon 1), o "lahat ng maaaring ipahayag sa mga salita, at lahat ng naipahayag na" (Opsyon 2). Saklaw nito ang lahat ng diskurso, lahat ng teorya, lahat ng pagtatangka na ipahayag ang katotohanan. Ang malalim na pahayag ay ang "皆歸於寂" (jiē guīyú jì) – lahat ng ito ay "bumabalik sa katahimikan" (Opsyon 1), "sa huli ay bumabalik sa isang estado ng malalim na katahimikan" (Opsyon 2), o "nalulutas sa katahimikan" (Opsyon 3). Binibigyang-diin nito na ang sukdulang katotohanan ay lumalampas sa lahat ng lingguwistikong pormulasyon. Ang mga salita ay pansamantala, mga tagapagturo sa realidad, ngunit hindi ang realidad mismo. Kapag naubos ang kanilang tungkulin, sila ay nananahimik sa harap ng hindi maipaliwanag.

Ang susunod na bahagi, "止言不言，俱是轉言" (zhǐyán bùyán, jù shì zhuǎnyán), ay nagpapaliwanag sa limitasyong ito. Ang "止言" (zhǐyán) ay nangangahulugang "pagtigil sa pagsasalita," o sadyang pag-iwas sa pagsasalita. Ang "不言" (bùyán) ay nangangahulugang "hindi pagsasalita," o pananatiling tahimik. Nakasaad sa teksto na ang "俱是轉言" (jù shì zhuǎnyán) – pareho ay "pagbaling lamang ng salita" (Opsyon 1), "mga baryasyon lamang ng verbal na ekspresyon" (Opsyon 2), o "mga anyo pa rin ng ekspresyon" (Opsyon 3). Ito ay isang banayad ngunit mahalagang punto. Maging ang kilos ng pagpili na maging tahimik, o pilitin ang sarili na huwag magsalita, ay isa pa ring mental na konstruksyon, isang reaksyon sa loob ng kaharian ng wika at pag-iisip. Hindi ito ang tunay, walang kundisyong katahimikan na tinutukoy ng teksto. Ito ay parang pagtatangkang makamit ang tunay na kapayapaan sa pamamagitan ng aktibong pagsugpo sa lahat ng kaisipan; ang pagsugpo mismo ay nagiging isang aktibidad ng isip.

Sa wakas, ang linya 28 ay nag-aalok ng tunay na landas sa pag-unawa: "無言之言，信得其然。" Ang "無言之言" (wúyán zhī yán) ay isang magandang paradoha: "ang salita na lampas sa mga salita" (Opsyon 1), "ang 'salita na walang salita'" (Opsyon 2), o "ang hindi binibigkas na katotohanan" (Opsyon 3). Ito ay tumutukoy sa isang direkta, hindi konseptuwal na pag-unawa na hindi pinapamagitan ng wika. Ito ang likas na karunungan o pagkaunawa na lumilitaw kapag ang mga salita at konsepto ay nawawala. Ang "salita na lampas sa mga salita" na ito ay kung ano ang "信得其然" (xìndé qí rán) – "tunay na umaayon sa realidad" (Opsyon 1), "tunay na mapagkakatiwalaan bilang tunay na umaayon sa sukdulang realidad" (Opsyon 2), o "tunay na umaayon sa kung ano ang" (Opsyon 3). Ito ang tunay, hindi maikakaila na katotohanan na direktang nararanasan, hindi intelektwal na nauunawaan o berbal na nakikipagtalastasan. Ito ang kusang-loob at likas na pag-unawa na lumilitaw kapag ang lahat ng konseptuwal at lingguwistikong filter ay tinatanggal.

Sa esensya, ginagabayan ng Quatrain 7 ang naghahanap lampas sa mga limitasyon ng konseptuwal na pag-iisip at wika. Ipinipinta nito ang isang larawan ng isang malayang kalagayan kung saan ang mga mental na proyckyon ng "kapintasan" at "magkakahiwalay na phenomena" ay naglalaho, at ang nagdidiskrimina na isip ay hindi na lumilitaw. Lahat ng pagtatangka na verbalize o intellectualize ang katotohanang ito ay sa huli ay walang saysay, dahil sila ay umiikot lamang sa loob ng kaharian ng kondisyong pag-iisip. Ang malalim na pananaw ay lumilitaw hindi mula sa pagsasalita o hindi pagsasalita, kundi mula sa isang direkta, walang-salitang pag-unawa – isang "hindi binibigkas na katotohanan" na nag-iisa lamang ang tunay na umaayon sa sukdulan, hindi maipaliwanag na realidad. Ito ay isang panawagan na lumampas sa mga palatandaan patungo sa signified, lampas sa mapa patungo sa teritoryo mismo.

Japanese Translation

クワトレン7：無条件の真実の深遠な沈黙

クワトレン7は、非二元の瞑想的伝統からの深遠なテキストの25-28行で構成されており、究極の現実の性質をさらに深く掘り下げ、概念的思考を超え、言語そのものの限界を超えていきます。それは真実の筆舌に尽くしがたい性質と、単なる言葉や知的構築物を通してそれを把握しようとする試みの無益さを強調しています。オリジナルの漢字「無咎無法、不生不心；能言所言、皆歸於寂。止言不言、俱是轉言；無言之言、信得其然」は、悟りの真の性質について微妙だが強力なメッセージを伝えています。

「咎なく、法なく；生なく、心なし。言えること、言われたこと、すべては静寂に帰する。言葉を止めること、言葉を話さないこと、どちらもただ言葉を転換するだけ。言葉を超えた言葉、それが真に現実に合致する。」

詳細な分析と解釈

クワトレン7は、二元性を超えるテーマを継続し、それを究極の筆舌に尽くしがたい領域へとさらに深く進めており、そこでは真実が言葉や概念に閉じ込められることはありません。それは、言語表現を超えた悟りを指し示しています。

冒頭の「無咎無法、不生不心；」（25行）は、心が投影から解放されたときの究極の現実の状

態を描写しています。「無咎」（wújiù）は「咎なし」または「傷なし」を意味し、クワトレン6の結びである「すべての現象は咎なし」に戻ります。心がもはや咎や判断を投影しなくなると、「無法」（wúfǎ）が生じます。これは「現象なし」（オプション1）、または「明確な現象なし」（オプション2）を意味します。これは現象が存在しなくなるという意味ではなく、むしろそれらがもはや分離した、固有に存在する実体として、概念的な区別によって縛られているとは認識されないということです。それらは固有の自己本性が空であると見なされます。これに続き、「不生不心」（bùshēng bùxīn）は「生なく、心なし」（オプション1）、または「心が立ち上がらないとき、分離した自己はない」（オプション2）を意味します。概念化し、区別する心（心、xīn）が「生じない」（不生、bùshēng）とき、それは分離した思考と明確な自己同一性を作り出す活動が停止することを意味します。この深遠な状態では、固体の独立した「私」と分離した「もの」の感覚が溶解します。

26-27行の「能言所言、皆歸於寂。止言不言、俱是轉言；」は、この真実を表現する上での言語の限界を深く掘り下げています。「能言所言」（néngyán suǒyán）は、「言えること、言われたこと」（オプション1）、または「言葉で表現できるすべて、そして表現されてきたすべて」（オプション2）を指します。これは、すべての言説、すべての理論、真実を明確にしようとする

すべての試みを包含します。深遠な声明は、「皆歸於寂」（jiē guīyú jì）—すべてが「静寂に帰する」（オプション1）、「最終的に深遠な沈黙の状態に帰する」（オプション2）、または「静寂に解消される」（オプション3）ということです。これは、究極の真実がすべての言語形式を超越すること emphasizes しています。言葉は暫定的なものであり、現実への指針ですが、現実そのものではありません。その機能が尽きると、言葉は筆舌に尽くしがたいものの前で沈黙します。

次の部分、「止言不言、俱是轉言」（zhǐyán bùyán, jù shì zhuǎnyán）は、この限界を詳しく説明しています。「止言」（zhǐyán）は「言葉を止めること」、または意識的に話すことを控えることを意味します。「不言」（bùyán）は「話さないこと」、または沈黙を守ることを意味します。テキストは、「俱是轉言」（jù shì zhuǎnyán）—どちらも「ただ言葉を転換するだけ」（オプション1）、「単なる言語表現のバリエーション」（オプション2）、または「まだ表現の形」（オプション3）であると述べています。これは微妙だが重要な点です。沈黙を選ぶ行為、あるいは自分に話すことを強制する行為でさえ、まだ精神的な構築物であり、言語と思考の領域内での反応です。それはテキストが指し示している真の、無条件の沈黙ではありません。それは、すべての思考を積極的に抑圧することによっ

て真の平和を達成しようとすることに似ています。抑圧そのものが心の活動になるのです。

最後に、28行は理解への真の道を示しています：「無言之言、信得其然。」「無言之言」（wúyán zhī yán）は美しい逆説です：「言葉を超えた言葉」（オプション1）、「『言葉なき言葉』」（オプション2）、または「語られない真実」（オプション3）。これは、言語によって媒介されない、直接的で非概念的な理解を指します。それは、言葉や概念が崩れ落ちたときに生じる固有の知恵や悟りです。この「言葉を超えた言葉」は、「信得其然」（xìndé qí rán）—「真に現実に合致する」（オプション1）、「究極の現実に真に合致すると真に信頼できる」（オプション2）、または「真に存在するものと共鳴する」（オプション3）ものです。これは、直接的に体験され、知的に把握されたり、口頭で伝えられたりするものではない、真正で否定できない真実です。それは、すべての概念的および言語的フィルターが取り除かれたときに生じる自発的で固有の理解です。

本質的に、クワトレン7は、探求者を概念的思考と言語の限界を超えて導きます。「咎」や「分離した現象」という精神的な投影が消え去り、識別する心がもはや生じない解放された状態を描写しています。この真実を言葉で表現したり、知的に理解しようとするすべての試みは、条件付けられた思考の領域内を循環するだけであ

り、 ultimately 無益です。深遠な洞察は、話すことからも話さないことからも生じるのではなく、直接的な、言葉のない理解—究極の、筆舌に尽くしがたい現実に真に合致する「語られない真実」—から生じます。それは、記号を超えて意味されたものへ、地図を超えて領土そのものへと動くことを求める呼びかけです。

Quatrain 8 The Simplicity of the Path and the Recurrence of Wisdom

Quatrain 8, encompassing lines 29-32 of this profound text, offers a direct and liberating insight into the spiritual path, emphasizing its inherent simplicity and the role of non-discrimination. Interestingly, it also demonstrates a common characteristic of classical wisdom traditions: the re-emphasis of core principles. The latter half of this quatrain notably echoes lines from a previous one, underscoring the foundational importance of transcending dualistic thinking. The original Chinese characters, "有道無難，不揀擇難 ; 但莫憎愛，洞然自明。 纔有是非，紛然失心 ; 二由一有，一亦莫守," convey a timeless message about the ease of truth when fundamental hindrances are removed.

"The Way is not difficult, only not choosing is difficult. Just do not hate or love, and it spontaneously clarifies. As soon as 'right' and 'wrong' arise, the mind is confused. Duality arises from unity; do not cling even to unity."

In-Depth Analysis and Interpretation

Quatrain 8 begins by directly addressing the perceived difficulty of the spiritual path, shifting the focus from external challenges to internal mental habits. It then reiterates a crucial warning against dualistic thought, highlighting its immediate disruptive effect on the mind.

The opening lines, **"有道無難，不揀擇難；" (Line 29)**, immediately challenge a common misconception about spiritual practice. "有道無難" (yǒudào wú nán) translates to "The Way is not difficult" (Option 1), or "The ultimate Path is not inherently challenging" (Option 2). This sets a liberating tone, suggesting that the truth or the path to it is not inherently complex or arduous. The *real* difficulty is then immediately identified: "不揀擇難" (bùjiǎnzé nán). This means "only not choosing is difficult" (Option 1), or "what is truly difficult is the inability to cease making choices and distinctions" (Option 2), or "the difficulty lies in not picking and choosing" (Option 3). This highlights that the obstacles are not external to us, but rather within our own minds – specifically, our ingrained habit of constantly discriminating, judging, and making choices. It's the incessant mental activity of "this over that," "yes or no," that creates inner tension and obscures simplicity.

Lines 30-31, "但莫憎愛，洞然自明。", offer the direct antidote to this "difficulty." "但莫憎愛" (dànmò zēng'ài) provides the key instruction: "Just do not hate or love" (Option 1), "Simply refrain from aversion and attachment" (Option 2), or "Just let go of preference and aversion" (Option 3). "憎" (zēng) refers to aversion, hatred, or dislike, while "愛" (ài) refers to attachment, love, or desire. The instruction is to transcend these fundamental polarities of attraction and repulsion that fuel our constant "picking and choosing." When these dualistic reactions are released, the outcome is "洞然自明" (dòngrán zìmíng) – it "spontaneously clarifies" (Option 1), "reality will spontaneously illuminate itself with perfect clarity" (Option 2), or "inner truth shines forth effortlessly" (Option 3). "洞然" (dòngrán) describes a state of clear, penetrating insight, and "自明" (zìmíng) indicates that this clarity is self-arising, inherent, and effortless, occurring naturally once the obstructions of preference and aversion are removed.

The final two lines of Quatrain 8, "纔有是非，紛然失心；二由一有，一亦莫守。" are a direct repetition of the latter half of Quatrain 6 (lines 23-24). This repetition serves to underscore the profound importance and foundational nature of these insights within the text. It's a classical rhetorical device to re-emphasize critical points.

- **"纔有是非，紛然失心"**: As established in Quatrain 6's analysis, this means that "As soon as 'right' and 'wrong' arise, the mind is confused" (Option 1), or "The very moment you entertain distinctions of 'right' or 'wrong,' your mind immediately falls into agitation and loses its clear perception" (Option 2). The immediate consequence of making judgments and distinctions is the disruption of inner peace and the loss of clarity. This reinforces the message of "不揀擇難" – the difficulty is in our choosing, which leads directly to "是非" and mental confusion.

- **"二由一有，一亦莫守"**: Again, directly echoing Quatrain 6, this states that "Duality arises from unity; do not cling even to unity" (Option 1), or "Dualistic perspectives originate from a singular source, but even this concept of 'unity' should not be clung to" (Option 2). This reiterates the core non-dual teaching: all apparent dualities are ultimately conceptual constructs emerging from a fundamental oneness. Critically, one must not become attached even to the *concept* of this oneness, as even that attachment would create a subtle form of dualism and hinder complete liberation. This directly supports the initial instruction to "not hate or love," as both are forms of attachment to a perceived duality.

In conclusion, Quatrain 8 begins by offering a profound and liberating perspective on the spiritual path: its true difficulty lies not in external challenges, but in our ingrained habit of discrimination and choice. By cultivating a state of non-preference – letting go of both aversion and attachment – the inherent clarity of reality spontaneously shines forth. The latter half of the quatrain then powerfully re-emphasizes a central theme of the entire text: that dualistic judgments ("right" and "wrong") are the immediate cause of mental agitation, and that while duality stems from an underlying unity, even the concept of unity must be transcended to achieve true, unconditioned freedom. This quatrain beautifully encapsulates the simplicity and directness of the non-dual approach to wisdom.

Tagalog Translation

Quatrain 8: Ang Simplicidad ng Daan at ang Pag-ulit ng Karunungan

Ang Quatrain 8, na sumasaklaw sa mga linya 29-32 ng malalim na tekstong ito, ay nag-aalok ng isang direkta at nagpapalayang pananaw sa espirituwal na landas, na binibigyang-diin ang likas nitong pagiging simple at ang papel ng hindi pagtatangi. Kapansin-pansin, nagpapakita rin ito ng isang karaniwang katangian ng mga klasikal na tradisyon ng karunungan: ang muling pagbibigay-diin sa mga pangunahing prinsipyo. Ang huling bahagi ng quatrain na ito ay kapansin-pansin na nagpapahiwatig ng mga linya mula sa naunang isa, na nagpapahiwatig ng pundasyong kahalagahan ng paglampas sa dualistikong pag-iisip. Ang orihinal na mga karakter ng Tsino, "有道無難，不揀擇難；但莫憎愛，洞然自明。纔有是非，紛然失心；二由一有，一亦莫守，" ay naghahatid ng isang walang-hanggang mensahe tungkol sa kadalian ng katotohanan kapag ang mga pangunahing hadlang ay tinanggal.

"Ang Daan ay hindi mahirap, tanging ang hindi pagpili ang mahirap. Huwag ka lamang mang-ayaw o magmahal, at kusa itong liliwanag. Sa sandaling lumitaw ang 'tama' at 'mali,' ang isip ay nalilito. Ang dualidad ay nagmumula sa pagkakaisa; huwag kang kumapit kahit sa pagkakaisa."

Malalim na Pagsusuri at Interpretasyon

Nagsisimula ang Quatrain 8 sa direktang pagtugon sa pinaghihinalaang kahirapan ng espirituwal na landas, na inililipat ang pokus mula sa mga panlabas na hamon patungo sa panloob na mga gawi ng pag-iisip. Pagkatapos ay inulit nito ang isang mahalagang babala laban sa dualistikong pag-iisip, na binibigyang-diin ang agarang nakakagambalang epekto nito sa isip.

Ang pambungad na mga linya, "有道無難，不揀擇難；" (Linya 29), ay agad na hinahamon ang isang karaniwang maling pananaw tungkol sa espirituwal na pagsasanay. Ang "有道無難" (yǒudào wú nán) ay isinasalin bilang "**Ang Daan ay hindi mahirap**" (Opsyon 1), o "**Ang sukdulang Landas ay hindi likas na mahirap**" (Opsyon 2). Nagtatakda ito ng isang nagpapalayang tono, na nagmumungkahi na ang katotohanan o ang landas patungo dito ay hindi likas na kumplikado o mahirap. Ang tunay na kahirapan ay agad na kinikilala: "不揀擇難" (bùjiǎnzé nán). Nangangahulugan ito ng "**tanging ang hindi pagpili ang mahirap**" (Opsyon 1), o "**ang tunay na mahirap ay ang kawalan ng kakayahang ihinto ang paggawa ng mga pagpili at pagkakaiba**" (Opsyon 2), o "**ang kahirapan ay nasa hindi pagpili at pagtatangi**" (Opsyon 3). Binibigyang-diin nito na ang mga balakid ay hindi nasa labas natin, kundi nasa loob ng ating sariling isip – partikular, ang ating nakasanayang ugali ng patuloy na pagtatangi, paghatol, at paggawa ng mga pagpili. Ito ang walang-tigil na mental na aktibidad ng "ito kaysa doon," "oo o hindi," na lumilikha ng panloob na tensyon at nagkukubli ng pagiging simple.

Ang mga linya 30-31, "但莫憎愛，洞然自明。", ay nag-aalok ng direktang lunas sa "kahirapan" na ito. Ang "但莫憎愛" (dànmò zēng'ài) ay nagbibigay ng pangunahing tagubilin: "**Huwag ka lamang mang-ayaw o magmahal**" (Opsyon 1), "**Pigilin lamang ang pagkamuhi at pagkakapit**" (Opsyon 2), o "**Ilabas lamang ang kagustuhan at pagkamuhi**" (Opsyon 3). Ang "憎" (zēng) ay tumutukoy sa pagkamuhi, galit, o pagkasuklam, habang ang "愛" (ài) ay tumutukoy sa pagkakapit, pag-ibig, o pagnanasa. Ang tagubilin ay ang lumampas sa mga pundasyong polarity ng pagkaakit at pagkamuhi na nagtutulak sa ating patuloy na "pagpili." Kapag ang mga dualistikong reaksyon na ito ay inilabas, ang resulta ay "洞然自明" (dòngrán zìmíng) – ito ay "kusa itong liliwanag" (Opsyon 1), "ang realidad ay kusa itong liliwanag nang may ganap na kaliwanagan" (Opsyon 2), o "ang panloob na katotohanan ay kumikinang nang walang hirap" (Opsyon 3). Ang "洞然" (dòngrán) ay naglalarawan ng isang estado ng malinaw, tumatagos na pananaw, at ang "自明" (zìmíng) ay nagpapahiwatig na ang kaliwanagan na ito ay nagmumula sa sarili, likas, at walang hirap, na nangyayari nang natural kapag ang mga balakid ng kagustuhan at pagkamuhi ay tinanggal.

Ang huling dalawang linya ng Quatrain 8, "纔有是非，紛然失心；二由一有，一亦莫守。" ay isang **direktang pag-uulit ng huling kalahati ng Quatrain 6** (mga linya 23-24). Ang pag-uulit na ito ay nagsisilbing bigyang-diin ang malalim na kahalagahan at pundasyong kalikasan ng mga pananaw na ito sa loob ng teksto. Ito ay isang klasikal na retorikal na aparato upang muling bigyang-diin ang mga kritikal na punto.

- "纔有是非，紛然失心": Gaya ng itinatag sa pagsusuri ng Quatrain 6, nangangahulugan ito na "**Sa sandaling lumitaw ang 'tama' at 'mali,' ang isip ay nalilito**" (Opsyon 1), o "**Sa mismong sandaling pinapasok mo ang mga pagkakaiba ng 'tama' o 'mali,' ang iyong isip ay agad na nahuhulog sa kaguluhan at nawawala ang malinaw nitong pagdama**"

(Opsyon 2). Ang agarang kahihinatnan ng paggawa ng mga paghatol at pagkakaiba ay ang pagkagambala ng panloob na kapayapaan at ang pagkawala ng kaliwanagan. Pinapatibay nito ang mensahe ng "不揀擇難" – ang kahirapan ay nasa ating pagpili, na direktang humahantong sa "是非" at mental na kaguluhan.

- "二由一有，一亦莫守": Muli, direktang inuulit ang Quatrain 6, sinasabi nito na "**Ang dualidad ay nagmumula sa pagkakaisa; huwag kang kumapit kahit sa pagkakaisa**" (Opsyon 1), o "**Ang dualistikong pananaw ay nagmumula sa isang nag-iisang pinagmulan, ngunit maging ang konseptong ito ng 'pagkakaisa' ay hindi dapat kapitan**" (Opsyon 2). Inuulit nito ang pangunahing non-dual na pagtuturo: ang lahat ng maliwanag na dualidad ay sa huli ay konseptuwal na konstruksyon na lumalabas mula sa isang pundasyong pagkakaisa. Kritikal, hindi dapat kumapit kahit sa konsepto ng pagkakaisa na ito, dahil kahit ang pagkakapit na iyon ay lilikha ng isang banayad na anyo ng dualismo at hahadlang sa kumpletong paglaya. Direktang sinusuportahan nito ang paunang tagubilin na "huwag mang-ayaw o magmahal," dahil pareho silang anyo ng pagkakapit sa isang pinaghihinalaang dualidad.

Sa konklusyon, nagsisimula ang Quatrain 8 sa pag-aalok ng isang malalim at nagpapalayang pananaw sa espirituwal na landas: ang tunay nitong kahirapan ay hindi nasa mga panlabas na hamon, kundi sa ating nakasanayang ugali ng pagtatangi at pagpili. Sa pamamagitan ng paglinang ng isang estado ng walang-kagustuhan – pagpapakawala sa parehong pagkamuhi at pagkakapit – ang likas na kaliwanagan ng realidad ay kusa itong kumikinang. Ang huling kalahati ng quatrain ay muling binibigyang-diin nang malakas ang isang sentral na tema ng buong teksto: na ang dualistikong paghatol ("tama" at "mali") ang agarang sanhi ng mental na kaguluhan, at bagaman ang dualidad ay nagmumula sa isang pinagbabatayang pagkakaisa, maging ang konsepto ng pagkakaisa ay dapat lampasan upang makamit ang tunay, walang-kundisyong kalayaan. Maganda ang pagkakabalot ng quatrain na ito sa pagiging simple at direktness ng non-dual na diskarte sa karunungan.

Japanese Translation

クワトレン8：道の単純さと知恵の再帰

この深遠なテキストの29-32行を含むクワトレン8は、精神的な道への直接的かつ解放的な洞察を提供し、その本質的な単純さと非差別の役割を強調しています。興味深いことに、それは古典的な知恵の伝統の共通の特性、つまり核となる原則の再強調も示しています。このクワトレンの後半は、注目すべきことに前のクワトレンの行を反響させており、二元的な思考を超越する

ことの基礎的な重要性を強調しています。オリジナルの漢字「有道無難、不揀擇難；但莫憎愛、洞然自明。纔有是非、紛然失心；二由一有、一亦莫守」は、根本的な障害が取り除かれたときの真実の容易さについて、時代を超越したメッセージを伝えています。

「道は難しくない、ただ選ばないことが難しい。ただ憎むな、愛するな、そうすれば自ずから明らかになる。『是』と『非』が生じるとすぐに、心は混乱する。二元性は一から生じる；一にも執着するな。」

詳細な分析と解釈

クワトレン8は、精神的な道の認識された困難さに直接対処することから始まり、焦点を外的な課題から内的な精神的習慣へと移します。そして、二元的な思考に対する重要な警告を繰り返し、それが心に即座に破壊的な影響を与えることを強調します。

冒頭の「**有道無難、不揀擇難；**」（29行）は、精神的な実践に関する一般的な誤解に即座に異議を唱えます。「**有道無難**」（yǒudào wú nán）は「**道は難しくない**」（オプション1）、または「**究極の道は本質的に困難ではない**」（オプション2）と翻訳されます。これは解放的なトーンを設定し、真実やそれへの道は本質的に複雑でも困難でもないことを示唆しています。真の困

難はすぐに特定されます：「不揀擇難」（bùjiǎnzé nán）。これは「ただ選ばないことが難しい」（オプション1）、または「真に難しいのは選択と区別をやめることができないことである」（オプション2）、または「困難は選り好みしないことにある」（オプション3）を意味します。これは、障害が私たちにとって外部のものではなく、むしろ私たち自身の心の中にあることを強調しています。具体的には、絶えず差別し、判断し、選択する私たちに染み付いた習慣です。内的な緊張を生み出し、単純さを曖昧にするのは、この「あれかこれか」、「イエスかノーか」という絶え間ない精神活動です。

30-31行の「但莫憎愛、洞然自明。」は、この「困難」に対する直接的な解毒剤を提供します。「但莫憎愛」（dànmò zēng'ài）は重要な指示を与えます：「ただ憎むな、愛するな」（オプション1）、「単純に嫌悪と執着を控える」（オプション2）、または「ただ好みと嫌悪を手放す」（オプション3）。「憎」（zēng）は嫌悪、憎しみ、または嫌悪感を指し、「愛」（ài）は執着、愛、または欲望を指します。この指示は、私たちの絶え間ない「選り好み」を助長する、引力と反発というこれらの基本的な極性を超越することです。これらの二元的な反応が解放されると、結果は「洞然自明」（dòngrán zìmíng）です。それは「自ずから明らかになる」（オプション1）、「現実は完璧な明瞭さで自ずから輝き出す」（オプション2）、または「内なる真実が

難なく輝き出る」（オプション3）です。「洞然」（dòngrán）は、明確で浸透する洞察の状態を描写し、「自明」（zìmíng）は、この明瞭さが自己発生的、本質的、かつ難なく、好みと嫌悪の障害が取り除かれると自然に生じることを示しています。

クワトレン8の最後の2行、「纔有是非，紛然失心；二由一有，一亦莫守。」は、クワトレン6の後半（23-24行）の直接的な繰り返しです。この繰り返しは、テキスト内のこれらの洞察の深遠な重要性と基礎的な性質を強調する役割を果たします。これは、重要な点を再強調する古典的な修辞技法です。

- "纔有是非，紛然失心": クワトレン6の分析で確立されたように、これは「『是』と『非』が生じるとすぐに、心は混乱する」（オプション1）、または「あなたが『是』または『非』の区別を抱くその瞬間に、あなたの心はすぐに動揺し、明確な知覚を失う」（オプション2）を意味します。判断と区別を行うことの直接的な結果は、内なる平和の混乱と明瞭さの喪失です。これは「不揀擇難」のメッセージを強化します。困難は私たちの選択にあり、それが直接的に「是非」と精神的な混乱につながるのです。
- "二由一有，一亦莫守": 再び、クワトレン6を直接反響させて、これは「二元性は一

から生じる；一にも執着するな」（オプション1）、または「二元的な視点は単一の源から生じるが、この『一』の概念にさえ執着すべきではない」（オプション2）と述べています。これは、核となる非二元の教えを繰り返しています。すべての見かけ上の二元性は、究極的には根本的な一から生じる概念的な構築物です。決定的に重要なのは、この一の概念にさえ執着してはならないということです。なぜなら、その執着でさえ、微妙な形の二元性を生み出し、完全な解放を妨げるからです。これは、初期の「憎むな、愛するな」という指示を直接支持しています。どちらも認識された二元性への執着の形だからです。

結論として、クワトレン8は、精神的な道に対する深遠で解放的な視点を提供することから始まります。その真の困難は外的な課題ではなく、私たちの差別と選択の染み付いた習慣にあります。非選好の状態、つまり嫌悪と執着の両方を手放す状態を培うことによって、現実の本質的な明瞭さが自ずから輝き出します。クワトレンの後半は、テキスト全体の中心的なテーマを力強く再強調しています。それは、二元的な判断（「是」と「非」）が精神的な動揺の直接的な原因であり、二元性が根底にある一から生じるものの、真の無条件の自由を達成するためには、一の概念さえも超越しなければならないとい

うことです。このクワトレンは、知恵への非二
元的なアプローチの単純さと直接性を美しく要
約しています。

Quatrain 9 The Ineffable Unity and Unfettered Abidance

Quatrain 9, encompassing lines 33-36 of this
profound text, delves into the ultimate culmination of
the non-dual journey: the return to unity and the
nature of that unity. It challenges the mind's tendency
to conceptualize even "oneness" and points to a
reality that transcends all conventional understanding.
The quatrain then offers a powerful instruction on
how to abide in this ineffable truth, emphasizing
freedom from all limitations and attachments. The
original Chinese characters, "萬法歸一，一歸何處
？不可思議，玄之又玄。無處不在，勿拘勿執。
若能如是，合於道矣," guide the seeker beyond
intellectual grasping to a direct, unconditioned
experience.

"All phenomena return to one, but where does the one
return? It cannot be conceived, it is mysterious upon

mysterious. It is nowhere not present; do not constrain, do not grasp. If you can be like this, you accord with the Way."

In-Depth Analysis and Interpretation

Quatrain 9 addresses the highest reaches of non-dual understanding, pushing beyond the initial realization of unity to explore the nature of that unity itself, ultimately pointing to an ineffable, all-pervasive reality.

The opening lines, **"萬法歸一，一歸何處？"** (Line 33), immediately set up a profound inquiry. "萬法歸一" (wànfǎ guīyī) means "All phenomena return to one" (Option 1), or "all ten thousand phenomena ultimately converge into a single reality" (Option 2). This reiterates a core concept of non-dual philosophy: despite the apparent diversity of the world, all things ultimately share a common ground, an underlying unity. However, the quatrain then poses a radical question: "一歸何處？" (yī guī héchù?), meaning "but where does the one return?" (Option 1), or "where does this 'one' itself go?" (Option 2). This is a crucial move. The text has previously warned against clinging even to the concept of "one." This question challenges the mind's tendency to reify "one" into another distinct entity that could "go" somewhere or be located. It prevents the "one" from becoming a new object of attachment.

The answer to this profound question is given in line 34: "不可思議，玄之又玄。" "不可思議" (bùkě sīyì) is a classic phrase meaning "it cannot be conceived" (Option 1), "it is utterly beyond the reach of thought and language" (Option 2), or "it defies all imagination" (Option 3). It means the ultimate reality is ineffable, beyond intellectual grasp or verbal description. It transcends all categories of thought. This is then powerfully reinforced by "玄之又玄" (xuán zhī yòu xuán), meaning "it is mysterious upon mysterious" (Option 1), "a profound mystery that deepens upon contemplation" (Option 2), or "a profound mystery beyond comprehension" (Option 3). "玄" (xuán) often denotes profundity, mystery, and darkness in the sense of being hidden from ordinary perception. The repetition emphasizes its unfathomable nature. It's not something to be figured out, but something to be realized directly, beyond the realm of intellection.

Lines 35-36 then provide the practical instruction for abiding in this ineffable reality: "無處不在，勿拘勿執。若能如是，合於道矣。" "無處不在" (wúchù bùzài) states that "It is nowhere not present" (Option 1), "This ultimate reality is present everywhere, universally accessible" (Option 2), or "It permeates everything" (Option 3). Despite being ineffable, this ultimate reality is not distant or exclusive; it is the very ground of all existence, pervading everything. Since it's ubiquitous, the instruction follows: "勿拘勿執" (wù jū wù zhí). "勿" (wù) means "do not," "拘" (jū) means to constrain, restrict, or confine, and "執"

(zhí) means to grasp, cling to, or hold onto. So, "do not constrain, do not grasp" (Option 1), "do not restrict it with concepts, nor cling to any particular view" (Option 2), or "hold nothing, cling to nothing" (Option 3). This is a vital practical instruction. Because the truth is everywhere and beyond concepts, any attempt to define it, contain it, or cling to a specific idea of it will create a limitation and miss its boundless nature. It requires a release from all mental constructions.

Finally, the quatrain concludes with the outcome of such practice. "若能如是，合於道矣。" (ruò néng rúshì, héyú dàoyǐ). "若能如是" (ruò néng rúshì) means "If you can be like this" (Option 1), "If you are able to exist in this way" (Option 2), or "If you can dwell thus" (Option 3) – referring to the practice of non-constraining and non-grasping. The result is "合於道矣" (héyú dàoyǐ) – "you accord with the Way" (Option 1), "you are in perfect alignment with the Great Way (Tao)" (Option 2), or "you harmonize with the Tao" (Option 3). This signifies complete unity and effortless functioning with the ultimate reality. It's not about achieving something separate, but about recognizing and aligning with the already present fundamental truth of existence.

In sum, Quatrain 9 guides the seeker to the pinnacle of non-dual understanding. It acknowledges the return of all phenomena to unity but immediately challenges the mind's tendency to reify even that "one" into a concept. The ultimate reality is declared ineffable, beyond all thought and language, yet paradoxically, it is universally present. The practical instruction is to release all constraints and attachments, all attempts to grasp or define it, for only by truly letting go can one fully merge and effortlessly accord with the boundless, unconditioned Way (Tao). It beautifully emphasizes that the path is not about acquiring knowledge, but about shedding limiting views to reveal an ever-present truth.

Tagalog Translation

Quatrain 9: Ang Hindi Masasabing Pagkakaisa at Walang Hanggang Pananahan

Ang Quatrain 9, na sumasaklaw sa mga linya 33-36 ng malalim na tekstong ito, ay sumasariwa sa pinakadulo ng non-dual na paglalakbay: ang pagbabalik sa pagkakaisa at ang kalikasan ng pagkakaisang iyon. Hinihamon nito ang tendensya ng isip na i-konseptuwalisa maging ang "pagkakaisa" at itinuturo ang isang realidad na lumalampas sa lahat ng nakagawiang pag-unawa. Pagkatapos ay nag-aalok ang quatrain ng isang makapangyarihang tagubilin kung paano manahan sa hindi masabing katotohanang ito, na binibigyang-diin ang kalayaan mula sa lahat ng limitasyon at pagkakabit. Ang orihinal na mga karakter ng Tsino, "萬法歸一, 一歸何處？ 不可思議, 玄之又玄。無處不在, 勿拘勿執。若能如是, 合於道矣," ay gumagabay sa naghahanap lampas sa intelektuwal na pag-unawa patungo sa isang direkta, walang-kundisyong karanasan.

"Lahat ng phenomena ay bumabalik sa isa, ngunit saan bumabalik ang isa? Hindi ito maiisip, ito ay misteryo sa misteryo. Walang lugar na wala ito; huwag kang magpilit, huwag kang kumapit. Kung magagawa mong ganito, kaayon ka ng Daan."

Malalim na Pagsusuri at Interpretasyon

Tinatrato ng Quatrain 9 ang pinakamataas na antas ng non-dual na pag-unawa, na nagtutulak lampas sa paunang pagkaunawa sa pagkakaisa upang tuklasin ang kalikasan ng pagkakaisang iyon mismo, na sa huli ay tumutukoy sa ısang hindi masabi, sumasaklaw sa lahat ng realidad.

Ang pambungad na mga linya, "萬法歸一，一歸何處？" (Linya 33), ay agad na nagtatakda ng isang malalim na pagtatanong. Ang "萬法歸一" (wànfǎ guīyī) ay nangangahulugang **"Lahat ng phenomena ay bumabalik sa isa"** (Opsyon 1), o **"lahat ng sampung libong phenomena ay sa huli ay nagsasama sa isang nag-iisang realidad"** (Opsyon 2). Inuulit nito ang isang pangunahing konsepto ng non-dual na pilosopiya: sa kabila ng maliwanag na pagkakaiba-iba ng mundo, ang lahat ng bagay ay sa huli ay nagbabahagi ng isang karaniwang batayan, isang pinagbabatayang pagkakaisa. Gayunpaman, ang quatrain ay nagtatanong ng isang radikal na tanong: "一歸何處？" (yī guī héchù?), na nangangahulugang **"ngunit saan bumabalik ang isa?"** (Opsyon 1), o **"saan pupunta ang 'isang' ito mismo?"** (Opsyon 2). Ito ay isang mahalagang hakbang. Binalaan na ng teksto noon ang laban sa pagkakapit kahit sa konsepto ng "isa." Hinahamon ng tanong na ito ang tendensya ng isip na gawing panibagong natatanging entidad ang "isa" na maaaring "pumunta" kung saan o matatagpuan. Pinipigilan nito ang "isa" na maging bagong bagay ng pagkakabit.

Ang sagot sa malalim na tanong na ito ay ibinigay sa linya 34: "不可思議，玄之又玄。" Ang "不可思議" (bùkě sīyì) ay isang klasikong parirala na nangangahulugang **"hindi ito maiisip"** (Opsyon 1), **"ito ay ganap na lampas sa abot ng pag-iisip at wika"** (Opsyon 2), o **"nilalabanan nito ang lahat ng imahinasyon"** (Opsyon 3). Nangangahulugan ito na ang sukdulang realidad ay hindi masabi, lampas sa intelektuwal na pag-unawa o berbal na paglalarawan. Nilalampasan nito ang lahat ng kategorya ng pag-iisip. Ito ay pagkatapos ay malakas na pinapatibay ng "玄之又玄" (xuán zhī yòu xuán), na nangangahulugang **"ito ay misteryo sa misteryo"** (Opsyon 1), **"isang malalim na misteryo na lumalalim sa pagbubulay-bulay"** (Opsyon 2), o **"isang malalim na misteryo na lampas sa pang-unawa"** (Opsyon 3). Ang "玄" (xuán) ay madalas na nagpapahiwatig ng lalim, misteryo, at kadiliman sa kahulugan ng pagiging nakatago mula sa ordinaryong pagdama. Ang pag-uulit ay nagbibigay-diin sa hindi nito maintindihang kalikasan. Hindi ito isang bagay na dapat alamin, kundi isang bagay na dapat direktang matuklasan, lampas sa kaharian ng intelektuwalisasyon.

Ang mga linya 35-36 pagkatapos ay nagbibigay ng praktikal na tagubilin para sa pananahan sa hindi masabing realidad na ito: "無處不在，勿拘勿執。若能如是，合於道矣。" Ang "無處不在" (wúchù bùzài) ay nagsasaad na "**Walang lugar na wala ito**" (Opsyon 1), "**Ang sukdulang realidad na ito ay naroroon sa lahat ng dako, unibersal na naa-access**" (Opsyon 2), o "**Sumasaklaw ito sa lahat ng bagay**" (Opsyon 3). Sa kabila ng pagiging hindi masabi, ang sukdulang realidad na ito ay hindi malayo o eksklusibo; ito ang mismong batayan ng lahat ng pag-iral, na sumasaklaw sa lahat ng bagay. Dahil ito ay laganap, sumusunod ang tagubilin: "勿拘勿執" (wù jū wù zhí). Ang "勿" (wù) ay nangangahulugang "huwag," ang "拘" (jū) ay nangangahulugang magpilit, maghigpit, o magkulong, at ang "執" (zhí) ay nangangahulugang kumapit, humawak, o manghawakan. Kaya, "**huwag kang magpilit, huwag kang kumapit**" (Opsyon 1), "**huwag mo itong higpitan ng mga konsepto, ni kumapit sa anumang partikular na pananaw**" (Opsyon 2), o "**wala kang hawakan, wala kang kapitan**" (Opsyon 3). Ito ay isang mahalagang praktikal na tagubilin. Dahil ang katotohanan ay nasa lahat ng dako at lampas sa mga konsepto, anumang pagtatangka na tukuyin ito, nilalamanin ito, o kumapit sa isang partikular na ideya nito ay lilikha ng limitasyon at mawawala ang walang hanggan nitong kalikasan. Nangangailangan ito ng paglaya mula sa lahat ng mental na konstruksyon.

Sa wakas, nagtatapos ang quatrain sa resulta ng ganoong pagsasanay: "若能如是，合於道矣。" (ruò néng rúshì, héyú dàoyǐ). Ang "若能如是" (ruò néng rúshì) ay nangangahulugang **"Kung magagawa mong ganito"** (Opsyon 1), **"Kung ikaw ay makakapag-iral sa ganitong paraan"** (Opsyon 2), o **"Kung maaari kang manirahan nang ganito"** (Opsyon 3) – na tumutukoy sa pagsasanay ng hindi pagpilit at hindi pagkakapit. Ang resulta ay "合於道矣" (héyú dàoyǐ) – **"kaayon ka ng Daan"** (Opsyon 1), **"nasa perpektong pagkakahanay ka sa Dakilang Daan (Tao)"** (Opsyon 2), o **"nagkakasundo ka sa Tao"** (Opsyon 3). Ito ay nagpapahiwatig ng kumpletong pagkakaisa at walang hirap na paggana sa sukdulang realidad. Hindi ito tungkol sa pagkamit ng isang bagay na hiwalay, kundi tungkol sa pagkilala at pagkakahanay sa naroroon nang pundasyong katotohanan ng pag-iral.

Sa kabuuan, ginagabayan ng Quatrain 9 ang naghahanap sa tuktok ng non-dual na pag-unawa. Kinikilala nito ang pagbabalik ng lahat ng phenomena sa pagkakaisa ngunit agad na hinahamon ang tendensya ng isip na gawing konsepto maging ang "isang" iyon. Ang sukdulang realidad ay idineklara na hindi masabi, lampas sa lahat ng pag-iisip at wika, ngunit kabalintunaan, ito ay unibersal na naroroon. Ang praktikal na tagubilin ay ang pakawalan ang lahat ng pagpilit at pagkakabit, lahat ng pagtatangkang unawain o tukuyin ito, dahil sa pamamagitan lamang ng tunay na pagpapakawala maaaring lubos na makipag-isa at walang hirap na umayon sa walang hanggan, walang-kundisyong Daan (Tao). Maganda nitong binibigyang-diin na ang landas ay hindi tungkol sa pagkuha ng kaalaman, kundi tungkol sa pagtatanggal ng mga limitadong pananaw upang ihayag ang isang laging naroroon na katotohanan.

Japanese Translation

クワトレン9：筆舌に尽くしがたい統一と束縛されない安住

この深遠なテキストの33-36行からなるクワトレン9は、非二元の旅の究極の到達点である統一への回帰とその統一の性質を深く掘り下げています。それは「一」でさえ概念化しようとする心の傾向に異議を唱え、すべての慣習的な理解を超越する現実に指し示しています。このクワトレンは、この筆舌に尽くしがたい真実にどのように安住するかについて強力な指示を提供し、すべての制約と執着からの自由を強調しています。オリジナルの漢字「萬法歸一、一歸何處？不可思議、玄之又玄。無處不在、勿拘勿執。若能如是、合於道矣」は、探求者を知的把握を超え、直接的で無条件の体験へと導きます。

「万法は一に帰す、しかしその一はどこへ帰すのか？それは考えられない、玄妙にしてまた玄妙である。どこにも存在しないところはない；とらわれるな、執着するな。もしそのようにできるなら、道と合致するであろう。」

詳細な分析と解釈

クワトレン9は、非二元的な理解の最高峰に対処し、統一の初期の認識を超えて、その統一自体の性質を探求し、最終的には筆舌に尽くしがたい、遍在する現実を指し示しています。

冒頭の「**萬法歸一、一歸何處？**」（33行）は、すぐに深遠な問いを設定します。「**萬法歸一**」（wànfǎ guīyī）は「**万法は一に帰す**」（オプション1）、または「**すべての万物は最終的に単一の現実に収束する**」（オプション2）を意味します。これは、非二元哲学の核心概念を繰り返しています。世界の明らかな多様性にもかかわらず、すべてのものは最終的に共通の基盤、根本的な統一を共有しています。しかし、このクワトレンは、その後に根本的な問いを投げかけます：「**一歸何處？**」（yī guī héchù?）。これは「**しかしその一はどこへ帰すのか？**」（オプション1）、または「**この『一』自体はどこへ行くのか？**」（オプション2）を意味します。これは決定的な動きです。テキストは以前に「一」の概念にさえ執着しないよう警告していました。この問いは、「一」をどこかへ「行く」ことができる、あるいはどこかに位置づけられる別の明確な実体として具体化しようとする心の傾向に異議を唱えます。それは「一」が新たな執着の対象となるのを防ぎます。

この深遠な問いへの答えは34行で与えられています：「不可思議、玄之又玄。」「不可思議」（bùkě sīyì）は「考えられない」（オプション1）、「思考と言葉の範囲を完全に超えている」（オプション2）、または「あらゆる想像を絶する」（オプション3）を意味する古典的な表現です。それは、究極の現実が筆舌に尽くしがたく、知的把握や言葉による説明を超えていることを意味します。それは思考のすべてのカテゴリを超越します。これは、「玄之又玄」（xuán zhī yòu xuán）によって強力に強化されます。これは「玄妙にしてまた玄妙である」（オプション1）、「瞑想を深めるにつれて深まる深遠な神秘」（オプション2）、または「理解を超えた深遠な神秘」（オプション3）を意味します。「玄」（xuán）は、通常の知覚から隠されているという意味で、深遠さ、神秘性、暗さを示すことが多いです。繰り返しは、その計り知れない性質を強調しています。それは解明されるべきものではなく、知性主義の領域を超えて直接的に実現されるべきものです。

35-36行は、この筆舌に尽くしがたい現実に安住するための実践的な指示を提供します：「無處不在、勿拘勿執。若能如是、合於道矣。」「無處不在」（wúchù bùzài）は「どこにも存在しないところはない」（オプション1）、「この究極の現実は遍在し、普遍的にアクセス可能である」（オプション2）、または「それはすべてを浸透している」（オプション3）と述べています。

筆舌に尽くしがたいにもかかわらず、この究極の現実は遠く離れていたり、排他的であったりしません。それはすべての存在のまさに基盤であり、すべてを浸透しています。それが遍在であるため、指示が続きます：「勿拘勿執」（wù jū wù zhí）。「勿」（wù）は「するな」を意味し、「拘」（jū）は制約する、制限する、閉じ込めるを意味し、「執」（zhí）はつかむ、しがみつく、保持するを意味します。したがって、「とらわれるな、執着するな」（オプション1）、「概念でそれを制限するな、特定の見解にしがみつくこともするな」（オプション2）、または「何も持つな、何も執着するな」（オプション3）。これは非常に重要な実践的な指示です。真実がどこにでもあり、概念を超えているため、それを定義したり、閉じ込めたり、特定のアイデアにしがみついたりしようとする試みは、限界を生み出し、その無限の性質を見失うことになります。それはすべての精神的な構築からの解放を必要とします。

最後に、このクワトレンはそのような実践の結果で締めくくられています：「若能如是、合於道矣。」（ruò néng rúshì, héyú dàoyǐ）。「若能如是」（ruò néng rúshì）は「もしそのようにできるなら」（オプション1）、「もしこのように存在できるなら」（オプション2）、または「もしこのように安住できるなら」（オプション3）を意味します。これは、非制約と非執着の実践を指します。結果は「合於道矣」（héyú dàoyǐ）で

す。「道と合致する」（オプション1）、「大道
（タオ）と完全に一致する」（オプション2）、
または「タオと調和する」（オプション3）。こ
れは、究極の現実との完全な統一と effortless な
機能を示します。それは何か別のものを達成す
ることではなく、すでに存在する存在の根本的
な真実を認識し、それと一致することです。

要約すると、クワトレン9は、探求者を非二元的
な理解の頂点へと導きます。それはすべての現
象が統一に回帰することを認めますが、その「
一」さえも概念化しようとする心の傾向に即座
に異議を唱えます。究極の現実は、すべての思
考と言語を超えて筆舌に尽くしがたいと宣言さ
れますが、逆説的に、それは普遍的に存在しま
す。実践的な指示は、すべての制約と執着、つ
まりそれを把握したり定義したりしようとする
すべての試みを手放すことです。なぜなら、真
に手放すことによってのみ、無限で無条件の道
（タオ）と完全に融合し、難なく合致すること
ができるからです。このクワトレンは、道が知
識を得ることではなく、常に存在する真実を明
らかにするために限定的な見方を捨てることで
あることを美しく強調しています。

Quatrain 10 The True Nature of Mind and the Transcendent View

Quatrain 10, encompassing lines 37-40 of this profound text, plunges deeper into the inherent nature of mind and reality, dissecting the very process of perception and exposing the limitations of conventional views. It challenges our assumptions about "seeing" and "existing," pushing the inquirer towards a non-conceptual understanding that transcends all dualities. The quatrain ultimately dismantles the mind's tendency to grasp at fixed notions, even those of emptiness or existence, revealing the fluid and ungraspable nature of truth. The original Chinese characters, "心性自然，無來無去；見有無見，了無可見。空非空見，有非有見；是即非是，非即是非," guide the seeker to a liberating realization beyond all intellectual constructs.

"Mind-nature is spontaneous, without coming or going. Seeing is non-seeing; ultimately, nothing can be seen. Emptiness is not a view of emptiness, existence is not a view of existence. 'Is' is not 'is,' 'is not' is not 'is not.'"

In-Depth Analysis and Interpretation

Quatrain 10 takes the philosophical inquiry to an even more subtle level, deconstructing the very act of perception and the concepts we use to describe reality. It points to a dynamic, non-dual truth that cannot be confined by any mental construct.

The opening lines, **"心性自然，無來無去；" (Line 37)**, describe the ultimate characteristic of the mind's true nature. "心性" (xīnxìng) refers to "mind-nature" (Option 1) or "the fundamental nature of mind" (Option 2), the inherent, unconditioned essence of consciousness. It is "自然" (zìrán), meaning "spontaneous" (Option 1), "inherently self-so" (Option 2), or "naturally unfixed" (Option 3). This emphasizes its unmanufactured, self-existing quality. Crucially, this mind-nature is "無來無去" (wúlái wúqù) – "without coming or going" (Option 1), "without any arising or ceasing, without beginning or end" (Option 2), or "neither arriving nor departing" (Option 3). This speaks to its timeless, changeless, and transcendent nature. It is not born and does not die; it is beyond the temporal flux of phenomena, much like space itself.

Lines 38-39 then dive into the elusive nature of perception: **"見有無見，了無可見。 空非空見， 有非有見；"** "見有無見" (jiàn wú jiàn) is a powerful statement, meaning "Seeing is non-seeing" (Option 1), "True seeing is a non-conceptual seeing" (Option 2), or "To truly see is to see without perception"

(Option 3). This is not about being blind, but about seeing without the overlay of conceptual interpretation, judgment, or reification. It's a seeing that doesn't create separate objects or impose fixed meanings. Consequently, "了無可見" (liǎo wú kějiàn) means "ultimately, nothing can be seen" (Option 1), "there is nothing tangible or definable that can be truly perceived" (Option 2), or "in the end, nothing is truly perceivable" (Option 3). This emphasizes that the ultimate truth is not an object that can be gazed upon or grasped by the senses or intellect. It's a realization that transcends the subject-object duality of ordinary perception.

Building on this, the next two phrases, **"空非空見, 有非有見"** directly address the previous quatrains' cautions against clinging to concepts, even profound ones. "空非空見" (kōng fēi kōng jiàn) means "Emptiness is not a view of emptiness" (Option 1), or "Even the concept of emptiness is not a fixed view of emptiness" (Option 2). "空" (kōng), emptiness, is a central concept in Buddhist thought, signifying the lack of inherent self-existence of all phenomena. However, the text warns against treating "emptiness" as another fixed concept or "view" (見, jiàn) to be grasped or held onto. The moment it becomes a fixed view, it is no longer true emptiness. Similarly, "有非 有見" (yǒu fēi yǒu jiàn) means "existence is not a view of existence" (Option 1), or "the concept of existence is not a fixed view of existence" (Option 2). This applies the same logic to "existence" (有, yǒu). Neither 'emptiness' nor 'existence' should be reified into rigid, opposing concepts that limit understanding. True reality is beyond both.

Finally, line 40 brings this to a paradoxical conclusion: "是即非是，非即是非。" This employs a common rhetorical device in Zen and Taoist texts to break through conceptual rigidity. "是即非是" (shì jí fēi shì) means "'Is' is not 'is'" (Option 1), "'This is so' is precisely 'this is not so'" (Option 2), or "'Affirmation' is not absolute affirmation" (Option 3). This means that any affirmation, any statement of "is-ness," is not ultimately fixed or absolute. In the context of ultimate reality, any claim of "is" simultaneously contains its "is not." The nature of reality is not confined by our logical categories. Similarly, "非即是非" (fēi jí fēi fēi) means "'is not' is not 'is not'" (Option 1), "'this is not so' is precisely 'this is so'" (Option 2), or "'negation' is not absolute negation" (Option 3). This means that even a negation, a statement of "is not-ness," is not ultimately absolute. The text is urging us to transcend rigid dualistic logic, where something must be either 'this' or 'not this.' True reality encompasses and transcends such distinctions. It's a call to move beyond the confines of intellectual, binary thinking into a more fluid and inclusive understanding.

In summation, Quatrain 10 is a profound teaching on the ineffable and ungraspable nature of ultimate reality. It begins by asserting that the mind's true nature is timeless and unmoving, transcending all phenomenal arising and ceasing. It then radically redefines "seeing," pointing to a non-conceptual perception where no distinct object can be truly held. Most crucially, it warns against clinging to fixed views, even those of "emptiness" or "existence," as these concepts, when reified, become barriers. The quatrain concludes with a powerful, paradoxical statement that dissolves all rigid affirmations and negations, pushing the inquirer to transcend dualistic logic and experience reality as it is, beyond the confines of words and thoughts.

Tagalog Translation

Quatrain 10: Ang Tunay na Kalikasan ng Isip at ang Lampas na Pananaw

Ang Quatrain 10, na sumasaklaw sa mga linya 37-40 ng malalim na tekstong ito, ay sumisisid nang mas malalim sa likas na kalikasan ng isip at realidad, tinatalakay ang mismong proseso ng persepsyon at inilalantad ang mga limitasyon ng nakagawiang pananaw. Hinihamon nito ang ating mga palagay tungkol sa "pagtingin" at "pag-iral," na nagtutulak sa nagtatanong patungo sa isang non-konseptuwal na pag-unawa na lumalampas sa lahat ng dualidad. Sa huli, giniba ng quatrain ang tendensya ng isip na kumapit sa mga nakapirming nosyon, maging ang mga walang laman o pag-iral, na nagbubunyag ng likido at hindi mahawak na kalikasan ng katotohanan. Ang orihinal na mga karakter ng Tsino, "心性自然, 無來無去；見有無見，了無可見。空非空見，有非有見；是即非是，非即是非," ay gumagabay sa naghahanap sa isang nagpapalayang pagkaunawa lampas sa lahat ng intelektuwal na konstruksyon.

"Ang kalikasan ng isip ay kusang-loob, walang dumarating o umaalis. Ang pagtingin ay hindi pagtingin; sa huli, walang makikita. Ang kawalan ay hindi pananaw ng kawalan, ang pag-iral ay hindi pananaw ng pag-iral. Ang 'ay' ay hindi 'ay,' ang 'hindi ay' ay hindi 'hindi ay.'"

Malalim na Pagsusuri at Interpretasyon

Dinadala ng Quatrain 10 ang pilosopikal na pagtatanong sa isang mas banayad na antas, sinisira ang mismong kilos ng persepsyon at ang mga konsepto na ginagamit natin upang ilarawan ang realidad. Itinuturo nito ang isang dinamiko, non-dual na katotohanan na hindi maaaring ikulong ng anumang mental na konstruksyon.

Ang pambungad na mga linya, "心性自然，無來無去；" (Linya 37), ay naglalarawan ng sukdulang katangian ng tunay na kalikasan ng isip. Ang "心性" (xīnxìng) ay tumutukoy sa **"kalikasan ng isip"** (Opsyon 1) o **"ang pundasyong kalikasan ng isip"** (Opsyon 2), ang likas, walang-kundisyong esensya ng kamalayan. Ito ay "自然" (zìrán), na nangangahulugang **"kusang-loob"** (Opsyon 1), **"likas na ganito"** (Opsyon 2), o **"natural na hindi nakapirmi"** (Opsyon 3). Binibigyang-diin nito ang hindi gawa, self-existing na kalidad nito. Mahalaga, ang kalikasan ng isip na ito ay "無來無去" (wúlái wúqù) – "**walang dumarating o umaalis**" (Opsyon 1), "**walang anumang paglitaw o pagtigil, walang simula o wakas**" (Opsyon 2), o "**hindi dumarating o umaalis**" (Opsyon 3). Ito ay tumutukoy sa walang-hanggan, hindi nagbabago, at lampas na kalikasan nito. Hindi ito ipinanganak at hindi namamatay; ito ay lampas sa temporal na daloy ng phenomena, tulad ng espasyo mismo.

Ang mga linya 38-39 pagkatapos ay sumisid sa mailap na kalikasan ng persepsyon: "見有無見，了無可見。空非空見，有非有見；" Ang "見有無見" (jiàn wú jiàn) ay isang makapangyarihang pahayag, na nangangahulugang "**Ang pagtingin ay hindi pagtingin**" (Opsyon 1), "**Ang tunay na pagtingin ay isang non-konseptuwal na pagtingin**" (Opsyon 2), o "**Upang tunay na makita ay ang makita nang walang persepsyon**" (Opsyon 3). Hindi ito tungkol sa pagiging bulag, kundi tungkol sa pagtingin nang walang overlay ng konseptuwal na interpretasyon, paghatol, o reification. Ito ay isang pagtingin na hindi lumilikha ng magkakahiwalay na bagay o nagpapataw ng mga nakapirming kahulugan. Dahil dito, ang "了無可見" (liǎo wú kějiàn) ay nangangahulugang "**sa huli, walang makikita**" (Opsyon 1), "**walang anumang nasasalat o matutukoy na tunay na makikita**" (Opsyon 2), o "**sa huli, walang tunay na nakikita**" (Opsyon 3). Binibigyang-diin nito na ang sukdulang katotohanan ay hindi isang bagay na maaaring pagmasdan o mahawakan ng mga pandama o intelektwal. Ito ay isang pagkaunawa na lumalampas sa subject-object duality ng ordinaryong persepsyon.

Batay dito, ang susunod na dalawang parirala, "空非空見，有非有見" ay direktang tumutukoy sa mga babala ng mga naunang quatrain laban sa pagkakapit sa mga konsepto, maging ang mga malalim. Ang "空非空見" (kōng fēi kōng jiàn) ay nangangahulugang **"Ang kawalan ay hindi pananaw ng kawalan"** (Opsyon 1), o **"Maging ang konsepto ng kawalan ay hindi isang nakapirming pananaw ng kawalan"** (Opsyon 2). Ang "空" (kōng), kawalan, ay isang sentral na konsepto sa pag-iisip ng Budismo, na nagpapahiwatig ng kawalan ng likas na pag-iral ng lahat ng phenomena. Gayunpaman, ang teksto ay nagbabala laban sa pagtrato sa "kawalan" bilang isa pang nakapirming konsepto o "見" (jiàn) na dapat hawakan o kapitan. Sa sandaling ito ay maging isang nakapirming pananaw, hindi na ito tunay na kawalan. Katulad nito, ang "有非有見" (yǒu fēi yǒu jiàn) ay nangangahulugang **"ang pag-iral ay hindi pananaw ng pag-iral"** (Opsyon 1), o **"ang konsepto ng pag-iral ay hindi isang nakapirming pananaw ng pag-iral"** (Opsyon 2). Inilalapat nito ang parehong lohika sa "pag-iral" (有, yǒu). Ni ang 'kawalan' ni ang 'pag-iral' ay hindi dapat gawing matibay, nagbabanggaang konsepto na naglilimita sa pag-unawa. Ang tunay na realidad ay lampas sa pareho.

Sa wakas, ang linya 40 ay nagdadala nito sa isang paradoksikal na konklusyon: "是即非是，非即是非。" Ginagamit nito ang isang karaniwang retorikal na aparato sa mga tekstong Zen at Taoist upang sirain ang konseptuwal na katigasan. Ang "是即非是" (shì jí fēi shì) ay nangangahulugang **"Ang 'ay' ay hindi**

'ay'" (Opsyon 1), **"Ang 'ito ay gayon' ay tiyak na 'ito ay hindi gayon'"** (Opsyon 2), o **"'Pagpapatunay' ay hindi ganap na pagpapatunay"** (Opsyon 3). Nangangahulugan ito na ang anumang pagpapatunay, anumang pahayag ng "pagiging," ay hindi sa huli ay nakapirmi o ganap. Sa konteksto ng sukdulang realidad, anumang pag-angkin ng "ay" ay sabay na naglalaman ng "hindi ay" nito. Ang kalikasan ng realidad ay hindi limitado ng ating mga lohikal na kategorya. Katulad nito, ang "非即是非" (fēi jí fēi fēi) ay nangangahulugang **"'hindi ay' ay hindi 'hindi ay'"** (Opsyon 1), **"'ito ay hindi gayon' ay tiyak na 'ito ay gayon'"** (Opsyon 2), o **"'pagtanggi' ay hindi ganap na pagtanggi"** (Opsyon 3). Nangangahulugan ito na maging ang isang pagtanggi, isang pahayag ng "hindi pagiging," ay hindi sa huli ay ganap. Hinihimok tayo ng teksto na lampasan ang matibay na dualistikong lohika, kung saan ang isang bagay ay dapat na 'ito' o 'hindi ito.' Ang tunay na realidad ay sumasaklaw at lumalampas sa gayong mga pagkakaiba. Ito ay isang panawagan na lumampas sa mga hangganan ng intelektwal, binaryong pag-iisip patungo sa isang mas likido at kasama na pag-unawa.

Sa kabuuan, ang Quatrain 10 ay isang malalim na pagtuturo sa hindi masabi at hindi mahawakan na kalikasan ng sukdulang realidad. Nagsisimula ito sa pagpapatunay na ang tunay na kalikasan ng isip ay walang-hanggan at hindi gumagalaw, lumalampas sa lahat ng phenomenal na paglitaw at pagtigil. Pagkatapos ay radikal nitong binibigyang-kahulugan ang "pagtingin," na tumutukoy sa isang non-konseptuwal na persepsyon kung saan walang natatanging bagay na tunay na mahawakan. Pinakamahalaga, nagbabala ito laban sa pagkakapit sa mga nakapirming pananaw, maging ang mga "kawalan" o "pag-iral," dahil ang mga konseptong ito, kapag ginawang reified, ay nagiging mga hadlang. Nagtatapos ang quatrain sa isang makapangyarihan, paradoksikal na pahayag na nagdidiskarga sa lahat ng matibay na pagpapatunay at pagtanggi, na nagtutulak sa nagtatanong na lampasan ang dualistikong lohika at danasin ang realidad kung ano ito, lampas sa mga hangganan ng mga salita at kaisipan.

Japanese Translation

クワトレン10：心の真の性質と超越的な見方

この深遠なテキストの37-40行からなるクワトレン10は、心と現実の本質的な性質をさらに深く掘り下げ、知覚のプロセスそのものを分析し、慣習的な見方の限界を暴き出しています。それは「見ること」と「存在すること」に関する私たちの前提に挑戦し、探求者をすべての二元性を超える非概念的な理解へと導きます。このクワトレンは最終的に、空や存在の概念でさえも、固定された概念にしがみつく心の傾向を解体し、真実の流動的で捉えどころのない性質を明らかにします。オリジナルの漢字「心性自然、

無來無去；見有無見、了無可見。空非空見、有非有見；是即非是、非即是非」は、探求者をすべての知的構築物を超えた解放的な悟りへと導きます。

「心性は自然であり、来るところもなく、去るところもない。見ることは見ないことである；究極的には、何も見られない。空は空の見方ではなく、有は有の見方ではない。『是』は『是』ではなく、『非』は『非』ではない。」

詳細な分析と解釈

クワトレン10は、哲学的な探求をさらに微妙なレベルへと高め、知覚行為そのものと、現実を記述するために使用する概念を解体します。それは、いかなる精神的構築物にも閉じ込められない、動的で非二元的な真実を指し示しています。

冒頭の「**心性自然、無來無去；**」（37行）は、心の真の性質の究極の特性を記述しています。「**心性**」（xīnxing）は「**心の本質**」（オプション1）または「**心の根本的な性質**」（オプション2）を指し、意識の本質的で無条件な本質を意味します。それは「**自然**」（zìrán）であり、「**自発的**」（オプション1）、「**本質的に自己そうである**」（オプション2）、または「**自然に固定されない**」（オプション3）を意味します。これは、その非人工的で自己存在する性質を強調して

います。決定的に重要なのは、この心の本質が「無來無去」（wúlái wúqù）であることです。これは「来るところもなく、去るところもない」（オプション1）、「いかなる生起も消滅もなく、始まりも終わりもない」（オプション2）、または「到着も出発もない」（オプション3）を意味します。これは、その時間不変、不変、超越的な性質を語っています。それは生まれず、死にません。現象の時間的な流れを超えており、空間そのものと非常によく似ています。

38-39行は、知覚の捉えどころのない性質に深く踏み込んでいます：「見有無見、了無可見。空非空見、有非有見；」「見有無見」（jiàn wú jiàn）は強力な声明であり、「見ることは見ないことである」（オプション1）、「真の見ることは非概念的な見ることである」（オプション2）、または「真に見ることは知覚なしに見ることである」（オプション3）を意味します。これは盲目であることを意味するのではなく、概念的な解釈、判断、あるいは具体化の重ね合わせなしに見ることを意味します。それは分離した対象を作成したり、固定された意味を課したりしない見方です。その結果、「了無可見」（liǎo wú kějiàn）は「究極的には、何も見られない」（オプション1）、「真に知覚できるような具体的なものや定義できるものは何もない」（オプション2）、または「結局、何も真に知覚できない」（オプション3）を意味します。これは、究極の真実が、感覚や知性によって見つめられた

り把握されたりする対象ではないことを強調しています。それは、通常の知覚の主客二元性を超越した悟りです。

これに基づいて、次の2つのフレーズ「空非空見、有非有見」は、前のクワトレンが概念、たとえ深遠な概念であっても、それに執着することに対する警告に直接言及しています。「空非空見」（kōng fēi kōng jiàn）は「空は空の見方ではない」（オプション1）、または「空の概念でさえ、空の固定された見方ではない」（オプション2）を意味します。「空」（kōng）は、仏教思想の中心概念であり、すべての現象の固有の自己存在の欠如を意味します。しかし、テキストは「空」を把握したり保持したりすべき別の固定された概念または「見」（jiàn）として扱うことに警告しています。それが固定された見方になった瞬間、それはもはや真の空ではありません。同様に、「有非有見」（yǒu fēi yǒu jiàn）は「有は有の見方ではない」（オプション1）、または「有の概念は、有の固定された見方ではない」（オプション2）を意味します。これは、「有」（有、yǒu）にも同じ論理を適用します。空も有も、理解を制限する固定的で対立する概念として具体化すべきではありません。真の現実はその両方を超越しています。

最後に、40行はこれを逆説的な結論へと導きます：「是即非是、非即是非。」これは、禅宗や道教のテキストで概念的な硬直性を打ち破るた

めによく用いられる修辞技法です。「是即非是」（shì jí fēi shì）は「『是』は『是』ではない」（オプション1）、「『これはそうである』はまさに『これはそうではない』である」（オプション2）、または「『肯定』は絶対的な肯定ではない」（オプション3）を意味します。これは、いかなる肯定、いかなる「であること」の声明も、究極的には固定されたり絶対的であったりしないことを意味します。究極の現実の文脈では、「是」といういかなる主張も、同時にその「非是」を含んでいます。現実の性質は、私たちの論理的なカテゴリに閉じ込められません。同様に、「非即是非」（fēi jí fēi fēi）は「『非』は『非』ではない」（オプション1）、「『これはそうではない』はまさに『これはそうである』である」（オプション2）、または「『否定』は絶対的な否定ではない」（オプション3）を意味します。これは、否定、つまり「ではないこと」の声明でさえ、究極的には絶対的ではないことを意味します。テキストは、何かが「これ」または「これではない」のいずれかであるべきという、固定的で二元的な論理を超越するよう私たちに促しています。真の現実は、そのような区別を包含し、超越します。それは、知的で二元的な思考の枠を超え、より流動的で包括的な理解へと移行することを求める呼びかけです。

要するに、クワトレン10は、究極の現実の筆舌に尽くしがたく、捉えどころのない性質に関す

る深遠な教えです。それは、心の真の性質が時間不変で不動であり、すべての現象の生起と消滅を超越していると主張することから始まります。次に、それは「見ること」を根本的に再定義し、明確な対象が真に保持できない非概念的な知覚を指し示します。最も決定的に重要なのは、「空」や「有」の概念でさえも、固定された見方に執着しないよう警告することです。なぜなら、これらの概念は、具体化されると障壁となるからです。クワトレンは、すべての固定的肯定と否定を解消する強力な逆説的な声明で締めくくられ、探求者に二元的な論理を超越し、言葉や思考の枠を超えて現実をあるがままに体験するよう促しています。

Quatrain 11 The True Stillness Beyond Motion and Cessation

Quatrain 11, encompassing lines 41-44 of this profound text, serves as a pivotal bridge, connecting the previous quatrains' abstract philosophical insights to a more direct instruction on the nature of authentic spiritual realization. It clarifies the consequence of not aligning with non-dual understanding and then delves deeply into the concept of "no-mind" as the true source of tranquility, transcending even the conventional notions of movement and stillness. The quatrain ultimately culminates in defining genuine cessation as the dissolution of both activity and deliberate rest. The original Chinese characters, "若不如是，必不契真。一切動靜，皆以無心；無心不動，不動不止。止動俱滅，是即真止," guide the seeker toward an unconditioned state of being.

"If not like this, you will surely not accord with truth. All movement and stillness are based on no-mind. No-mind does not move, not moving does not stop. Both stopping and moving cease; this is true stillness."

In-Depth Analysis and Interpretation

Quatrain 11 directly addresses the practical implications of the non-dual teaching, emphasizing that true understanding is essential for aligning with reality. It then introduces and elaborates on the concept of "no-mind" as the source of authentic stillness, transcending the superficial opposition of movement and cessation.

The opening line, **"若不如是，必不契真。" (Line 41)**, serves as a direct warning or affirmation. "若不如是" (ruò bùrúshì) means "If not like this" (Option 1), referring to the previous instructions on transcending dualities and fixed views. The consequence is stark: "必不契真" (bì bù qìzhēn), meaning "you will surely not accord with truth" (Option 1), "you will certainly not genuinely harmonize with ultimate truth" (Option 2), or "one cannot truly resonate with reality" (Option 3). This emphasizes that merely intellectualizing the concepts is insufficient; the understanding must be embodied and lived, a deep alignment that allows one to "accord" or "harmonize" with the ultimate nature of reality. Without this, true realization remains elusive.

Lines 42-43 then introduce a core concept for achieving this alignment: "一切動靜，皆以無心；無心不動，不動不止。" "一切動靜" (yīqiè dòngjìng) encompasses "All movement and stillness" (Option 1), "All perceived activity and all perceived cessation" (Option 2), or "All dynamism and quietude" (Option 3). This covers the entire spectrum of experience, both inner and outer. The crucial point is that these are "皆以無心" (jiē yǐ wúxīn) – they "are based on no-mind" (Option 1), "arise from and are fundamentally governed by the state of 'no-mind'" (Option 2), or "are rooted in an unagitated mind" (Option 3). "無心" (wúxīn), often translated as "no-mind" or "empty mind," does not mean unconsciousness or a blank state. Instead, it refers to the mind free from clinging, conceptualization, and dualistic discrimination. It is the mind in its original, unconditioned state. All perceived activity and stillness are ultimately expressions or manifestations of this "no-mind."

The implications of "no-mind" are then explored: "無心不動" (wúxīn bùdòng) – "No-mind does not move"

(Option 1), "When this 'no-mind' is present, there is no inherent movement" (Option 2), or "When the mind is unagitated, there is no disturbance" (Option 3). This is because the movement of the mind is inherently tied to conceptualizing, desiring, and resisting. When the mind is in its "no-mind" state, it is not disturbed by thoughts or emotions, and thus there is no *inherent* agitation or disturbance. Following this, "不動不止" (bùdòng bùzhǐ) means "not moving does not stop" (Option 1), "when there is no inherent movement, there is no need for deliberate stopping" (Option 2), or "where there is no disturbance, there is no effort to stop" (Option 3). This is a vital paradox. If there is no inherent movement or disturbance to begin with (due to no-mind), then there is no *need* to exert effort to stop it. True stillness isn't achieved by forcefully suppressing mental activity, but by realizing the non-arising of such activity in the first place.

Finally, line 44 offers the definition of true cessation: "止動俱滅，是即真止。" "止動俱滅" (zhǐdòng jùmiè) means "Both stopping and moving cease" (Option 1), "When both forced cessation and compulsive activity have vanished" (Option 2), or "When the impulses to move and to stop both extinguish" (Option 3). This goes beyond the conventional understanding of stillness as simply the absence of external movement. It points to a state where the very *concepts* of "stopping" (deliberate cessation) and "moving" (compulsive activity or agitation) have both dissolved. They are no longer separate entities to be experienced or controlled.

When both of these dualistic concepts (and the mental activity they represent) have vanished, then "是即真止" (shì jí zhēnzhǐ) – "this is true stillness" (Option 1), "that is the true and authentic stillness" (Option 2), or "that is genuine tranquility" (Option 3). This is the unconditioned, effortless tranquility that arises from the complete absence of mental fabrication and dualistic grasping. It's a stillness that embraces all phenomena without being disturbed by them.

In essence, Quatrain 11 serves as a practical guide for genuine spiritual realization. It asserts that true accord with reality is impossible without transcending dualistic understanding. It then introduces "no-mind" as the fundamental state from which all experience arises, emphasizing that in this state, there is no inherent agitation, and thus no need for forced cessation. The ultimate teaching culminates in the profound insight that true stillness is not merely the absence of movement, but the complete dissolution of the very concepts of both stopping and moving, leading to an effortless and authentic tranquility that is the hallmark of ultimate truth.

Tagalog Translation

Quatrain 11: Ang Tunay na Katahimikan Lampas sa Galaw at Paghinto

Ang Quatrain 11, na sumasaklaw sa mga linya 41-44 ng malalim na tekstong ito, ay nagsisilbing mahalagang tulay, na nag-uugnay sa mga naunang quatrain na pilosopikal na pananaw sa isang mas direktang tagubilin sa kalikasan ng tunay na espirituwal na pagkaunawa. Nililinaw nito ang bunga ng hindi pagkakahanay sa non-dual na pag-unawa at pagkatapos ay malalim na sumisid sa konsepto ng "walang-isip" bilang tunay na pinagmulan ng katahimikan, na lumalampas maging sa mga nakagawiang nosyon ng paggalaw at paghinto. Sa huli, nagtatapos ang quatrain sa pagtukoy sa tunay na paghinto bilang pagkalusaw ng parehong aktibidad at sinadyang pamamahinga. Ang orihinal na mga karakter ng Tsino, "若不如是，必不契真。一切動靜，皆以無心；無心不動，不動不止。止動俱滅，是即真止," ay gumagabay sa naghahanap patungo sa isang walang-kundisyong estado ng pagiging.

"Kung hindi ganito, tiyak na hindi ka aayon sa katotohanan. Lahat ng paggalaw at katahimikan ay nakabatay sa walang-isip. Ang walang-isip ay hindi gumagalaw, ang hindi paggalaw ay hindi humihinto. Ang pagtigil at paggalaw ay parehong naglalaho; ito ang tunay na katahimikan."

Malalim na Pagsusuri at Interpretasyon

Direktang tinatalakay ng Quatrain 11 ang praktikal na implikasyon ng non-dual na pagtuturo, na binibigyang-diin na ang tunay na pag-unawa ay mahalaga para sa pagkakahanay sa realidad. Pagkatapos ay ipinakilala at ipinapaliwanag nito ang konsepto ng "walang-isip" bilang pinagmulan ng tunay na katahimikan, na lumalampas sa mababaw na pagsalungat ng paggalaw at paghinto.

Ang pambungad na linya, "若不如是，必不契真。" (Linya 41), ay nagsisilbing direktang babala o pagpapatunay. Ang "若不如是" (ruò bùrúshì) ay nangangahulugang **"Kung hindi ganito"** (Opsyon 1), na tumutukoy sa mga naunang tagubilin sa paglampas sa mga dualidad at nakapirming pananaw. Ang bunga ay malinaw: "必不契真" (bì bù qìzhēn), na nangangahulugang **"tiyak na hindi ka aayon sa katotohanan"** (Opsyon 1), **"tiyak na hindi ka tunay na makakasundo sa sukdulang katotohanan"** (Opsyon 2), o **"hindi tunay na makakasundo ang isa sa realidad"** (Opsyon 3). Binibigyang-diin nito na ang pag-intelektuwalisa lamang sa mga konsepto ay hindi sapat; ang pag-unawa ay dapat na isabuhay at isagawa, isang malalim na pagkakahanay na nagbibigay-daan sa isa na "umayon" o "makasundo" sa sukdulang kalikasan ng realidad. Kung wala ito, mananatiling mailap ang tunay na pagkaunawa.

Ang mga linya 42-43 pagkatapos ay nagpapakilala ng isang pangunahing konsepto para sa pagkamit ng pagkakahanay na ito: "一切動靜，皆以無心；無心不動，不動不止。" Ang "一切動靜" (yīqiè dòngjìng) ay sumasaklaw sa **"Lahat ng paggalaw at katahimikan"** (Opsyon 1), **"Lahat ng nakikitang aktibidad at lahat ng nakikitang paghinto"** (Opsyon 2), o **"Lahat ng dinamismo at katahimikan"** (Opsyon 3). Saklaw nito ang buong spectrum ng karanasan, parehong panloob at panlabas. Ang mahalagang punto ay ang mga ito ay "

皆以無心" (jiē yǐ wúxīn) – ang mga ito ay **"nakabatay sa walang-isip"** (Opsyon 1), **"nagmumula at pundasyong pinamamahalaan ng estado ng 'walang-isip'"** (Opsyon 2), o **"nakaugat sa isang hindi nababagabag na isip"** (Opsyon 3). Ang "無心" (wúxīn), madalas na isinasalin bilang "walang-isip" o "walang laman na isip," ay hindi nangangahulugang kawalan ng kamalayan o isang blangkong estado. Sa halip, ito ay tumutukoy sa isip na malaya mula sa pagkakapit, konseptuwalisasyon, at dualistikong diskriminasyon. Ito ang isip sa orihinal nito, walang-kundisyong estado. Lahat ng nakikitang aktibidad at katahimikan ay sa huli ay mga ekspresyon o pagpapakita ng "walang-isip" na ito.

Ang mga implikasyon ng "walang-isip" ay pagkatapos ay sinuri: "無心不動" (wúxīn búdòng) – **"Ang walang-isip ay hindi gumagalaw"** (Opsyon 1), **"Kapag naroroon ang 'walang-isip,' walang likas na paggalaw"** (Opsyon 2), o **"Kapag ang isip ay hindi nababagabag, walang kaguluhan"** (Opsyon 3). Ito ay dahil ang paggalaw ng isip ay likas na nakatali sa pagkonseptuwalisa, pagnanasa, at paglaban. Kapag ang isip ay nasa estado nito ng "walang-isip," hindi ito nababagabag ng mga kaisipan o emosyon, at sa gayon ay walang likas na kaguluhan o pagkagambala.

Kasunod nito, ang "不動不止" (búdòng búzhǐ) ay nangangahulugang **"ang hindi paggalaw ay hindi humihinto"** (Opsyon 1), **"kapag walang likas na paggalaw, walang pangangailangan para sa sinadyang paghinto"** (Opsyon 2), o **"kung saan**

walang kaguluhan, walang pagsisikap na huminto" (Opsyon 3). Ito ay isang mahalagang paradoha. Kung walang likas na paggalaw o kaguluhan sa simula (dahil sa walang-isip), kung gayon ay walang pangangailangan na magbigay ng pagsisikap upang itigil ito. Ang tunay na katahimikan ay hindi nakakamit sa pamamagitan ng sapilitang pagsupil sa mental na aktibidad, kundi sa pamamagitan ng pagkaunawa sa hindi paglitaw ng gayong aktibidad sa unang lugar.

Sa wakas, ang linya 44 ay nag-aalok ng kahulugan ng tunay na paghinto: "止動俱滅，是即真止。" Ang "止動俱滅" (zhǐdòng jùmiè) ay nangangahulugang "**Ang pagtigil at paggalaw ay parehong naglalaho**" (Opsyon 1), "**Kapag ang parehong sapilitang paghinto at sapilitang aktibidad ay naglaho**" (Opsyon 2), o "**Kapag ang mga impulso na gumalaw at huminto ay parehong namatay**" (Opsyon 3). Ito ay lumalampas sa nakagawiang pag-unawa sa katahimikan bilang simpleng kawalan ng panlabas na paggalaw. Itinuturo nito ang isang estado kung saan ang mismong mga konsepto ng "paghinto" (sinadyang paghinto) at "paggalaw" (sapilitang aktibidad o kaguluhan) ay parehong naglaho. Hindi na sila magkakahiwalay na entidad na dapat maranasan o kontrolin. Kapag ang parehong mga dualistikong konsepto na ito (at ang mental na aktibidad na kinakatawan nila) ay naglaho, kung gayon ang "是即真止" (shì jí zhēnzhǐ) – "**ito ang tunay na katahimikan**" (Opsyon 1), "**iyon ang tunay at tunay na katahimikan**" (Opsyon 2), o "**iyon ang tunay na kapanatagan**" (Opsyon 3). Ito ang walang-kundisyon, walang hirap na kapanatagan na nagmumula sa kumpletong kawalan ng mental na paggawa at dualistikong pagkakapit. Ito ay isang katahimikan na sumasaklaw sa lahat ng phenomena nang hindi nababagabag ng mga ito.

Sa esensya, ang Quatrain 11 ay nagsisilbing praktikal na gabay para sa tunay na espirituwal na pagkaunawa. Ito ay nagpapatunay na ang tunay na pagkakahanay sa realidad ay imposible nang walang paglampas sa dualistikong pag-unawa. Pagkatapos ay ipinakilala nito ang "walang-isip" bilang pundasyong estado kung saan nagmumula ang lahat ng karanasan, na binibigyang-diin na sa estadong ito, walang likas na kaguluhan, at sa gayon ay walang pangangailangan para sa sapilitang paghinto. Ang sukdulang pagtuturo ay nagtatapos sa malalim na pananaw na ang tunay na katahimikan ay hindi lamang ang kawalan ng paggalaw, kundi ang kumpletong pagkalusaw ng mismong mga konsepto ng parehong paghinto at paggalaw, na humahantong sa isang walang hirap at tunay na kapanatagan na siyang tanda ng sukdulang katotohanan.

Japanese Translation

クワトレン11：動きと停止を超えた真の静寂

この深遠なテキストの41-44行からなるクワトレン11は、前のクワトレンの抽象的な哲学的洞察

を、真の精神的悟りの本質に関するより直接的な指示へと結びつける極めて重要な架け橋として機能します。それは、非二元的な理解と一致しないことの結果を明確にし、そして、動きと静止という慣習的な概念さえも超越する、平静の真の源としての「無心」の概念を深く掘り下げます。このクワトレンは最終的に、活動と意図的な休息の両方の消滅として真の停止を定義することに集約されます。オリジナルの漢字「若不如是、必不契真。一切動静、皆以無心；無心不動、不動不止。止動俱滅、是即真止」は、探求者を無条件の存在状態へと導きます。

「もしこのようにでなければ、真理に合致することはないだろう。一切の動と静は、すべて無心に基づく。無心は動かず、動かなければ止まらない。止と動が共に滅する、これこそ真の止である。」

詳細な分析と解釈

クワトレン11は、非二元の教えの実践的な意味合いに直接言及し、真の理解が現実と一致するために不可欠であることを強調しています。そして、「無心」の概念を導入し、それを真の静寂の源として詳しく説明し、動きと停止という表面的な対立を超越します。

冒頭の「**若不如是、必不契真。**」（41行）は、直接的な警告または肯定として機能します。「

若不如是」（ruò bùrúshì）は「もしこのようにでなければ」（オプション1）を意味し、二元性や固定された見解を超越する以前の指示を指しています。その結果は厳然としています：「必不契真」（bì bù qìzhēn）。これは「真理に合致することはないだろう」（オプション1）、「究極の真理と真に調和することはないだろう」（オプション2）、または「真に現実と共鳴することはできない」（オプション3）を意味します。これは、単に概念を頭で理解するだけでは不十分であることを強調しています。理解は具現化され、生きられるべきであり、現実の究極の性質と「合致する」または「調和する」ことを可能にする深い一致でなければなりません。これがなければ、真の悟りは elusive なままです。

42-43行は、この一致を達成するための核心的な概念を導入します：「一切動静、皆以無心；無心不動、不動不止。」「一切動静」（yīqiè dòngjìng）は、「一切の動と静」（オプション1）、「認識されるすべての活動と認識されるすべての停止」（オプション2）、または「すべての動と静」（オプション3）を包含します。これは、内面と外面の両方の経験の全スペクトルをカバーします。決定的に重要な点は、これらが「皆以無心」（jiē yǐ wúxīn）であることです。それらは「無心に基づく」（オプション1）、「『無心』の状態から生じ、根本的にそれによって支配される」（オプション2）、または「静かな心に根ざしている」（オプション3）です。「

無心」（wúxīn）は、しばしば「無心」または「空の心」と訳されますが、無意識や空白の状態を意味するものではありません。むしろ、執着、概念化、二元的な差別から解放された心を指します。それは、本来の、無条件の状態の心です。認識されるすべての活動と静寂は、究極的にはこの「無心」の表現または顕現です。

「無心」の意味するところは、次に探求されます：「無心不動」（wúxīn bùdòng）—「無心は動かない」（オプション1）、「この『無心』が存在するとき、固有の動きはない」（オプション2）、または「心が穏やかであれば、乱れはない」（オプション3）。これは、心の動きが概念化、欲望、抵抗に固有に結びついているためです。心が「無心」の状態にあるとき、思考や感情に乱されることはなく、したがって固有の動揺や乱れはありません。

これに続き、「不動不止」（bùdòng bùzhǐ）は「動かなければ止まらない」（オプション1）、「固有の動きがないとき、意図的な停止は必要ない」（オプション2）、または「乱れがないところでは、止める努力は必要ない」（オプション3）を意味します。これは極めて重要な逆説です。そもそも固有の動きや乱れがない（無心のため）のであれば、それを止める努力をする必要はありません。真の静寂は、精神活動を力ずくで抑制することによって達成されるのではなく

、そのような活動がそもそも生じないことを認識することによって達成されます。

最後に、44行は真の停止の定義を提供します：「**止動倶滅、是即真止。**」「**止動倶滅**」（zhǐdòng jùmiè）は「**止と動が共に滅する**」（オプション1）、「**強制的な停止と強迫的な活動の両方が消滅したとき**」（オプション2）、または「**動く衝動と止まる衝動の両方が消滅したとき**」（オプション3）を意味します。これは、単に外的な動きがないこととしての静寂という慣習的な理解を超越しています。それは、「停止」（意図的な停止）と「動き」（強迫的な活動または動揺）という概念そのものが両方とも溶解した状態を指しています。それらはもはや体験したり制御したりすべき別の実体ではありません。これらの二元的な概念（およびそれらが表す精神活動）の両方が消滅したとき、すなわち「**是即真止**」（shì jí zhēnzhǐ）—「**これこそ真の止である**」（オプション1）、「**それが真にauthentic な静寂である**」（オプション2）、または「**それが真の平静である**」（オプション3）。これは、精神的な捏造と二元的な把握が完全に欠如することから生じる、無条件で effortless な平静です。それは、すべての現象を乱されることなく包み込む静寂です。

要するに、クワトレン11は、真の精神的悟りのための実践的な指針として機能します。それは、二元的な理解を超越することなしには、現実

との真の一致は不可能であると断言します。そして、「無心」をすべての経験が生じる根本的な状態として導入し、この状態では固有の動揺はなく、したがって強制的な停止も必要ないことを強調します。究極の教えは、真の静寂が単なる動きの欠如ではなく、停止と動きという概念そのものの完全な消滅であり、究極の真理の特質である effortless で authentic な平静へと導くという深遠な洞察に集約されます。

Quatrain 12 The Unconditioned Stillness and Dynamic Emptiness

Quatrain 12, encompassing lines 45-48 of this profound text, acts as a powerful capstone to the preceding discussions on true stillness and the nature of reality. It reiterates and refines the concept of "true stillness," emphasizing that it transcends all conventional notions of stopping or moving. The quatrain then delves into the paradoxical interplay of motion and rest within this ultimate reality, culminating in the liberating insight that a full understanding of these principles leads to an accord with the very nature of enlightenment itself. The original Chinese characters, "心止無止，是即真止。無止之止，無動之動；是動非動，是止非止。若了如是，即契如來," guide the seeker toward a realization that is both subtle and universally profound.

"When the mind stops, there is no stopping; this is true stillness. The stopping that is no stopping, the moving that is no moving. This movement is not movement, this stillness is not stillness. If you understand like this, you accord with the Tathagata."

In-Depth Analysis and Interpretation

Quatrain 12 re-emphasizes and deepens the concept of "true stillness" introduced in Quatrain 11, extending it to a paradoxical understanding where stillness and movement are not opposites but ultimately transcend their conventional definitions. It culminates in stating that this realization is the key to aligning with the ultimate enlightened state.

The opening lines, **"心止無止，是即真止。" (Line 45)**, immediately refine the definition of true stillness. "心止" (xīnzhǐ) refers to "when the mind stops" or "when the heart-mind rests." However, this stopping is qualified: "無止" (wúzhǐ) – "there is no stopping" (Option 1), or "there is no deliberate 'stopping' to be found" (Option 2), or "it is a cessation without cessation" (Option 3). This is a crucial distinction. It's not a forced cessation or a temporary pause, but a state where the very concept or activity of "stopping" no longer applies. In this effortless cessation, "是即真止" (shì jí zhēnzhǐ) – "this is true stillness" (Option 1), "this precisely *is* authentic, unconditioned stillness" (Option 2), or "this is genuine tranquility" (Option 3). This true stillness is therefore not an outcome of effort, but the inherent nature of the mind when it is free from contrivance.

Lines 46-47 then introduce the paradoxical interplay of stillness and movement within this ultimate state: "無止之止，無動之動；是動非動，是止非止。" "無止之止" (wúzhǐ zhī zhǐ) refers to "The stopping that is no stopping" (Option 1), or "a 'stopping' that is not a stopping" (Option 2), or "a stillness that is not static" (Option 3). This means that true stillness is not a dead, inert state, but a vibrant, living stillness that is beyond the conventional definition of cessation. Similarly, "無動之動" (wúdòng zhī dòng) refers to "the moving that is no moving" (Option 1), or "a 'moving' that is not a moving" (Option 2), or "a dynamism that is not agitation" (Option 3). This indicates that activity can occur spontaneously without being rooted in agitation or conceptual mind.

The paradox continues with "是動非動" (shìdòng fēidòng) – "This movement is not movement" (Option 1), or "This apparent movement is not a true, inherent movement" (Option 2), or "Apparent movement is not truly movement" (Option 3). This implies that phenomena may appear to move, but their movement is devoid of inherent self-nature or a fixed, independent existence. It's like reflections in water – they move, but the movement isn't inherently "theirs." And conversely, "是止非止" (shìzhǐ fēizhǐ) – "this stillness is not stillness" (Option 1), "this apparent stillness is not a true, inherent stillness" (Option 2), or "apparent stillness is not truly stillness" (Option 3). This means that even what seems to be stillness is not a solid, definable state, but equally empty of inherent existence. Both concepts, movement and stillness, are dissolved in the ultimate reality, transcending dualistic apprehension.

Finally, the culminating insight is given in line 48: "若了如是，即契如來。" "若了如是" (ruò liǎo rúshì) means "If you understand like this" (Option 1), "If you genuinely comprehend reality in this manner" (Option 2), or "If you grasp things thus" (Option 3). This refers to the profound realization that transcends the dualities of stillness and movement, acknowledging their ultimate emptiness and fluid, unconditioned nature. The consequence of such understanding is profound: "即契如來" (jí qì rúlái) – "you accord with the Tathagata" (Option 1), "you will immediately align with the very essence of the Tathagata (Buddha-nature)" (Option 2), or "you resonate with the Buddha-nature" (Option 3). "如來" (Rúlái) is one of the ten epithets for a Buddha, often translated as "Thus Come One" or "Thus Gone One," symbolizing one who has realized ultimate truth and is in perfect accord with reality. To "契" (qì) means to accord with, to harmonize with, or to be in complete agreement. This ultimate realization is therefore not merely intellectual, but a complete merging with the enlightened state of being.

In summation, Quatrain 12 refines the understanding of true stillness, presenting it as a state where the very notion of "stopping" has dissolved. It then delves into the paradoxical truth that in ultimate reality, movement is not truly movement, and stillness is not truly stillness, as both are empty of inherent existence and transcend conventional definitions. This profound realization, where the dualities of activity and rest are completely transcended, is the key to directly aligning with the enlightened nature, the essence of the Tathagata. It points to a liberation where the mind is utterly free from conceptual limitations and abides in an unconditioned state of dynamic emptiness.

Tagalog Translation

Quatrain 12: Ang Walang Kundisyong Katahimikan at Dinamikong Kawalan

Ang Quatrain 12, na sumasaklaw sa mga linya 45-48 ng malalim na tekstong ito, ay nagsisilbing isang makapangyarihang capstone sa mga naunang talakayan tungkol sa tunay na katahimikan at ang kalikasan ng realidad. Inuulit at pinipino nito ang konsepto ng "tunay na katahimikan," na binibigyang-diin na lumalampas ito sa lahat ng nakagawiang nosyon ng paghinto o paggalaw. Pagkatapos ay sinasaliksik ng quatrain ang paradoksikal na interaksyon ng paggalaw at pamamahinga sa loob ng sukdulang realidad na ito, na nagtatapos sa nagpapalayang pananaw na ang ganap na pag-unawa sa mga prinsipyong ito ay humahantong sa pagkakahanay sa mismong kalikasan ng kaliwanagan. Ang orihinal na mga karakter ng Tsino, "心止無止，是即真止。 無止之止， 無動之動；是動非動， 是止非止。 若了如是， 即契如來," ay gumagabay sa naghahanap patungo sa isang pagkaunawa na parehong banayad at unibersal na malalim.

"Kapag huminto ang isip, walang paghinto; ito ang tunay na katahimikan. Ang paghinto na hindi paghinto, ang paggalaw na hindi paggalaw. Ang paggalaw na ito ay hindi paggalaw, ang katahimikang ito ay hindi katahimikan. Kung nauunawaan mo nang ganito, kaayon ka ng Tathagata."

Malalim na Pagsusuri at Interpretasyon

Muling binibigyang-diin at pinapalalim ng Quatrain 12 ang konsepto ng "tunay na katahimikan" na ipinakilala sa Quatrain 11, na pinalawak ito sa isang paradoksikal na pag-unawa kung saan ang katahimikan at paggalaw ay hindi magkasalungat ngunit sa huli ay lumalampas sa kanilang nakagawiang kahulugan. Nagtatapos ito sa pagsasabi na ang pagkaunawang ito ang susi sa pagkakahanay sa sukdulang naliwanagang estado.

Ang pambungad na mga linya, "心止無止， 是即真止。 " (Linya 45), ay agad na pinipino ang kahulugan ng tunay na katahimikan. Ang "心止" (xīnzhǐ) ay tumutukoy sa **"kapag huminto ang isip"** o **"kapag ang isip-puso ay nagpapahinga."** Gayunpaman, ang paghinto na ito ay may kwalipikasyon: "無止" (wúzhǐ) – "**walang paghinto**" (Opsyon 1), o "**walang sinadyang 'paghinto' na matatagpuan**" (Opsyon 2), o "**ito ay isang paghinto nang walang paghinto**" (Opsyon 3). Ito ay isang mahalagang pagkakaiba. Hindi ito isang sapilitang paghinto o isang pansamantalang pagtigil, kundi isang estado kung saan ang mismong konsepto o aktibidad ng "paghinto" ay hindi na nalalapat. Sa walang hirap na paghinto na ito, ang "是即真止" (shì jí zhēnzhǐ) – "**ito ang tunay na katahimikan**" (Opsyon 1), "**ito mismo ang tunay, walang-kundisyong katahimikan**" (Opsyon 2), o "**ito ang tunay na kapanatagan**" (Opsyon 3). Ang tunay na katahimikan na ito ay samakatuwid ay hindi resulta ng pagsisikap, kundi ang likas na kalikasan ng isip kapag ito ay malaya mula sa pagkukunwari.

Ang mga linya 46-47 pagkatapos ay nagpapakilala ng paradoksikal na interaksyon ng katahimikan at paggalaw sa loob ng sukdulang estadong ito: "無止之止，無動之動；是動非動，是止非止。" Ang "無止之止" (wúzhǐ zhī zhǐ) ay tumutukoy sa "**Ang paghinto na hindi paghinto**" (Opsyon 1), o "**isang 'paghinto' na hindi paghinto**" (Opsyon 2), o "**isang katahimikan na hindi static**" (Opsyon 3). Nangangahulugan ito na ang tunay na katahimikan ay hindi isang patay, walang buhay na estado, kundi isang buhay na buhay, gumagalaw na katahimikan na lampas sa nakagawiang kahulugan ng paghinto. Katulad nito, ang "無動之動" (wúdòng zhī dòng) ay tumutukoy sa "**ang paggalaw na hindi paggalaw**" (Opsyon 1), o "**isang 'paggalaw' na hindi** paggalaw" (Opsyon 2), o "**isang dinamismo na hindi kaguluhan**" (Opsyon 3). Ipinapahiwatig nito na ang aktibidad ay maaaring mangyari nang kusa nang hindi nakaugat sa kaguluhan o konseptuwal na isip.

Nagpapatuloy ang paradoha sa "是動非動" (shìdòng fēidòng) – "**Ang paggalaw na ito ay hindi paggalaw**" (Opsyon 1), o "**Ang paggalaw na ito ay hindi isang tunay, likas na paggalaw**" (Opsyon 2), o "**Ang maliwanag na paggalaw ay hindi tunay na paggalaw**" (Opsyon 3). Ipinapahiwatig nito na ang mga phenomena ay maaaring lumitaw na gumagalaw, ngunit ang kanilang paggalaw ay walang likas na sariling-kalikasan o isang nakapirming, independiyenteng pag-iral. Ito ay tulad ng mga repleksyon sa tubig – gumagalaw sila, ngunit ang paggalaw ay hindi likas na "kanila." At sa kabilang banda, ang "是止非止" (shìzhǐ fēizhǐ) – "**ang katahimikang ito ay hindi katahimikan**" (Opsyon 1), "**ang maliwanag na katahimikang ito ay hindi isang tunay, likas na katahimikan**" (Opsyon 2), o "**ang maliwanag na katahimikan ay hindi tunay na katahimikan**" (Opsyon 3). Nangangahulugan ito na maging ang tila katahimikan ay hindi isang matibay, matutukoy na estado, kundi pantay na walang likas na pag-iral. Ang parehong mga konsepto, paggalaw at katahimikan, ay natutunaw sa sukdulang realidad, na lumalampas sa dualistikong pag-unawa.

Sa wakas, ang rurok na pananaw ay ibinibigay sa linya 48: "若了如是，即契如來。" Ang "若了如是" (ruò liǎo rúshì) ay nangangahulugang "**Kung nauunawaan mo nang ganito**" (Opsyon 1), "**Kung**

tunay mong nauunawaan ang realidad sa ganitong paraan" (Opsyon 2), o "**Kung naiintindihan mo nang ganito**" (Opsyon 3). Ito ay tumutukoy sa malalim na pagkaunawa na lumalampas sa mga dualidad ng katahimikan at paggalaw, na kinikilala ang kanilang sukdulang kawalan at likido, walang-kundisyong kalikasan. Ang bunga ng gayong pag-unawa ay malalim: "即契如來" (jí qì rúlái) – "**kaayon ka ng Tathagata**" (Opsyon 1), "**agad kang makikipag-ugnayan sa mismong esensya ng Tathagata (Buddha-nature)**" (Opsyon 2), o "**nakakasundo ka sa Buddha-nature**" (Opsyon 3). Ang "如來" (Rúlái) ay isa sa sampung epithet para sa isang Buddha, madalas na isinasalin bilang "Kaya Dumating na Isang" o "Kaya Umalis na Isang," na sumisimbolo sa isang nakatuklas ng sukdulang katotohanan at nasa perpektong pagkakahanay sa realidad. Ang "契" (qì) ay nangangahulugang umayon, makasundo, o magkaroon ng kumpletong pagkakaisa. Ang sukdulang pagkaunawang ito ay samakatuwid ay hindi lamang intelektwal, kundi isang kumpletong pagsasanib sa naliwanagang estado ng pagiging.

Sa kabuuan, pinipino ng Quatrain 12 ang pag-unawa sa tunay na katahimikan, na ipinapakita ito bilang isang estado kung saan ang mismong nosyon ng "paghinto" ay natunaw. Pagkatapos ay sinasaliksik nito ang paradoksikal na katotohanan na sa sukdulang realidad, ang paggalaw ay hindi tunay na paggalaw, at ang katahimikan ay hindi tunay na katahimikan, dahil ang pareho ay walang likas na pag-iral at lumalampas sa nakagawiang kahulugan. Ang malalim na pagkaunawang ito, kung saan ang mga dualidad ng aktibidad at pamamahinga ay ganap na nalampasan, ang susi sa direktang pagkakahanay sa naliwanagang kalikasan, ang esensya ng Tathagata. Ito ay tumutukoy sa isang paglaya kung saan ang isip ay ganap na malaya mula sa mga konseptuwal na limitasyon at nananahan sa isang walang-kundisyong estado ng dinamikong kawalan.

Japanese Translation

クワトレン12：無条件の静寂と動的な空

この深遠なテキストの45-48行からなるクワトレン12は、真の静寂と現実の性質に関する先行する議論の強力な総括として機能します。それは「真の静寂」の概念を繰り返し、洗練させ、それが停止や動きというすべての慣習的な概念を超越することを強調しています。このクワトレンは、この究極の現実における動きと静止の逆説的な相互作用を深く掘り下げ、これらの原則を完全に理解することが悟りそのものの本質と合致するという解放的な洞察に集約されます。オリジナルの漢字「心止無止、是即真止。無止之止、無動之動；是動非動、是止非止。若了如是、即契如來」は、探求者を微細かつ普遍的に深遠な悟りへと導きます。

「心が止まるとき、止まることはない；これこそ真の止である。止まることが止まることではない止、動くことが動くことではない動。この動きは動きではなく、この静寂は静寂ではない。もしこのように理解するならば、あなたは如来と合致するだろう。」

詳細な分析と解釈

クワトレン12は、クワトレン11で導入された「真の静寂」の概念を再強調し、深めています。それは、静寂と動きが対立するものではなく、究極的には慣習的な定義を超越するという逆説的な理解へと拡張されます。この悟りが究極の悟りの状態と一致する鍵であると述べられています。

冒頭の「心止無止、是即真止。」（45行）は、真の静寂の定義を即座に洗練させます。「心止」（xīnzhǐ）は「心が止まるとき」または「心身が休むとき」を指します。しかし、この停止は修飾されています：「無止」（wúzhǐ）—「止まることはない」（オプション1）、または「意図的な『停止』は見当たらない」（オプション2）、または「停止のない停止」（オプション3）。これは決定的に重要な区別です。それは強制的な停止や一時的な中断ではなく、「停止」という概念や活動そのものがもはや適用されない状態です。このeffortless な停止において、「是即真止」（shì jí zhēnzhǐ）—「これこそ真の止であ

る」（オプション1）、「これこそが真正で無条件の静寂である」（オプション2）、または「これこそが真の平静である」（オプション3）。したがって、この真の静寂は努力の結果ではなく、心が作為から解放されたときの固有の性質なのです。

46-47行は、この究極の状態における静寂と動きの逆説的な相互作用を導入します：「無止之止、無動之動；是動非動、是止非止。」「無止之止」（wúzhǐ zhī zhǐ）は、「止まることが止まることではない止」（オプション1）、または「停止ではない『停止』」（オプション2）、または「静的ではない静寂」（オプション3）を指します。これは、真の静寂が死んだ、不活性な状態ではなく、停止の慣習的な定義を超えた、活気に満ちた、生き生きとした静寂であることを意味します。同様に、「無動之動」（wúdòng zhī dòng）は「動くことが動くことではない動」（オプション1）、または「動きではない『動き』」（オプション2）、または「動揺ではないダイナミズム」（オプション3）を指します。これは、活動が動揺や概念的な心に根ざすことなく自発的に起こり得ることを示しています。

逆説は「是動非動」（shìdòng fēidòng）で続きます—「この動きは動きではない」（オプション1）、または「この見かけの動きは真の、固有の動きではない」（オプション2）、または「見かけの動きは真の動きではない」（オプション3）

。これは、現象が動いているように見えても、その動きは固有の自己本性や固定された独立した存在を欠いていることを示唆しています。それは水に映る像のようなものです。それらは動きますが、その動きは固有に「彼らのもの」ではありません。そして逆に、「是止非止」（shìzhǐ fēizhǐ）—「この静寂は静寂ではない」（オプション1）、「この見かけの静寂は真の、固有の静寂ではない」（オプション2）、または「見かけの静寂は真の静寂ではない」（オプション3）。これは、静寂に見えるものも、堅固で定義可能な状態ではなく、固有の存在を等しく欠いていることを意味します。動きと静寂という両方の概念は、究極の現実において溶解し、二元的な把握を超越します。

最後に、究極の洞察が48行で与えられています：「若了如是、即契如來。」「若了如是」（ruò liǎo rúshì）は「もしこのように理解するならば」（オプション1）、「もしあなたがこのやり方で現実を真に理解するならば」（オプション2）、または「もしあなたがこのように物事を把握するならば」（オプション3）を意味します。これは、静寂と動きの二元性を超越した深遠な悟りを指し、それらの究極の空と流動的で無条件な性質を認識することです。そのような理解の結果は深遠です：「即契如來」（jí qì rúlái）—「あなたは如来と合致するだろう」（オプション1）、「あなたは如来（仏性）のまさに本質と即座に一致するだろう」（オプション2）、または

「あなたは仏性と共鳴するだろう」（オプション3）。「如來」（Rúlái）は、仏陀の10の称号の1つであり、しばしば「如来」（かくのごとく来る者）または「如去」（かくのごとく去る者）と訳され、究極の真理を実現し、現実と完全に一致した者を象徴しています。「契」（qì）は、一致する、調和する、または完全に合意するという意味です。したがって、この究極の悟りは単なる知的理解だけでなく、存在の悟りの状態との完全な融合なのです。

要約すると、クワトレン12は真の静寂の理解を洗練させ、「停止」という概念そのものが溶解した状態としてそれを提示します。そして、究極の現実では、動きは真の動きではなく、静寂は真の静寂ではないという逆説的な真理を深く掘り下げます。なぜなら、どちらも固有の存在を欠き、慣習的な定義を超越しているからです。活動と休息の二元性が完全に超越されたこの深遠な悟りは、悟りの性質、如来の本質と直接一致する鍵です。それは、心が概念的な制約から完全に解放され、動的な空の無条件の状態に安住する解放を指し示しています。

Quatrain 13 The Ineffable Nature of Reality and the Limitations of Naming

Quatrain 13, encompassing lines 49-52 of this profound text, delves into the ultimate nature of reality, emphasizing its formless and ineffable quality, which transcends all conceptualization and linguistic expression. It confronts the inherent limitations of language when attempting to describe ultimate truth, highlighting that any name or label we apply is ultimately a provisional tool, devoid of inherent reality. The quatrain subtly guides the seeker to understand that the true "naming" of reality lies beyond conventional linguistic constructs. The original Chinese characters, "實相無相，真如無如；唯是言詮，不可得聞。是名無名，名亦不名；名者無實，是名實名," encourage a realization that penetrates beyond superficial appearances and nominal distinctions.

"True reality has no form, ultimate truth has no 'thusness.' It is only expressed in words, but cannot truly be heard. 'Is named' is no name; the name also is not a name. That which names has no substance; this is called true naming."

In-Depth Analysis and Interpretation

Quatrain 13 pushes the boundaries of conceptual understanding, asserting the formless and ineffable nature of ultimate reality and exposing the provisional, non-substantial quality of all names and linguistic descriptions.

The opening lines, **"實相無相，真如無如；" (Line 49)**, immediately declare the unconditioned nature of truth. "實相" (shíxiàng) refers to "True reality" (Option 1), often translated as Dharmakaya or ultimate reality. It is "無相" (wúxiàng) – "without form," "without any perceivable form" (Option 2), or "formless" (Option 3). This emphasizes that ultimate truth is not a phenomenon with discernible characteristics or a fixed appearance that can be grasped by the senses or the conceptual mind. Similarly, "真如" (zhēnrú) refers to "ultimate truth" (Option 1) or "absolute suchness" (Option 2), often translated as Tathata, meaning "thusness" or "as-it-is-ness." It is "無如" (wúrú) – "has no 'thusness'" (Option 1), "is without any definable 'thusness'" (Option 2), or "is beyond fixed states" (Option 3). This paradox means that while "suchness" describes reality as it is, that "is-ness" itself cannot be pinned down or confined to any particular characteristic or definition. It transcends all specific attributes.

Line 50 then addresses the role and limitations of language: **"唯是言詮，不可得聞。"** "唯是言詮" (wéi shì yánquán) means "It is only expressed in words" (Option 1), or "It can only be provisionally expressed through language and conceptual explanation" (Option 2), or "It is merely spoken of" (Option 3). This acknowledges the practical necessity of language in communication and teaching, but immediately follows with the crucial caveat: "不可得聞" (bùkě déwén) – "but cannot truly be heard" (Option 1), "yet it cannot be truly apprehended or understood through mere listening" (Option 2), or "but cannot be directly grasped by hearing" (Option 3). This highlights that ultimate truth cannot be intellectually grasped through mere verbal explanation or comprehension. It requires a direct, non-conceptual realization that transcends the medium of words. Listening to explanations is a step, but not the final arrival.

Lines 51-52 delve deeper into the nature of naming itself: "是名無名，名亦不名；名者無實，是名實名。" This is a profound deconstruction of language. "是名無名" (shìmíng wúmíng) means "'Is named' is no name" (Option 1), "'To be named' implies 'no name'" (Option 2), or "To give it a name means it has no inherent name" (Option 3). This is a paradox: when we apply a name to something, we are simultaneously acknowledging that the underlying reality itself is beyond that name. The name is a convention, a pointer, but not the thing itself. The very act of naming indicates the unnameable nature of what is being pointed to.

Following this, "名亦不名" (míng yì bùmíng) means "the name also is not a name" (Option 1), or "and the name itself is not a truly fixed name" (Option 2), or "the name itself isn't truly 'the name'" (Option 3). This extends the paradox: even the name *itself* is not ultimately substantial or fixed. Names are fluid, conventional constructs, not inherent properties of reality. They have no self-nature.

The final two phrases clarify this: "名者無實" (míngzhě wúshí) – "That which names has no substance" (Option 1), or "That which serves as a name possesses no inherent, substantial reality" (Option 2), or "A name has no true essence" (Option 3). This directly states that a name is empty of inherent existence; it's a tool, a label, but not a reality in itself. Because names are inherently empty and non-substantial, they can point to the unconditioned truth without reifying it. This leads to the concluding statement: "是名實名" (shì míng shímíng) – "this is called true naming" (Option 1), "this is what is truly meant by 'real naming' or 'designation'" (Option 2), or "this is the true significance of naming" (Option 3). True naming is not about capturing reality in a fixed label, but about using a name with the understanding that it is a provisional, empty signifier pointing to an unnameable, ungraspable truth. It's the naming that recognizes its own limitations.

In summation, Quatrain 13 eloquently articulates the ineffable nature of ultimate reality, declaring it formless and beyond any fixed definition. It cautions that while language is used to point to this truth, it cannot truly encapsulate or convey it, emphasizing that mere intellectual comprehension is insufficient. The quatrain then masterfully deconstructs the very act of naming, revealing that a name is a provisional convention, empty of inherent substance. The ultimate paradox is that "true naming" is the understanding that names themselves are ultimately "no-names," pointing to an unnameable reality that transcends all linguistic and conceptual boundaries. This profound insight invites the seeker to move beyond all labels and directly experience the unconditioned, formless truth.

Tagalog Translation

Quatrain 13: Ang Hindi Masabing Kalikasan ng Realidad at ang mga Limitasyon ng Pagpapangalan

Ang Quatrain 13, na sumasaklaw sa mga linya 49-52 ng malalim na tekstong ito, ay sumasaliksik sa sukdulang kalikasan ng realidad, na binibigyang-diin ang walang-porma at hindi masabing kalidad nito, na lumalampas sa lahat ng konseptuwalisasyon at lingguwistikong ekspresyon. Hinaharap nito ang mga likas na limitasyon ng wika kapag sinusubukang ilarawan ang sukdulang katotohanan, na binibigyang-diin na ang anumang pangalan o label na inilalapat natin ay sa huli ay isang pansamantalang kasangkapan, walang likas na realidad. Ang quatrain ay banayad na gumagabay sa naghahanap upang maunawaan na ang tunay na "pagpapangalan" ng realidad ay nakasalalay lampas sa mga nakagawiang lingguwistikong konstruksyon. Ang orihinal na mga karakter ng Tsino, "實相無相，真如無如；唯是言詮，不可得聞。是名無名，名亦不名；名者無實

， 是名實名，" ay naghihikayat ng isang pagkaunawa na tumatagos lampas sa mababaw na anyo at nominal na pagkakaiba.

"Ang tunay na realidad ay walang porma, ang sukdulang katotohanan ay walang 'gayon.' Ito ay ipinapahayag lamang sa mga salita, ngunit hindi tunay na maririnig. 'Pinangalanan' ay walang pangalan; ang pangalan din ay hindi pangalan. Ang nagpapangalan ay walang sangkap; ito ay tinatawag na tunay na pagpapangalan."

Malalim na Pagsusuri at Interpretasyon

Itinutulak ng Quatrain 13 ang mga hangganan ng konseptuwal na pag-unawa, na pinapatunayan ang walang-porma at hindi masabing kalikasan ng sukdulang realidad at inilalantad ang pansamantala, hindi-materyal na kalidad ng lahat ng pangalan at lingguwistikong paglalarawan.

Ang pambungad na mga linya, "實相無相，真如無 如；" (Linya 49), ay agad na nagdedeklara ng walang-kundisyong kalikasan ng katotohanan. Ang "實相" (shíxiàng) ay tumutukoy sa "**Tunay na realidad**" (Opsyon 1), madalas na isinasalin bilang Dharmakaya o sukdulang realidad. Ito ay "無相" (wúxiàng) – "**walang porma,**" "**walang anumang nakikitang porma**" (Opsyon 2), o "**walang porma**" (Opsyon 3). Binibigyang-diin nito na ang sukdulang katotohanan ay hindi isang phenomena na may nakikilalang katangian o isang nakapirming anyo na maaaring mahawakan ng mga pandama o ng konseptuwal na isip. Katulad nito, ang "真如" (zhēnrú) ay tumutukoy sa "**sukdulang katotohanan**" (Opsyon 1) o "**ganap na gayon**" (Opsyon 2), madalas na isinasalin bilang Tathata, na nangangahulugang "gayon" o "kung-ano-ito-ay." Ito ay "無如" (wúrú) – "**walang 'gayon'**" (Opsyon 1), "**walang anumang matutukoy na 'gayon'**" (Opsyon 2), o "**lampas sa mga nakapirming estado**" (Opsyon 3). Ang paradoha na ito ay nangangahulugang habang inilalarawan ng "gayon" ang realidad kung ano ito, ang "pagiging-gayon" mismo ay hindi maaaring ilagay o ikulong sa anumang partikular na katangian o depinisyon. Nilalampasan nito ang lahat ng partikular na katangian.

Ang Linya 50 pagkatapos ay tumatalakay sa papel at mga limitasyon ng wika: "唯是言詮，不可得聞。" Ang "唯是言詮" (wéi shì yánquán) ay nangangahulugang "**Ito ay ipinapahayag lamang sa mga salita**" (Opsyon 1), o "**Ito ay maaari lamang pansamantalang ipahayag sa pamamagitan ng wika at konseptuwal na paliwanag**" (Opsyon 2), o "**Ito ay sinasabi lamang**" (Opsyon 3). Kinikilala nito ang praktikal na pangangailangan ng wika sa komunikasyon at pagtuturo, ngunit agad na sinusundan ng mahalagang babala: "不可得聞" (bùkě déwén) – "**ngunit hindi tunay na maririnig**" (Opsyon 1), "**gayunpaman hindi ito tunay na mahahawakan o mauunawaan sa pamamagitan lamang ng pakikinig**" (Opsyon 2), o "**ngunit hindi direktang mahahawakan ng pandinig**" (Opsyon 3). Binibigyang-diin nito na ang sukdulang katotohanan ay hindi maaaring intelektuwal na mahawakan sa pamamagitan lamang ng berbal na paliwanag o pag-unawa. Nangangailangan ito ng isang direkta, non-konseptuwal na pagkaunawa na lumalampas sa medium ng mga salita. Ang pakikinig sa mga paliwanag ay isang hakbang, ngunit hindi ang huling pagdating.

Ang mga linya 51-52 ay mas malalim na sumisid sa kalikasan ng pagpapangalan mismo: "是名無名，名亦不名；名者無實，是名實名。" Ito ay isang malalim na dekonstruksyon ng wika. Ang "是名無名" (shìmíng wúmíng) ay nangangahulugang "'**Pinangalanan' ay walang pangalan**" (Opsyon 1), "'**Pagpapangalan' ay nagpapahiwatig ng 'walang pangalan'**" (Opsyon 2), o "**Ang pagbibigay nito ng pangalan ay nangangahulugang wala itong likas na pangalan**" (Opsyon 3). Ito ay isang paradoha: kapag inilalapat natin ang isang pangalan sa isang bagay, sabay nating kinikilala na ang pinagbabatayang realidad mismo ay lampas sa pangalang iyon. Ang pangalan ay isang kombensyon, isang tagapagpahiwatig, ngunit hindi ang bagay mismo. Ang mismong kilos ng pagpapangalan ay nagpapahiwatig ng hindi mapapangalanang kalikasan ng kung ano ang itinuturo.

Kasunod nito, ang "名亦不名" (míng yì bùmíng) ay nangangahulugang "**ang pangalan din ay hindi pangalan**" (Opsyon 1), o "**at ang pangalan mismo ay hindi isang tunay na nakapirming pangalan**" (Opsyon 2), o "**ang pangalan mismo ay hindi tunay na 'ang pangalan'**" (Opsyon 3). Pinalalawak nito ang paradoha: maging ang pangalan mismo ay hindi sa huli ay materyal o nakapirmi. Ang mga pangalan ay likido, kombensyonal na konstruksyon, hindi likas na katangian ng realidad. Wala silang sariling kalikasan.

Ang huling dalawang parirala ay naglilinaw nito: "名者無實" (míngzhě wúshí) – "**Ang nagpapangalan ay walang sangkap**" (Opsyon 1), o "**Ang nagsisilbing pangalan ay walang likas, materyal na realidad**" (Opsyon 2), o "**Ang isang pangalan ay walang tunay na esensya**" (Opsyon 3). Direkta nitong sinasabi na ang isang pangalan ay walang laman ng likas na pag-iral; ito ay isang kasangkapan, isang label, ngunit hindi isang realidad sa sarili nito. Dahil ang mga pangalan ay likas na walang laman at hindi-materyal, maaari nilang ituro ang walang-kundisyong katotohanan nang hindi ito ginagawang reified. Ito ang humahantong sa pagtatapos na pahayag: "是名實名" (shì míng shímíng) – "**ito ay tinatawag na tunay na pagpapangalan**" (Opsyon 1), "**ito ang tunay na ibig sabihin ng 'tunay na pagpapangalan' o 'pagtatalaga'**" (Opsyon 2), o "**ito ang tunay na kahulugan ng pagpapangalan**" (Opsyon 3). Ang tunay na pagpapangalan ay hindi tungkol sa pagkuha ng realidad sa isang nakapirming label, kundi tungkol sa paggamit ng isang pangalan nang may pag-unawa na ito ay isang pansamantala, walang laman na tagapagpahiwatig na tumutukoy sa isang hindi mapapangalanan, hindi mahawak na katotohanan. Ito ang pagpapangalan na kinikilala ang sarili nitong mga limitasyon.

Sa kabuuan, ang Quatrain 13 ay malinaw na nagpapahayag ng hindi masabing kalikasan ng sukdulang realidad, na idinedeklara itong walang-porma at lampas sa anumang nakapirming depinisyon. Nagbabala ito na habang ginagamit ang wika upang ituro ang katotohanang ito, hindi nito tunay na kayang sakupin o ipahayag ito, na binibigyang-diin na ang simpleng pag-unawa sa intelektwal ay hindi sapat. Pagkatapos ay mahusay na binubuwag ng quatrain ang mismong kilos ng pagpapangalan, na nagbubunyag na ang isang pangalan ay isang pansamantalang kombensyon, walang laman ng likas na sangkap. Ang sukdulang paradoha ay ang "tunay na pagpapangalan" ay ang pag-unawa na ang mga pangalan mismo ay sa huli ay "walang-pangalan," na tumutukoy sa isang hindi mapapangalanang realidad na lumalampas sa lahat ng lingguwistiko at konseptuwal na mga hangganan. Ang malalim na pananaw na ito ay nag-aanyaya sa naghahanap na lumampas sa lahat ng mga label at direktang maranasan ang walang-kundisyon, walang-porma na katotohanan.

Japanese Translation

クワトレン13：現実の筆舌に尽くしがたい性質と命名の限界

この深遠なテキストの49-52行からなるクワトレン13は、現実の究極的な性質を深く掘り下げ、すべての概念化と言語表現を超越する、その無

形かつ筆舌に尽くしがたい特質を強調しています。それは、究極の真実を記述しようとするときの言語の inherent な限界に直面し、私たちが適用するいかなる名前やラベルも究極的には仮の道具であり、固有の現実を欠いていることを強調しています。このクワトレンは、現実の真の「命名」が慣習的な言語構築物を超えたところにあることを、探求者に巧妙に理解させます。オリジナルの漢字「實相無相、真如無如；唯是言詮、不可得聞。是名無名、名亦不名；名者無實、是名實名」は、表面的な外見や名目上の区別を超えて penetra する悟りを促します。

「真実の相は無相であり、真如は無如である。ただ言葉によってのみ表現されるが、真に聞くことはできない。『名づけられる』は無名であり、名もまた名ではない。名づけるものには実体がない；これを真の命名と呼ぶ。」

詳細な分析と解釈

クワトレン13は、概念的理解の限界を押し広げ、究極の現実の無形かつ筆舌に尽くしがたい性質を主張し、すべての名前と言語的記述の仮の、実体性のない性質を露呈しています。

冒頭の「實相無相、真如無如；」（49行）は、真理の無条件な性質を即座に宣言しています。「實相」（shíxiàng）は「真実の相」（オプション1）を指し、しばしば法身（ほっしん）や究極

の現実と訳されます。それは「無相」（wúxiàng）—「形がない」、「知覚できる形がない」（オプション2）、または「無形である」（オプション3）です。これは、究極の真理が、識別可能な特徴や感覚や概念的な心で捉えられる固定された外見を持つ現象ではないことを強調しています。同様に、「真如」（zhēnrú）は「究極の真理」（オプション1）または「絶対的な如是性」（オプション2）を指し、しばしばタタータと訳され、「かくのごとし」または「あるがまま」を意味します。それは「無如」（wúrú）—「『かくのごとし』がない」（オプション1）、「定義できる『かくのごとし』がない」（オプション2）、または「固定された状態を超えている」（オプション3）です。この逆説は、「かくのごとし」が現実をあるがままに記述する一方で、その「であること」自体は、いかなる特定の特性や定義に固定されたり閉じ込められたりすることができないことを意味します。それはすべての特定の属性を超越します。

50行は、言語の役割と限界について言及しています：「唯是言詮、不可得聞。」「唯是言詮」（wéi shì yánquán）は「ただ言葉によってのみ表現される」（オプション1）、または「言語と概念的な説明によってのみ暫定的に表現され得る」（オプション2）、または「ただ語られるだけである」（オプション3）を意味します。これは、コミュニケーションや教育における言語の実際的な必要性を認めていますが、直後に重要な

注意書きが続きます：「不可得聞」（bùkě déwén）ー「しかし真に聞くことはできない」（オプション1）、「しかし単なる聞くことによって真に把握したり理解したりすることはできない」（オプション2）、または「しかし聞くことによって直接的に把握することはできない」（オプション3）。これは、究極の真理が単なる言葉による説明や理解によって知的に把握できないことを強調しています。それは、言葉という媒体を超越した、直接的で非概念的な悟りを必要とします。説明を聞くことは一歩ですが、最終的な到達ではありません。

51-52行は、命名自体の性質をさらに深く掘り下げています：「是名無名、名亦不名；名者無實、是名實名。」これは言語の深遠な脱構築です。「是名無名」（shìmíng wúmíng）は「『名づけられる』は無名である」（オプション1）、「『名づけられること』は『名がないこと』を意味する」（オプション2）、または「それに名前を与えることは、それに固有の名前がないことを意味する」（オプション3）を意味します。これは逆説です。私たちが何かに名前を適用するとき、私たちは同時に、根底にある現実そのものがその名前を超えていることを認めているのです。名前は慣習であり、指し示すものであり、それ自体のものではありません。命名という行為そのものが、指し示されているものの名づけられない性質を示しています。

これに続き、「名亦不名」（míng yì bùmíng）は「名もまた名ではない」（オプション1）、または「名前自体も真に固定された名前ではない」（オプション2）、または「名前自体が真に『その名前』ではない」（オプション3）を意味します。これは逆説を拡張しています。名前自体も究極的には実体や固定されたものではありません。名前は流動的で慣習的な構築物であり、現実の固有の特性ではありません。それらには自己本性がありません。

最後の2つのフレーズがこれを明確にしています：「名者無實」（míngzhě wúshí）—「名づけるものには実体がない」（オプション1）、または「名前として機能するものには、固有の実体的な現実がない」（オプション2）、または「名前には真のエッセンスがない」（オプション3）。これは、名前が固有の存在を欠いていることを直接述べています。それは道具であり、ラベルであり、それ自体が現実ではありません。名前が本質的に空であり、実体がないため、それらを具体化することなく無条件の真実を指し示すことができます。これは結論の声明につながります：「是名實名」（shì míng shímíng）—「これを真の命名と呼ぶ」（オプション1）、「これが『真の命名』または『指定』によって真に意味されるものである」（オプション2）、または「これこそが命名の真の意味である」（オプション3）。真の命名とは、固定されたラベルで現実を捉えることではなく、名前が、名づけられ

ない、捉えどころのない真実を指し示す仮の、空の記号であるという理解をもって名前を使用することです。それは、それ自身の限界を認識する命名なのです。

要するに、クワトレン13は、究極の現実の筆舌に尽くしがたい性質を雄弁に表現し、それを無形であり、いかなる固定された定義をも超えるものと宣言しています。それは、この真実を指し示すために言語が使用される一方で、それを真に包含したり伝えたりすることはできないと警告し、単なる知的理解では不十分であることを強調しています。このクワトレンは、その後、命名という行為そのものを巧みに脱構築し、名前が固有の実体を欠く仮の慣習であることを明らかにします。究極の逆説は、「真の命名」とは、名前自体が究極的には「無名」であり、すべての言語的および概念的な境界を超越する名づけられない現実を指し示しているという理解であるということです。この深遠な洞察は、探求者にすべてのラベルを超えて、無条件で無形な真実を直接体験するよう促しています。

Quatrain 14 The Direct Path of the Straight Mind and the Hindrance of Deviated Intent

Quatrain 14, encompassing lines 53-56 of this profound text, serves as a crucial instruction on the nature of aligning with the ultimate Way (Tao). It reiterates the ineffable quality of truth, emphasizing that it arises directly with the Way, beyond the grasp of mere language. The quatrain then shifts focus to the practitioner's inner disposition, highlighting the supreme importance of a "straight mind" as the direct path, contrasting it sharply with the futility and harm caused by a "deviated mind." This reinforces the text's consistent emphasis on authentic internal alignment over intellectual acrobatics. The original Chinese characters, "與道俱起，非言所詮；不可思議，言之所滯。直心是道，歪心不通；與道相乖，勞形喪功," provide a clear and powerful guide for genuine spiritual practice.

"It arises with the Way, not explained by words; it's inconceivable, words only hinder. The straight mind is the Way; the crooked mind does not pass through. When at odds with the Way, one toils in vain and loses merit."

In-Depth Analysis and Interpretation

Quatrain 14 further clarifies the nature of ultimate truth, emphasizing its direct, ineffable quality that transcends linguistic description. It then pivots to the critical importance of the practitioner's inner disposition, highlighting how a "straight mind" is the Way itself, while a "deviated mind" leads to futility and loss.

The opening lines, **"與道俱起，非言所詮；" (Line 53)**, underscore the inherent, unconditioned nature of truth. "與道俱起" (yǔ dào jùqǐ) means "It arises with the Way" (Option 1), or "This (truth/reality) arises simultaneously with the Tao (the Way)" (Option 2), or "It emerges in harmony with the Tao" (Option 3). This signifies that ultimate truth is not separate from the fundamental Way (Tao) or reality itself; it is an inherent aspect, co-arising with it. Following this, "非言所詮" (fēi yán suǒ quán) means "not explained by words" (Option 1), or "it cannot be fully articulated or encompassed by language" (Option 2), or "uncapturable by speech" (Option 3). This reiterates the ineffable quality emphasized in Quatrain 13. Truth is a direct realization, not something that can be completely conveyed or contained within linguistic frameworks.

Line 54 further elaborates on this ineffability and the limitations of language: **"不可思議，言之所滯。" "**不可思議" (bùkě sīyì) means "it's inconceivable" (Option 1), or "It is utterly beyond intellectual comprehension" (Option 2), or "It defies all thought" (Option 3). This restates that ultimate truth transcends the conceptual mind. The latter part, "言之所滯" (yán zhī suǒ zhì), delivers a powerful warning about language: "words only hinder" (Option 1), "language serves only to create impediments and attachment" (Option 2), or "words only create stagnation" (Option 3). While words are useful tools, they can become obstacles if one clings to them or mistakes them for the truth itself. They can create conceptual "sticking points" that prevent direct experience.

The quatrain then shifts its focus to the practitioner's inner state, making a crucial distinction in lines 55-56: **"直心是道，歪心不通；"** "直心" (zhíxīn) refers to "the straight mind" (Option 1), "a 'straight mind' (sincere, unadulterated intent)" (Option 2), or "An upright heart-mind" (Option 3). This "straight mind" is declared as "是道" (shìdào) – "is the Way" (Option 1), "is itself the Way" (Option 2), or "*is* the path" (Option 3). This is a direct identification: the path is not external; it is the quality of one's inner disposition – sincere, honest, direct, without contrivance or hidden agenda. In stark contrast, "歪心不通" (wāixīn bùtōng) means "the crooked mind does not pass through" (Option 1), "a 'deviated mind' (insincere, deluded intent) cannot achieve understanding" (Option 2), or "a twisted heart-mind finds no passage" (Option 3). "歪心" (wāixīn) refers to a crooked, twisted, insincere, or prejudiced mind. Such a mind cannot grasp or align with the Way because its very nature is contrary to the directness of truth.

The consequence of this misalignment is stated in the final part of line 56: **"與道相乖，勞形喪功。"** "與道相乖" (yǔ dào xiāngguāi) means "When at odds with the Way" (Option 1), "When one acts contrary to the Way" (Option 2), or "When out of sync with the Way" (Option 3). This describes a state where one's inner disposition and actions are not aligned with the natural flow and truth of the Tao. The negative outcome is twofold: "勞形喪功" (láoxíng sànggōng). "勞形" (láoxíng) means "one toils in vain" (Option 1), or "one exhausts the body" (Option 2), or "one wastes effort" (Option 3). "喪功" (sànggōng) means "loses merit" (Option 1), "loses all spiritual progress" (Option 2), or "diminishes true accomplishment" (Option 3). This indicates that all efforts, however strenuous, will be fruitless and even detrimental if the fundamental inner alignment (直心) is absent. It's a powerful warning that sincere intention and directness are paramount over mere ritual or intellectual pursuit.

In summary, Quatrain 14 offers a dual insight into the nature of truth and the path to its realization. It first re-emphasizes that ultimate reality arises directly with the Way and is inherently ineffable, beyond the confining grasp of language, which can even become a hindrance. Crucially, it then pivots to highlight the practitioner's disposition: a "straight mind" (sincere, direct, unadulterated) is declared to be the Way itself, the only means of true access. Conversely, a "crooked" or "deviated mind" is utterly incapable of understanding and leads only to wasted effort and loss of genuine spiritual progress. This quatrain underscores that the core of the path lies not in external practices or intellectual mastery, but in the internal cultivation of unadulterated sincerity and directness of heart-mind.

Tagalog Translation

Quatrain 14: Ang Direktang Landas ng Tuwid na Isip at ang Hadlang ng Lihis na Intensyon

Ang Quatrain 14, na sumasaklaw sa mga linya 53-56 ng malalim na tekstong ito, ay nagsisilbing mahalagang tagubilin sa kalikasan ng pagkakahanay sa sukdulang Daan (Tao). Inuulit nito ang hindi masabing kalidad ng katotohanan, na binibigyang-diin na ito ay direktang nagmumula sa Daan, lampas sa abot ng simpleng wika. Ang quatrain ay lumilipat ng pokus sa panloob na disposisyon ng nagsasanay, na binibigyang-diin ang pinakamataas na kahalagahan ng isang "tuwid na isip" bilang direktang landas, na malinaw na ikinukumpara ito sa walang saysay at pinsalang dulot ng isang "lihis na isip." Pinapalakas nito ang tuloy-tuloy na pagbibigay-diin ng teksto sa tunay na panloob na pagkakahanay kaysa sa intelektuwal na akrobatika. Ang orihinal na mga karakter ng Tsino, "與道俱起，非言所詮；不可思議，言之所滯。直心是道，歪心不通；與道相乖，勞形喪功，" ay nagbibigay ng malinaw at makapangyarihang gabay para sa tunay na espirituwal na pagsasanay.

"Ito ay nagmumula sa Daan, hindi ipinapaliwanag ng mga salita; hindi ito maiisip, ang mga salita ay humahadlang lamang. Ang tuwid na isip ang Daan; ang baluktot na isip ay hindi makadaan. Kapag

salungat sa Daan, nagsasayang ng pagod at
nawawalan ng merito."

Malalim na Pagsusuri at Interpretasyon

Mas pinapalinaw ng Quatrain 14 ang kalikasan ng
sukdulang katotohanan, na binibigyang-diin ang
direkta, hindi masabing kalidad nito na lumalampas
sa lingguwistikong paglalarawan. Pagkatapos ay
lumiliko ito sa kritikal na kahalagahan ng panloob na
disposisyon ng nagsasanay, na binibigyang-diin kung
paano ang isang "tuwid na isip" ang Daan mismo,
habang ang isang "lihis na isip" ay humahantong sa
kawalang-saysay at pagkawala.

Ang pambungad na mga linya, "與道俱起，非言所
詮；" (Linya 53), ay nagbibigay-diin sa likas,
walang-kundisyong kalikasan ng katotohanan. Ang "
與道俱起" (yǔ dào jùqǐ) ay nangangahulugang "**Ito
ay nagmumula sa Daan**" (Opsyon 1), o "**Ito
(katotohanan/realidad) ay sabay na nagmumula sa
Tao (ang Daan)**" (Opsyon 2), o "**Ito ay lumilitaw na
kasama ng Tao**" (Opsyon 3). Ipinapahiwatig nito na
ang sukdulang katotohanan ay hindi hiwalay sa
pundasyong Daan (Tao) o realidad mismo; ito ay
isang likas na aspeto, na sabay na lumilitaw dito.
Kasunod nito, ang "非言所詮" (fēi yán suǒ quán) ay
nangangahulugang "**hindi ipinapaliwanag ng mga
salita**" (Opsyon 1), o "**hindi ito ganap na
maipapahayag o masasaklaw ng wika**" (Opsyon 2),
o "**hindi mahahawakan ng pananalita**" (Opsyon 3).
Inuulit nito ang hindi masabing kalidad na binigyang-
diin sa Quatrain 13. Ang katotohanan ay isang direkta

na pagkaunawa, hindi isang bagay na maaaring ganap na maihatid o mailagay sa loob ng mga lingguwistikong balangkas.

Ang Linya 54 ay higit pang nagpapaliwanag sa hindi masabing ito at ang mga limitasyon ng wika: "不可思議，言之所滯。" Ang "不可思議" (bùkě sīyì) ay nangangahulugang **"hindi ito maiisip"** (Opsyon 1), o **"Ganap na lampas sa pag-unawa ng intelektwal"** (Opsyon 2), o **"Nilalabanan nito ang lahat ng kaisipan"** (Opsyon 3). Inuulit nito na ang sukdulang katotohanan ay lumalampas sa konseptuwal na isip. Ang huling bahagi, "言之所滯" (yán zhī suǒ zhì), ay naghahatid ng isang makapangyarihang babala tungkol sa wika: **"ang mga salita ay humahadlang lamang"** (Opsyon 1), **"ang wika ay nagsisilbing lumikha lamang ng mga hadlang at pagkakabit"** (Opsyon 2), o **"ang mga salita ay lumilikha lamang ng pagtigil"** (Opsyon 3). Bagaman ang mga salita ay kapaki-pakinabang na kasangkapan, maaari silang maging balakid kung ang isa ay kumakapit sa kanila o nagkakamali sa pag-aakala na sila ang katotohanan mismo. Maaari silang lumikha ng konseptuwal na "mga balakid" na pumipigil sa direktang karanasan.

Ang quatrain ay lumilipat pagkatapos ng pokus sa panloob na estado ng nagsasanay, na gumagawa ng isang mahalagang pagkakaiba sa mga linya 55-56: "直心是道，歪心不通；" Ang "直心" (zhíxīn) ay tumutukoy sa **"ang tuwid na isip"** (Opsyon 1), **"isang 'tuwid na isip' (taimtim, walang-halong intensyon)"** (Opsyon 2), o **"Isang matuwid na isip-puso"** (Opsyon 3). Ang "tuwid na isip" na ito ay idinedeklara bilang "是道" (shìdào) – "**ang Daan**" (Opsyon 1), "**mismo ang Daan**" (Opsyon 2), o "**ang landas**" (Opsyon 3). Ito ay isang direktang pagkakakilanlan: ang landas ay hindi panlabas; ito ay ang kalidad ng panloob na disposisyon ng isa – taimtim, tapat, direkta, walang pagkukunwari o nakatagong agenda. Sa matalas na kaibahan, ang "歪心不通" (wāixīn bùtōng) ay nangangahulugang "**ang baluktot na isip ay hindi makadaan**" (Opsyon 1), "**ang isang 'lihis na isip' (hindi taimtim, naligaw na intensyon) ay hindi makakamit ng pag-unawa**" (Opsyon 2), o "**ang isang baluktot na isip-puso ay hindi makakahanap ng daanan**" (Opsyon 3). Ang "歪心" (wāixīn) ay tumutukoy sa isang baluktot, liko, hindi taimtim, o may kinikilingan na isip. Ang ganitong isip ay hindi makakaunawa o makakahanay sa Daan dahil ang mismong kalikasan nito ay salungat sa pagiging direkta ng katotohanan.

Ang bunga ng hindi pagkakahanay na ito ay nakasaad sa huling bahagi ng linya 56: "與道相乖，勞形喪功。" Ang "與道相乖" (yǔ dào xiāngguāi) ay nangangahulugang "**Kapag salungat sa Daan**" (Opsyon 1), "**Kapag ang isa ay kumikilos salungat sa Daan**" (Opsyon 2), o "**Kapag hindi nakakasundo sa Daan**" (Opsyon 3). Inilalarawan nito ang isang estado kung saan ang panloob na disposisyon at mga kilos ng isa ay hindi nakahanay sa natural na daloy at katotohanan ng Tao. Ang negatibong bunga ay dalawang-tiklop: "勞形喪功" (láoxíng sànggōng). Ang "勞形" (láoxíng) ay nangangahulugang "**nagsasayang ng pagod**" (Opsyon 1), o "**napapagod**

ang katawan" (Opsyon 2), o "**nagsasayang ng pagsisikap**" (Opsyon 3). Ang "喪功" (sànggōng) ay nangangahulugang "**nawawalan ng merito**" (Opsyon 1), "**nawawalan ng lahat ng espirituwal na pag-unlad**" (Opsyon 2), o "**nababawasan ang tunay na tagumpay**" (Opsyon 3). Ipinapahiwatig nito na ang lahat ng pagsisikap, gaano man kahirap, ay magiging walang bunga at maging nakakapinsala kung wala ang pundasyong panloob na pagkakahanay (直心). Ito ay isang makapangyarihang babala na ang taimtim na intensyon at pagiging direkta ay higit na mahalaga kaysa sa simpleng ritwal o intelektuwal na paghahanap.

Sa buod, ang Quatrain 14 ay nag-aalok ng dalawang-tiklop na pananaw sa kalikasan ng katotohanan at ang landas sa pagkaunawa nito. Una, muling binibigyang-diin nito na ang sukdulang realidad ay direktang nagmumula sa Daan at likas na hindi masabi, lampas sa naglilimitang hawak ng wika, na maaari pang maging hadlang. Mahalaga, pagkatapos ay lumiliko ito upang bigyang-diin ang disposisyon ng nagsasanay: ang isang "**tuwid na isip**" (taimtim, direkta, walang-halong) ay idinedeklara na ang Daan mismo, ang tanging paraan ng tunay na pag-access. Sa kabaligtaran, ang isang "baluktot" o "lihis na isip" ay ganap na walang kakayahang umunawa at humahantong lamang sa nasayang na pagsisikap at pagkawala ng tunay na espirituwal na pag-unlad. Binibigyang-diin ng quatrain na ang core ng landas ay hindi nakasalalay sa mga panlabas na kasanayan o intelektuwal na pagkabihasa, kundi sa panloob na

paglinang ng walang-halong pagiging taimtim at
pagiging direkta ng isip-puso.

Japanese Translation

クワトレン14：直心の道と歪んだ意図の障
害

この深遠なテキストの53-56行からなるクワトレ
ン14は、究極の道（タオ）との一致の性質に関
する重要な指示として機能します。それは真理
の筆舌に尽くしがたい性質を繰り返し、それが
単なる言葉の理解を超えて、道とともに直接生
じることを強調しています。その後、このクワ
トレンは焦点を実践者の内的な気質に移し、直
接的な道としての「直心」の最高の重要性を強
調し、それとは対照的に、「歪んだ心」によっ
て引き起こされる無益さと害を鋭く対比させて
います。これは、知的技巧よりも真の内的な一
致に対するテキストの一貫した強調を強化して
います。オリジナルの漢字「與道俱起、非言所
詮；不可思議、言之所滯。直心是道、歪心不通
；與道相乖、勞形喪功」は、真の精神的実践の
ための明確で強力な指針を提供します。

「道とともに生じ、言葉では説明されない；不
可思議であり、言葉はただ滞らせるだけである

。直心は道である；歪んだ心は通じない。道と相いれないとき、身体を労して功を失う。」

詳細な分析と解釈

クワトレン14は、究極の真理の性質をさらに明確にし、言語的記述を超越するその直接的で筆舌に尽くしがたい性質を強調しています。その後、実践者の内的な気質の決定的な重要性に焦点を移し、「直心」がいかに道そのものであるか、一方「歪んだ心」がいかに無益さと喪失につながるかを強調しています。

冒頭の「與道俱起、非言所詮；」（53行）は、真理の本質的で無条件な性質を強調しています。「與道俱起」（yǔ dào jùqǐ）は「道とともに生じる」（オプション1）、または「これ（真理/現実）はタオ（道）とともに同時に生じる」（オプション2）、または「タオと調和して現れる」（オプション3）を意味します。これは、究極の真理が根本的な道（タオ）や現実そのものから分離しているのではなく、それとともに共生する本質的な側面であることを示しています。これに続いて、「非言所詮」（fēi yán suǒ quán）は「言葉では説明されない」（オプション1）、または「言語によって完全に明確に表現されたり包含されたりすることはできない」（オプション2）、または「言葉では捉えられない」（オプション3）を意味します。これは、クワトレン13で強調された筆舌に尽くしがたい性質を繰り

返しています。真理は直接的な悟りであり、言語的枠組みの中で完全に伝えたり含まれたりできるものではありません。

54行は、この筆舌に尽くしがたい性質と言語の限界をさらに詳しく説明しています：「不可思議、言之所滞。」「不可思議」（bùkě sīyì）は「不可思議である」（オプション1）、または「完全に知的理解を超えている」（オプション2）、または「あらゆる思考を絶する」（オプション3）を意味します。これは、究極の真理が概念的な心を超越していることを再び述べています。後半の「言之所滞」（yán zhī suǒ zhì）は、言語に関する強力な警告を発しています：「言葉はただ滞らせるだけである」（オプション1）、「言語は障害と執着を生み出すだけである」（オプション2）、または「言葉は停滞を生み出すだけである」（オプション3）。言葉は有用な道具ですが、それに執着したり、それ自体を真理と誤解したりすると、障害となる可能性があります。それらは直接的な体験を妨げる概念的な「つまずき」を生み出す可能性があります。

このクワトレンは、その後、実践者の内的な状態に焦点を移し、55-56行で重要な区別をしています：「直心是道、歪心不通；」「直心」（zhíxīn）は「直心」（オプション1）、「『直心』（誠実で純粋な意図）」（オプション2）、または「まっすぐな心身」（オプション3）を指します。この「直心」は「是道」（shìdào）—「道

である」（オプション1）、「道そのものである」（オプション2）、または「道である」（オプション3）と宣言されています。これは直接的な同定です。道は外的なものではありません。それは、誠実で、正直で、直接的で、作為や隠された意図のない、自分の内的な気質の質です。それとは対照的に、「歪心不通」（wāixīn bùtōng）は「歪んだ心は通じない」（オプション1）、「『歪んだ心』（不誠実で迷妄な意図）は理解を達成できない」（オプション2）、または「ねじれた心身は通路を見つけられない」（オプション3）を意味します。「歪心」（wāixīn）は、歪んだ、ねじれた、不誠実な、または偏見のある心を指します。そのような心は、その性質自体が真理の直接性に反するため、道を把握したり、それと一致したりすることはできません。

この不一致の結果は、56行の最後の部分で述べられています：「與道相乖，勞形喪功。」「與道相乖」（yǔ dào xiāngguāi）は「道と相いれないとき」（オプション1）、「道に反して行動するとき」（オプション2）、または「道と同期していないとき」（オプション3）を意味します。これは、自分の内的な気質と行動がタオの自然な流れと真理に一致していない状態を記述しています。負の結果は二重です：「勞形喪功」（láoxíng sànggōng）。「勞形」（láoxíng）は「身体を労して」（オプション1）、または「身体を疲れさせる」（オプション2）、または「努力を

無駄にする」（オプション3）を意味します。「喪功」（sànggōng）は「功を失う」（オプション1）、「すべての精神的進歩を失う」（オプション2）、または「真の成就を損なう」（オプション3）を意味します。これは、根本的な内的な一致（直心）が欠けている場合、どんなに骨の折れる努力も無益であり、有害でさえあることを示しています。これは、誠実な意図と直接性が、単なる儀式や知的な追求よりもはるかに重要であるという強力な警告です。

要約すると、クワトレン14は、真理の性質とその実現への道に関する二重の洞察を提供します。まず、究極の現実が道とともに直接生じ、本質的に筆舌に尽くしがたく、言語の限定的な把握を超えており、さらには障害にもなり得ることを再強調しています。次に、決定的に重要なことに、実践者の気質に焦点を移します。「直心」（誠実で、直接的で、純粋な）は道そのものであり、真のアクセス手段であると宣言されています。逆に、「歪んだ」または「逸脱した心」は、理解することが完全にできず、無駄な努力と真の精神的進歩の喪失につながるだけです。このクワトレンは、道の核心が外的な実践や知的習得にあるのではなく、純粋な誠実さと心身の直接性の内的な育成にあることを強調しています。

Quatrain 15 The Effortless Wisdom of Non-Action and the Self-Imposed Chains of Delusion

Quatrain 15, encompassing lines 57-60 of this profound text, serves as a powerful continuation of the themes of authentic practice and the pitfalls of deviation. It sharply contrasts the effortless wisdom of the enlightened with the self-inflicted suffering of those who remain bound by attachment and conceptual grasping. The quatrain emphasizes the inherent simplicity of the Dharma (reality/truth) and reveals that true liberation arises when the mind ceases its striving and fixating. The original Chinese characters, "既失玄元，勞神費功；智者無為，愚人自縛。法無異法，妄自愛執；用心若歇，法無處法," offer a liberating insight into the nature of true freedom.

"Having lost the profound origin, one exhausts the spirit and wastes effort. The wise act without contrivance; the foolish bind themselves. Dharma has no differing Dharmas; delusion makes one cling. If the mind's activity ceases, Dharma has no place."

In-Depth Analysis and Interpretation

Quatrain 15 sharply differentiates between the path of genuine wisdom, characterized by effortless non-action, and the path of delusion, marked by futile striving and self-imposed bondage. It emphasizes the non-dual nature of reality and the liberating effect of mental cessation.

The opening lines, **"既失玄元，勞神費功；" (Line 57)**, describe the negative consequences of deviating from the true path. "既失玄元" (jì shī xuányuán) means "Having lost the profound origin" (Option 1), or "Once one has strayed from the mysterious origin (of truth)" (Option 2), or "If the subtle source is missed" (Option 3). "玄元" (xuányuán) refers to the ultimate, mysterious, profound origin or source of reality, the Tao itself. When this fundamental connection or understanding is lost, the result is "勞神費功" (láoshén fèigōng) – "one exhausts the spirit and wastes effort" (Option 1), "one exhausts the mind and expends effort fruitlessly" (Option 2), or "mental energy is wasted and effort squandered" (Option 3). This directly ties back to the previous quatrain's warning about "勞形喪功" (wasting effort and losing merit) if one's mind is crooked. All strenuous striving becomes futile if one is not aligned with the fundamental truth.

Line 58 then provides a powerful contrast between the wise and the deluded: **"智者無為，愚人自縛。"** "智者無為" (zhìzhě wúwéi) means "The wise act without contrivance" (Option 1), "The truly wise person acts with effortless non-action (wu-wei)" (Option 2), or "The enlightened practice non-doing" (Option 3). "無為" (wúwéi) is a central Taoist and Zen concept, often translated as "non-action" or "effortless action." It's not about doing nothing, but acting in perfect spontaneity and alignment with the Way, without egoic striving or resistance. In stark contrast, "愚人自縛" (yúrén zìfù) means "the foolish bind themselves" (Option 1), or "the ignorant person binds themselves through their own efforts" (Option 2), or "the deluded tie themselves down" (Option 3). The "foolish" (愚人, yúyán) are those who misunderstand the nature of reality and enlightenment, and through their ignorance, striving, and attachments, they create their own suffering and limitations.

The quatrain moves to address the nature of reality itself in lines 59-60: **"法無異法，妄自愛執；"** "法無異法" (fǎ wú yìfǎ) means "Dharma has no differing Dharmas" (Option 1), or "The ultimate Dharma (truth/reality) possesses no inherent distinctions or separate 'Dharmas'" (Option 2), or "Reality has no inherent differences" (Option 3). "法" (fǎ), Dharma, here refers to reality, truth, or principles. This emphasizes the non-dual nature of ultimate reality; it is not fragmented into separate, inherently distinct entities or 'truths.' All apparent distinctions are conceptual. The reason for perceived distinctions is then identified: "妄自愛執" (wàng zì àizhí) – "delusion makes one cling" (Option 1), or "it is only through deluded preferences that one clings to them"

(Option 2), or "it's delusion that creates attachment" (Option 3). "妄" (wàng) refers to delusion, false thought, or illusion. Our own deluded preferences, attachments, and conceptual grasping create the illusion of separate 'Dharmas' and cause us to cling.

The ultimate solution is presented in the final part of line 60: **"用心若歇，法無處法。"** "用心若歇" (yòngxīn ruòxiē) means "If the mind's activity ceases" (Option 1), "If the mind's strenuous striving ceases" (Option 2), or "When the heart-mind's exertion comes to rest" (Option 3). "用心" (yòngxīn) refers to the active, striving, conceptualizing mind. "歇" (xiē) means to rest, to cease, to stop. When this active, dualistic mind comes to rest, when its striving and discriminating cease, then "法無處法" (fǎ wú chùfǎ) – "Dharma has no place" (Option 1), "then the Dharma, as a distinct concept, has no independent place to exist" (Option 2), or "truth is everywhere and nowhere fixed" (Option 3). This is a profound statement. It doesn't mean Dharma disappears, but that it ceases to be an object to be sought, grasped, or located. It's no longer a separate entity, a fixed concept with a "place." When the mind rests, Dharma is simply *what is*, pervading everything, without being confined or defined.

In summary, Quatrain 15 powerfully contrasts the path of the wise with that of the deluded. It asserts that deviation from the fundamental truth leads to wasted effort, while the wise operate through effortless non-action, avoiding self-imposed suffering. The quatrain then clarifies that ultimate reality (Dharma) is without inherent distinctions, and it is only our deluded preferences that create the illusion of separation and lead to attachment. The profound liberating insight is that when the mind's strenuous striving and conceptualizing cease, then "Dharma" as a separate, graspable concept also vanishes, revealing reality as it truly is: omnipresent, ungraspable, and free from all distinctions.

Tagalog Translation

Quatrain 15: Ang Walang Hirap na Karunungan ng Hindi Pagkilos at ang Sariling Pataw na Tanikala ng Delusyon

Ang Quatrain 15, na sumasaklaw sa mga linya 57-60 ng malalim na tekstong ito, ay nagsisilbing isang makapangyarihang pagpapatuloy ng mga tema ng tunay na pagsasanay at ang mga kapahamakan ng paglihis. Malakas nitong ipinagkakaiba ang walang hirap na karunungan ng mga naliwanagan sa sariling-pataw na pagdurusa ng mga nananatiling nakatali sa pagkakapit at konseptuwal na paghawak. Binibigyang-diin ng quatrain ang likas na pagiging simple ng Dharma (realidad/katotohanan) at inilalantad na ang tunay na kalayaan ay nagmumula kapag ang isip ay tumigil sa pagpupunyagi at pagpapako. Ang orihinal na mga karakter ng Tsino, "既失玄元，勞神費功；智者無為，愚人自縛。法無異法，妄自愛執；用心若歇，法無處法," ay nag-aalok ng isang nagpapalayang pananaw sa kalikasan ng tunay na kalayaan.

"Nang mawala ang malalim na pinagmulan, napapagod ang espiritu at nasasayang ang pagsisikap. Ang matatalino ay kumikilos nang walang pagkukunwari; ang mga hangal ay binibihag ang kanilang sarili. Ang Dharma ay walang ibang Dharma; ang delusyon ang nagpapapakapit. Kung huminto ang aktibidad ng isip, ang Dharma ay walang lugar."

Malalim na Pagsusuri at Interpretasyon

Malinaw na pinagkaiba ng Quatrain 15 ang landas ng tunay na karunungan, na inilalarawan sa pamamagitan ng walang hirap na hindi pagkilos, at ang landas ng delusyon, na minarkahan ng walang saysay na pagpupunyagi at sariling-pataw na pagkakabihag. Binibigyang-diin nito ang non-dual na kalikasan ng realidad at ang nagpapalayang epekto ng pagtigil ng isip.

Ang pambungad na mga linya, "既失玄元，勞神費功；" (Linya 57), ay naglalarawan ng mga negatibong bunga ng paglihis mula sa tunay na landas. Ang "既失玄元" (jì shī xuányuán) ay nangangahulugang **"Nang mawala ang malalim na pinagmulan"** (Opsyon 1), o **"Kapag ang isa ay lumihis mula sa misteryosong pinagmulan (ng katotohanan)"** (Opsyon 2), o **"Kung ang banayad na pinagmulan ay hindi nakuha"** (Opsyon 3). Ang "

玄元" (xuányuán) ay tumutukoy sa sukdulang, misteryoso, malalim na pinagmulan o bukal ng realidad, ang Tao mismo. Kapag nawala ang pundasyong koneksyon o pag-unawa na ito, ang resulta ay "勞神費功" (láoshén fèigōng) – "**napapagod ang espiritu at nasasayang ang pagsisikap**" (Opsyon 1), "**napapagod ang isip at walang saysay na ginugugol ang pagsisikap**" (Opsyon 2), o "**nasasayang ang enerhiya ng isip at nasasayang ang pagsisikap**" (Opsyon 3). Direkta itong nauugnay sa babala ng nakaraang quatrain tungkol sa "勞形喪功" (pagsasayang ng pagsisikap at pagkawala ng merito) kung ang isip ng isa ay baluktot. Lahat ng mahirap na pagpupunyagi ay nagiging walang saysay kung ang isa ay hindi nakahanay sa pundasyong katotohanan.

Ang Linya 58 pagkatapos ay nagbibigay ng isang makapangyarihang kaibahan sa pagitan ng matalino at ng naligaw: "智者無為，愚人自縛。" Ang "智者無為" (zhìzhě wúwéi) ay nangangahulugang "**Ang matatalino ay kumikilos nang walang pagkukunwari**" (Opsyon 1), "**Ang tunay na matalinong tao ay kumikilos nang may walang hirap na hindi pagkilos (wu-wei)**" (Opsyon 2), o "**Ang mga naliwanagan ay nagsasagawa ng hindi pagkilos**" (Opsyon 3). Ang "無為" (wúwéi) ay isang sentral na konsepto ng Taoist at Zen, madalas na isinasalin bilang "non-action" o "effortless action." Hindi ito tungkol sa walang ginagawa, kundi kumikilos nang may perpektong spontaneity at pagkakahanay sa Daan, nang walang egoic na pagpupunyagi o paglaban. Sa matalas na kaibahan, ang "愚人自縛" (yúrén zìfù) ay nangangahulugang **"ang mga hangal ay binibihag ang kanilang sarili"** (Opsyon 1), o **"ang ignorante ay binibihag ang kanilang sarili sa pamamagitan ng sarili nilang pagsisikap"** (Opsyon 2), o **"ang mga naligaw ay itinatali ang kanilang sarili"** (Opsyon 3). Ang mga "hangal" (愚人, yúyán) ay yaong mga hindi nakakaintindi sa kalikasan ng realidad at kaliwanagan, at sa pamamagitan ng kanilang kamangmangan, pagpupunyagi, at mga pagkakapit, lumilikha sila ng sarili nilang pagdurusa at mga limitasyon.

Ang quatrain ay lumilipat upang talakayin ang kalikasan ng realidad mismo sa mga linya 59-60: "法無異法，妄自愛執；" Ang "法無異法" (fǎ wú yìfǎ) ay nangangahulugang **"Ang Dharma ay walang ibang Dharma"** (Opsyon 1), o **"Ang sukdulang Dharma (katotohanan/realidad) ay walang likas na pagkakaiba o hiwalay na 'Dharma'"** (Opsyon 2), o **"Ang realidad ay walang likas na pagkakaiba"** (Opsyon 3). Ang "法" (fǎ), Dharma, dito ay tumutukoy sa realidad, katotohanan, o mga prinsipyo. Binibigyang-diin nito ang non-dual na kalikasan ng sukdulang realidad; hindi ito nahahati sa hiwalay, likas na magkakaibang entidad o 'katotohanan.' Lahat ng maliwanag na pagkakaiba ay konseptuwal. Ang dahilan ng nakikitang pagkakaiba ay pagkatapos ay natukoy: "妄自愛執" (wàng zì àizhí) – **"ang delusyon ang nagpapapakapit"** (Opsyon 1), o **"ito ay sa pamamagitan lamang ng mga naligaw na kagustuhan na kumakapit ang isa sa kanila"** (Opsyon 2), o **"ito ay delusyon na**

lumilikha ng pagkakapit" (Opsyon 3). Ang "妄" (wàng) ay tumutukoy sa delusyon, maling kaisipan, o ilusyon. Ang sarili nating mga naligaw na kagustuhan, pagkakapit, at konseptuwal na paghawak ang lumilikha ng ilusyon ng hiwalay na 'Dharma' at nagiging sanhi ng ating pagkakapit.

Ang sukdulang solusyon ay ipinakita sa huling bahagi ng linya 60: "用心若歇，法無處法。" Ang "用心若歇" (yòngxīn ruòxiē) ay nangangahulugang "**Kung huminto ang aktibidad ng isip**" (Opsyon 1), "**Kung huminto ang mahirap na pagpupunyagi ng isip**" (Opsyon 2), o "**Kapag ang paghahanap ng isip-puso ay huminto**" (Opsyon 3). Ang "用心" (yòngxīn) ay tumutukoy sa aktibo, nagpupunyagi, nagkokonsepto na isip. Ang "歇" (xiē) ay nangangahulugang magpahinga, huminto, tumigil. Kapag ang aktibo, dualistikong isip na ito ay huminto, kapag ang pagpupunyagi at pagdiskrimina nito ay huminto, kung gayon ang "法無處法" (fǎ wú chùfǎ) – "**ang Dharma ay walang lugar**" (Opsyon 1), "**kung gayon ang Dharma, bilang isang natatanging konsepto, ay walang independiyenteng lugar upang umiral**" (Opsyon 2), o "**ang katotohanan ay nasa lahat ng dako at walang nakapirming lugar**" (Opsyon 3). Ito ay isang malalim na pahayag. Hindi ito nangangahulugang nawawala ang Dharma, kundi tumitigil itong maging isang bagay na dapat hanapin, hawakan, o hanapin. Hindi na ito isang hiwalay na entidad, isang nakapirming konsepto na may "lugar." Kapag nagpapahinga ang isip, ang Dharma ay kung ano lamang ito, na bumabalot sa lahat, nang hindi nakakulong o natutukoy.

Sa buod, malakas na pinagkakaiba ng Quatrain 15 ang landas ng matalino sa landas ng naligaw. Ito ay nagsasaad na ang paglihis mula sa pundasyong katotohanan ay humahantong sa nasayang na pagsisikap, habang ang matatalino ay kumikilos sa pamamagitan ng walang hirap na hindi pagkilos, na iniiwasan ang sariling-pataw na pagdurusa. Pagkatapos ay nililinaw ng quatrain na ang sukdulang realidad (Dharma) ay walang likas na pagkakaiba, at ang ating mga naligaw na kagustuhan lamang ang lumilikha ng ilusyon ng paghihiwalay at humahantong sa pagkakapit. Ang malalim na nagpapalayang pananaw ay na kapag huminto ang mahirap na pagpupunyagi at pagkokonsepto ng isip, kung gayon ang "Dharma" bilang isang hiwalay, mahawakan na konsepto ay naglalaho rin, na nagbubunyag ng realidad kung ano talaga ito: omnipresent, hindi mahawakan, at malaya mula sa lahat ng pagkakaiba.

Japanese Translation

クワトレン15：無為の無垢の知恵と妄想の自己束縛

この深遠なテキストの57-60行からなるクワトレン15は、真の修行と逸脱の落とし穴というテーマの強力な継続として機能します。それは、悟りを開いた者の無為の知恵と、執着と概念的把持によって縛られたままの者の自ら招いた苦し

みを鋭く対比させています。このクワトレンは、ダルマ（現実/真理）の inherent な単純さを強調し、心が努力と固着をやめるときに真の解放が生じることを明らかにしています。オリジナルの漢字「既失玄元、勞神費功；智者無為、愚人自縛。法無異法、妄自愛執；用心若歇、法無處法」は、真の自由の性質に対する解放的な洞察を提供しています。

「すでに玄元を失い、精神を労し、功を費やす。智者は無為に動き、愚人は自らを縛る。法に異なる法はなく、妄想が自らを愛着させる。もし心の活動が止むならば、法は場所がない。」

詳細な分析と解釈

クワトレン15は、無為の無垢の知恵によって特徴づけられる真の知恵の道と、無益な努力と自己束縛によって特徴づけられる妄想の道とを鋭く区別しています。それは、現実の非二元的な性質と、精神的な停止の解放的な効果を強調しています。

冒頭の「**既失玄元、勞神費功；**」（57行）は、真の道から逸脱することの負の結果を記述しています。「**既失玄元**」（jì shī xuányuán）は「**すでに玄元を失った**」（オプション1）、または「**ひとたび神秘的な源（真理の）から逸脱したならば**」（オプション2）、または「**微細な源を逃した場合**」（オプション3）を意味します。「玄

元」（xuányuán）は、現実の究極的で神秘的で深遠な源、タオそのものを指します。この根本的なつながりや理解が失われたとき、その結果は「勞神費功」（láoshén fèigōng）—「精神を労し、功を費やす」（オプション1）、「心を疲れさせ、努力を無益に費やす」（オプション2）、または「精神的エネルギーが無駄になり、努力が無駄になる」（オプション3）です。これは、心が歪んでいる場合、「勞形喪功」（努力を無駄にし、功を失う）という前のクワトレンの警告に直接関連しています。根本的な真理と一致していない場合、すべての骨の折れる努力は無益になります。

58行は、賢者と迷妄な者の間に強力な対比を提示しています：「智者無為、愚人自縛。」「智者無為」（zhìzhě wúwéi）は「智者は無為に動く」（オプション1）、「真に賢い人は無為（wu-wei）の無垢な行動をする」（オプション2）、または「悟りを開いた者は無為を行う」（オプション3）を意味します。「無為」（wúwéi）は、道教や禅の中心的概念であり、しばしば「無為」または「無垢な行動」と訳されます。それは何もしないことではなく、エゴ的な努力や抵抗なしに、道と完全に自発的に一致して行動することです。それとは対照的に、「愚人自縛」（yúrén zìfù）は「愚人は自らを縛る」（オプション1）、または「無知な者は自らの努力によって自らを縛る」（オプション2）、または「迷妄な者は自らを縛る」（オプション3）を意味しま

す。「愚人」（愚人、yúrén）は、現実と悟りの性質を誤解している人々であり、彼らの無知、努力、執着によって、彼ら自身の苦しみと限界を作り出します。

このクワトレンは、59-60行で現実そのものの性質について言及します：「法無異法、妄自愛執；」「法無異法」（fǎ wú yìfǎ）は「法に異なる法はない」（オプション1）、または「究極の法（真理/現実）は、固有の区別や分離した『法』を持たない」（オプション2）、または「現実に固有の差異はない」（オプション3）を意味します。「法」（fǎ）、ダルマは、ここで現実、真理、または原則を指します。これは、究極の現実の非二元的な性質を強調しています。それは、分離した、固有に異なる実体や「真理」に断片化されていません。見かけ上のすべての区別は概念的なものです。知覚される区別の理由は、次に特定されます：「妄自愛執」（wàng zì àizhí）—「妄想が自らを愛着させる」（オプション1）、または「迷妄な好みによってのみ、人はそれらに執着する」（オプション2）、または「執着を生み出すのは妄想である」（オプション3）です。「妄」（wàng）は、妄想、誤った思考、または幻想を指します。私たち自身の迷妄な好み、執着、概念的な把握が、分離した「法」の幻想を生み出し、私たちを執着させます。

究極の解決策は、60行の最後の部分で提示されています：「用心若歇、法無處法。」「用心若

歇」（yòngxīn ruòxiē）は「もし心の活動が止む
ならば」（オプション1）、「もし心の骨の折れ
る努力が止むならば」（オプション2）、または
「心身の努力が止むとき」（オプション3）を意
味します。「用心」（yòngxīn）は、活動的で、
努力し、概念化する心を指します。「歇」（xiē
）は、休む、止む、止まるを意味します。この
活動的で二元的な心が止まるとき、その努力と
差別が止むとき、「法無處法」（fǎ wú chùfǎ）
―「法は場所がない」（オプション1）、「その
とき、ダルマは、明確な概念として、独立して
存在する場所を持たない」（オプション2）、ま
たは「真理はどこにでもあり、どこにも固定さ
れていない」（オプション3）を意味します。こ
れは深遠な声明です。ダルマが消えるという意
味ではなく、求められ、把握され、位置づけら
れるべき対象でなくなるという意味です。それ
はもはや分離した実体、固定された「場所」を
持つ概念ではありません。心が休むとき、ダル
マは単にあるがままであり、何物にも限定され
たり定義されたりすることなく、すべてに遍在
します。

要約すると、クワトレン15は、賢者の道と迷妄
な者の道を強力に対比させています。それは、
根本的な真理からの逸脱が無駄な努力につなが
るのに対し、賢者は無為の無垢の行動を通して
活動し、自己束縛の苦しみを避けると主張して
います。このクワトレンは、究極の現実（ダル
マ）には固有の区別がなく、分離の幻想を生み

出し執着につながるのは私たちの迷妄な好みだ
けであると明確にしています。深遠な解放的な
洞察は、心の骨の折れる努力と概念化が止むと
き、分離した、把握可能な概念としての「ダル
マ」もまた消滅し、現実を真の姿、すなわち遍
在し、捉えどころがなく、すべての区別から解
放されたものとして明らかにすることです。

Quatrain 16 The Non-Dual Unity of Mind and Reality, and the Ultimate Silence

Quatrain 16, encompassing lines 61-64 of this
profound text, serves as a powerful summary of the
text's core non-dual message, driving home the
essential unity between mind and reality, and the
profound limitations of language in expressing
ultimate truth. It warns against any form of clinging,
even to the concept of "one Dharma," emphasizing
that true faith transcends all distinctions and temporal
notions. The quatrain culminates in asserting that
genuine understanding lies beyond all verbalization
and the confines of time. The original Chinese
characters, "心法無異，妄自愛執；但取一法，是
失法意。信心不二，不二信心；言語道斷，非去
來今," offer a deep insight into the nature of
enlightened perception.

"Mind and phenomena are not separate; delusion makes one cling. To grasp just one Dharma is to lose the Dharma's true meaning. Faith is non-dual, non-dual is faith; the path of words is cut off, it is not past, future, or present."

In-Depth Analysis and Interpretation

Quatrain 16 reinforces central themes of the *Xinxin Ming* (Faith in Mind), particularly the non-duality of mind and phenomena, the danger of clinging to concepts, and the ineffable nature of ultimate truth that transcends language and time.

The opening lines, **"心法無異，妄自愛執；" (Line 61)**, immediately declare the fundamental unity of subjective experience and objective reality. "心法無異" (xīnfǎ wúyì) means "Mind and phenomena are not separate" (Option 1), or "The nature of mind and the nature of all phenomena are not inherently different" (Option 2), or "Heart-mind and reality are indivisible" (Option 3). This is a core non-dual teaching: the perceiving mind and the perceived world are fundamentally of the same essence, not two distinct entities. The text then reiterates the source of suffering: "妄自愛執" (wàng zì àizhí) – "delusion makes one cling" (Option 1), "it is only through deluded preferences that one creates attachment to them" (Option 2), or "attachment arises from illusion"

(Option 3). This directly mirrors line 59 from Quatrain 15 ("法無異法，妄自愛執"), serving as a powerful emphasis on the mind's tendency to create distinctions and cling due to delusion.

Line 62, **"但取一法，是失法意。"**, delivers a crucial warning against conceptual reification, even of spiritual principles. "但取一法" (dàn qǔ yīfǎ) means "To grasp just one Dharma" (Option 1), or "If you attempt to seize or hold onto even a single 'Dharma' (concept or principle)" (Option 2), or "To cling to any single aspect" (Option 3). "法" (fǎ) here can refer to a principle, a teaching, a concept, or a phenomenon. The warning is against fixation on *any* single idea, even a supposedly 'true' one. The consequence is "是失法意" (shì shī fǎ yì) – "is to lose the Dharma's true meaning" (Option 1), or "you miss the entire profound meaning of the Dharma" (Option 2), or "is to miss the Dharma's harmony" (Option 3). This highlights that true understanding transcends all specific concepts or formulations. To fixate on one aspect, even 'emptiness' or 'unity,' is to lose the holistic, non-dual essence.

The quatrain then moves to a profound statement on faith in lines 63-64: **"信心不二，不二信心；"** "信心不二" (xìnxīn bù'èr) means "Faith is non-dual" (Option 1), "True faith is inherently non-dual" (Option 2), or "Unwavering trust is oneness" (Option 3). "信心" (xìnxīn) is "faith-mind" or "trusting mind," which is the title of the text itself. "不二" (bù'èr) means "non-dual." This asserts that genuine faith or trusting mind is inherently non-dual; it does not operate on a basis of subject/object separation. It's a direct, unmediated apprehension. The phrase is then inverted: "不二信心" (bù'èr xìnxīn) – "non-dual is faith" (Option 1), "this non-dual quality is the essence of true faith itself" (Option 2), or "oneness is unwavering trust" (Option 3). This emphasizes the inseparable nature of non-duality and true faith. They are not two separate things but two facets of the same reality.

The culmination of the quatrain, and indeed a key point of the entire text, is in the final part of line 64: "言語道斷，非去來今。" "言語道斷" (yányǔ dàoduàn) means "the path of words is cut off" (Option 1), "The path of verbal expression is utterly severed" (Option 2), or "the way of language is extinguished" (Option 3). This is a direct and definitive statement about the limitations of language in conveying ultimate truth. The "path" or "road" of verbal expression comes to an end because reality transcends all linguistic constructs. This is then followed by a crucial temporal dimension: "非去來今" (fēi qù lái jīn) – "it is not past, future, or present" (Option 1), "for ultimate reality is neither past, nor future, nor present" (Option 2), or "for it transcends all time" (Option 3). This asserts the timeless nature of ultimate reality. It is beyond the conventional linear flow of time. It is an eternal present, unconditioned by temporal distinctions.

In summation, Quatrain 16 is a concise yet profound articulation of the core principles of the *Xinxin Ming*.

It declares the indivisible unity of mind and phenomena, reiterating that clinging to any concept, even a 'Dharma,' is a product of delusion and misses the true meaning. It then introduces the concept of "faith-mind" as inherently non-dual, and this non-duality as the very essence of faith itself. The quatrain culminates by asserting that ultimate truth is beyond the reach of language, as the "path of words is cut off." Furthermore, this truth is not confined by temporal distinctions, existing eternally beyond past, future, and present. This quatrain provides a powerful call to move beyond all conceptual and linguistic frameworks into a direct, timeless, and non-dual apprehension of reality.

Tagalog Translation

Quatrain 16: Ang Non-Dual na Pagkakaisa ng Isip at Realidad, at ang Sukdulang Katahimikan

Ang Quatrain 16, na sumasaklaw sa mga linya 61-64 ng malalim na tekstong ito, ay nagsisilbing isang makapangyarihang buod ng pangunahing mensahe ng non-dual ng teksto, na nagpapatibay sa esensyal na pagkakaisa sa pagitan ng isip at realidad, at ang malalim na limitasyon ng wika sa pagpapahayag ng sukdulang katotohanan. Nagbabala ito laban sa anumang anyo ng pagkakapit, maging sa konsepto ng "isang Dharma," na binibigyang-diin na ang tunay na pananampalataya ay lumalampas sa lahat ng pagkakaiba at mga konsepto ng panahon. Ang quatrain ay nagtatapos sa pagpapatunay na ang tunay na pag-unawa ay nakasalalay lampas sa lahat ng verbalization at mga hangganan ng panahon. Ang orihinal na mga karakter ng Tsino, "心法無異，妄自愛執；但取一法，是失法意。信心不二，不二信心；言語道斷，非去來今," ay nag-aalok ng isang malalim na pananaw sa kalikasan ng naliwanagang persepsyon.

"Ang isip at mga phenomena ay hindi hiwalay; ang delusyon ang nagpapapapakapit. Ang humawak sa isang Dharma lamang ay ang mawalan ng tunay na kahulugan ng Dharma. Ang pananampalataya ay non-dual, ang non-dual ay pananampalataya; ang landas ng mga salita ay naputol, hindi ito nakaraan, hinaharap, o kasalukuyan."

Malalim na Pagsusuri at Interpretasyon

Pinapalakas ng Quatrain 16 ang mga pangunahing tema ng Xinxin Ming (Faith in Mind), lalo na ang non-duality ng isip at mga phenomena, ang panganib ng pagkakapit sa mga konsepto, at ang hindi masabing kalikasan ng sukdulang katotohanan na lumalampas sa wika at panahon.

Ang pambungad na mga linya, "心法無異，妄自愛執；" (Linya 61), ay agad na nagdedeklara ng pundasyong pagkakaisa ng subhetibong karanasan at obhetibong realidad. Ang "心法無異" (xīnfǎ wúyì) ay nangangahulugang "**Ang isip at mga phenomena ay** hindi hiwalay" (Opsyon 1), o "**Ang kalikasan ng isip at ang kalikasan ng lahat ng phenomena ay hindi likas na magkaiba**" (Opsyon 2), o "**Ang isip-puso at realidad ay hindi mahahati**" (Opsyon 3). Ito ay isang pangunahing non-dual na pagtuturo: ang nakakakita na isip at ang nakikitang mundo ay sa pundasyon ay magkapareho ng esensya, hindi dalawang magkahiwalay na entidad. Ang teksto pagkatapos ay inuulit ang pinagmulan ng pagdurusa: "妄自愛執" (wàng zì àizhí) – "**ang delusyon ang nagpapapakapit**" (Opsyon 1), "**ito ay sa pamamagitan lamang ng mga naligaw na kagustuhan na lumilikha ng pagkakabit ang isa sa kanila**" (Opsyon 2), o "**ang pagkakabit ay nagmumula sa ilusyon**" (Opsyon 3). Direkta itong nagpapahiwatig sa linya 59 mula sa Quatrain 15 ("法無異法，妄自愛執"), na nagsisilbing isang makapangyarihang pagbibigay-diin sa tendensya ng isip na lumikha ng mga pagkakaiba at kumapit dahil sa delusyon.

Ang Linya 62, "但取一法，是失法意。", ay naghahatid ng isang mahalagang babala laban sa konseptuwal na reification, maging ng mga espirituwal na prinsipyo. Ang "但取一法" (dàn qǔ yīfǎ) ay nangangahulugang "**Ang humawak sa isang Dharma lamang**" (Opsyon 1), o "**Kung susubukan mong hawakan o kumapit sa isang 'Dharma' (konsepto o prinsipyo) lamang**" (Opsyon 2), o "**Ang kumapit sa anumang isang aspeto lamang**" (Opsyon 3). Ang "法" (fǎ) dito ay maaaring tumukoy sa isang prinsipyo, isang turo, isang konsepto, o isang phenomena. Ang babala ay laban sa pagpapako sa anumang isang ideya, maging ito ay isang diumano'y 'tunay' na ideya. Ang bunga ay "是失法意" (shì shī fǎ yì) – "**ay ang mawalan ng tunay na kahulugan ng Dharma**" (Opsyon 1), o "**mamamali ka sa buong malalim na kahulugan ng Dharma**" (Opsyon 2), o "**ay ang mawalan ng pagkakasundo ng Dharma**" (Opsyon 3). Binibigyang-diin nito na ang tunay na pag-unawa ay lumalampas sa lahat ng partikular na konsepto o pagbabalangkas. Ang pagpapako sa isang aspeto, maging 'kawalan' o 'pagkakaisa,' ay ang mawalan ng holistiko, non-dual na esensya.

Ang quatrain ay lumilipat pagkatapos sa isang malalim na pahayag tungkol sa pananampalataya sa mga linya 63-64: "信心不二，不二信心；" Ang "信心不二" (xìnxīn bù'èr) ay nangangahulugang "**Ang pananampalataya ay non-dual**" (Opsyon 1), "**Ang tunay na pananampalataya ay likas na non-dual**" (Opsyon 2), o "**Ang matatag na tiwala ay pagkakaisa**" (Opsyon 3). Ang "信心" (xìnxīn) ay "faith-mind" o "trusting mind," na siyang pamagat ng teksto mismo. Ang "不二" (bù'èr) ay nangangahulugang "non-dual." Ito ay nagsasaad na ang tunay na pananampalataya o nagtitiwalang isip ay likas na non-dual; hindi ito gumagana batay sa paghihiwalay ng subheto/obheto. Ito ay isang direkta, walang-tagapamagitan na pagkaunawa. Ang parirala ay pagkatapos ay binaliktad: "不二信心" (bù'èr xìnxīn) – "**ang non-dual ay pananampalataya**" (Opsyon 1), "**ang non-dual na kalidad na ito ang esensya ng tunay na pananampalataya mismo**" (Opsyon 2), o "**ang pagkakaisa ay matatag na tiwala**" (Opsyon 3). Binibigyang-diin nito ang hindi mapaghihiwalay na kalikasan ng non-duality at tunay na pananampalataya. Hindi sila dalawang magkahiwalay na bagay kundi dalawang aspeto ng parehong realidad.

Ang rurok ng quatrain, at sa katunayan ay isang mahalagang punto ng buong teksto, ay nasa huling bahagi ng linya 64: "言語道斷，非去來今。" Ang "言語道斷" (yányǔ dàoduàn) ay nangangahulugang **"ang landas ng mga salita ay naputol"** (Opsyon 1), **"Ang landas ng berbal na ekspresyon ay ganap na naputol"** (Opsyon 2), o **"ang paraan ng wika ay napawi"** (Opsyon 3). Ito ay isang direkta at depinitibong pahayag tungkol sa mga limitasyon ng wika sa paghahatid ng sukdulang katotohanan. Ang "landas" o "daan" ng berbal na ekspresyon ay nagtatapos dahil ang realidad ay lumalampas sa lahat ng lingguwistikong konstruksyon. Ito ay pagkatapos ay sinusundan ng isang mahalagang temporal na dimensyon: "非去來今" (fēi qù lái jīn) – **"hindi ito nakaraan, hinaharap, o kasalukuyan"** (Opsyon 1), **"sapagkat ang sukdulang realidad ay hindi nakaraan, ni hinaharap, ni kasalukuyan"** (Opsyon 2), o **"sapagkat ito ay lumalampas sa lahat ng panahon"** (Opsyon 3). Ito ay nagsasaad ng walang-hanggang kalikasan ng sukdulang realidad. Ito ay lampas sa nakagawiang linear na daloy ng panahon. Ito ay isang walang-hanggang kasalukuyan, walang-kundisyon ng mga pagkakaiba sa panahon.

Sa buod, ang Quatrain 16 ay isang maikli ngunit malalim na pagpapahayag ng mga pangunahing prinsipyo ng Xinxin Ming. Idinedeklara nito ang hindi mahahati na pagkakaisa ng isip at mga phenomena, na inuulit na ang pagkakapit sa anumang konsepto, maging sa isang 'Dharma,' ay produkto ng delusyon at namimiss ang tunay na kahulugan. Ipinapakilala nito pagkatapos ang konsepto ng "faith-mind" bilang likas na non-dual, at ang non-duality na ito bilang mismong esensya ng pananampalataya. Ang quatrain ay nagtatapos sa pagpapatunay na ang sukdulang katotohanan ay lampas sa abot ng wika, dahil ang "landas ng mga salita ay naputol." Higit pa rito, ang katotohanang ito ay hindi nakakulong sa mga pagkakaiba sa panahon, na umiiral nang walang hanggan lampas sa nakaraan, hinaharap, at kasalukuyan. Ang quatrain na ito ay nagbibigay ng isang makapangyarihang panawagan upang lumampas sa lahat ng konseptuwal at lingguwistikong balangkas tungo sa isang direkta, walang-hanggan, at non-dual na pagkaunawa sa realidad.

Japanese Translation

クワトレン16：心と現実の非二元の統一、そして究極の沈黙

この深遠なテキストの61-64行からなるクワトレン16は、このテキストの核心である非二元的なメッセージの強力な要約として機能し、心と現実の不可欠な統一性、そして究極の真理を表現する上での言語の深遠な限界を強調しています。それは、「一つのダルマ」という概念にさえ

も、いかなる形の執着をも戒め、真の信仰がすべての区別と時間的な概念を超越することを強調しています。このクワトレンは最終的に、真の理解がすべての言語化と時間の制約を超えたところにあると主張して締めくくられています。オリジナルの漢字「心法無異，妄自愛執；但取一法，是失法意。信心不二，不二信心；言語道斷，非去來今」は、悟りを開いた知覚の本質に対する深い洞察を提供しています。

「心と現象は異ならず；妄想が執着させる。ただ一つのダルマを掴むことは、ダルマの真の意味を失うことである。信心は不二であり、不二は信心である；言葉の道は断たれ、去来今（過去、未来、現在）ではない。」

詳細な分析と解釈

クワトレン16は、信心銘（信じる心）の中心的テーマ、特に心と現象の非二元性、概念に執着することの危険性、そして言語と時間を超越する究極の真理の筆舌に尽くしがたい性質を強化しています。

冒頭の「**心法無異，妄自愛執；**」（61行）は、主観的経験と客観的現実の根本的な統一性を即座に宣言しています。「**心法無異**」（xīnfǎ wúyì）は「**心と現象は異ならず**」（オプション1）、または「**心の性質とすべての現象の性質は inherently 異ならない**」（オプション2）、また

は「心身と現実は不可分である」（オプション3）を意味します。これは核となる非二元的な教えです。知覚する心と知覚される世界は、根本的に同じ本質であり、二つの異なる実体ではありません。次に、テキストは苦しみの源を繰り返します：「妄自愛執」（wàng zì àizhí）—「妄想が執着させる」（オプション1）、「迷妄な好みによってのみ、人はそれらへの執着を生み出す」（オプション2）、または「執着は幻想から生じる」（オプション3）。これは、クワトレン15の59行目（「法無異法、妄自愛執」）を直接反映しており、妄想によって区別を生み出し、執着する心の傾向を強く強調しています。

62行目の「但取一法，是失法意。」は、たとえ精神的な原則であっても、概念を具体化することに対する重要な警告を発しています。「但取一法」（dàn qǔ yīfǎ）は「ただ一つのダルマを掴むこと」（オプション1）、または「もしあなたが単一の『ダルマ』（概念や原則）を掴もうとするならば」（オプション2）、または「いかなる単一の側面にも執着すること」（オプション3）を意味します。「法」（fǎ）は、ここでは原則、教え、概念、または現象を指します。警告は、いかなる単一の考え、たとえそれが「真実」であるとされるものでも、それに固執することに対してです。その結果は「是失法意」（shì shī fǎ yì）—「ダルマの真の意味を失うことである」（オプション1）、または「あなたはダルマの深遠な意味全体を失うだろう」（オプション2

）、または「ダルマの調和を見失うことである
」（オプション3）です。これは、真の理解がす
べての特定の概念や形式化を超越することを強
調しています。一つの側面に固執することは、
たとえ「空」や「統一」であっても、全体論的
な非二元的な本質を失うことになります。

このクワトレンは、次に63-64行で信仰に関する
深遠な声明へと移ります：「信心不二，不二信
心；」「信心不二」（xìnxīn bù'èr）は「信心は
不二である」（オプション1）、「真の信仰は
inherently 不二である」（オプション2）、また
は「揺るぎない信頼は一体性である」（オプシ
ョン3）を意味します。「信心」（xìnxīn）は「
信じる心」または「信頼する心」であり、テキ
スト自体のタイトルです。「不二」（bù'èr）は
「非二元」を意味します。これは、真の信仰ま
たは信頼する心はinherently 非二元であることを
主張しています。それは主客の分離に基づいて
機能しません。それは直接的で、媒介されてい
ない把握です。このフレーズは逆転されていま
す：「不二信心」（bù'èr xìnxīn）—「不二は信
心である」（オプション1）、「この非二元的な
性質こそが真の信仰自体の本質である」（オプ
ション2）、または「一体性は揺るぎない信頼で
ある」（オプション3）です。これは、非二元性
と真の信仰の不可分な性質を強調しています。
それらは二つの異なるものではなく、同じ現実
の二つの側面です。

クワトレンの集大成、そして事実上テキスト全体の主要なポイントは、64行の最後の部分にあります：「言語道断，非去來今。」「言語道断」（yányǔ dàoduàn）は「言葉の道は断たれ」（オプション1）、「言語表現の道は完全に断絶されている」（オプション2）、または「言葉の道は消滅した」（オプション3）を意味します。これは、究極の真理を伝える上での言語の限界に関する直接的で決定的な声明です。言語表現の「道」または「路」は終わりを迎えます。なぜなら、現実はすべての言語的構築物を超越しているからです。これに続いて、重要な時間的側面が述べられています：「非去來今」（fēi qù lái jīn）—「去来今（過去、未来、現在）ではない」（オプション1）、「なぜなら究極の現実は過去でもなく、未来でもなく、現在でもないからである」（オプション2）、または「なぜならそれはすべての時間を超越するからである」（オプション3）。これは、究極の現実の時代を超えた性質を主張しています。それは時間の慣習的な直線的な流れを超えています。それは時間的な区別によって無条件化された永遠の現在です。

要約すると、クワトレン16は、信心銘の核心原則を簡潔かつ深遠に表現しています。それは、心と現象の不可分な統一性を宣言し、いかなる概念、たとえ「ダルマ」であっても、それに執着することは妄想の産物であり、真の意味を見失うことであると繰り返しています。次に、「

信じる心」がinherently 非二元であるという概念
を導入し、この非二元性こそが信仰そのものの
本質であるとしています。このクワトレンは、
「言葉の道は断たれる」ため、究極の真理が言
語の範囲を超えていると主張して締めくくられ
ています。さらに、この真理は時間的な区別に
よって限定されるものではなく、過去、未来、
現在を超えて永遠に存在します。このクワトレ
ンは、すべての概念的および言語的枠組みを超
えて、直接的で、時代を超えた、非二元的な現
実の把握へと進むための強力な呼びかけを提供
しています。

Quatrain 17 The Path to Nirvana Through Non-Contrivance and the Oneness of Mind

Quatrain 17, encompassing lines 65-68 of this
profound text, acts as a powerful summary of the root
of suffering and the direct path to liberation, or
Nirvana. It unequivocally declares that the primary
afflictions are products of deluded perception, then
offers the radical insight that true enlightenment is
achieved not through effortful doing or cultivating,
but through non-contrivance. The quatrain culminates
by asserting the absolute centrality and pervasiveness
of the "One Mind," dismantling any notion of reality
existing outside of consciousness. The original

Chinese characters, "貪嗔癡愛，皆為妄見。 不作不修，是名涅槃。 三界上下，唯是一心。 心外無法，法外無心," offer a liberating vision of ultimate reality.

"Greed, anger, delusion, attachment—all are deluded views. Not acting, not cultivating, this is called Nirvana. Up and down, through the three realms, there is only one mind. Outside mind, no phenomena; outside phenomena, no mind."

In-Depth Analysis and Interpretation

Quatrain 17 provides a concise yet comprehensive analysis of the origin of suffering and the nature of liberation, culminating in a powerful assertion of the non-dual relationship between mind and reality.

The opening lines, **"貪嗔癡愛，皆為妄見。 " (Line 65)**, identify the fundamental roots of human suffering. "貪嗔癡愛" (tān chēn chī ài) represents the primary defilements: "Greed, anger, delusion, attachment" (Option 1), or "Greed, hatred, ignorance, and clinging attachment" (Option 2), or "Craving, aversion, confusion, and clinging" (Option 3). "貪" (tān) is greed/craving, "嗔" (chēn) is anger/hatred/aversion, "癡" (chī) is ignorance/delusion, and "愛" (ài) is clinging attachment. The crucial insight is that these are "皆為妄見" (jiē wéi wàngjiàn) – "all are deluded views" (Option 1), "all of these emotional afflictions are merely products of mistaken and deluded perceptions" (Option 2), or "these are all illusory views" (Option 3). This means that these powerful negative emotions are not inherent aspects of reality or the mind's true nature, but arise from and are sustained by false conceptualizations and distorted ways of seeing.

Line 66 then offers a radical definition of Nirvana: "不作不修，是名涅槃。" "不作不修" (bùzuò bùxiū) is a powerful instruction: "Not acting, not cultivating" (Option 1), or "To neither deliberately 'do' nor deliberately 'cultivate' anything" (Option 2), or "Not striving, not perfecting" (Option 3). "作" (zuò) implies active doing, contrived effort, or fabrication. "修" (xiū) implies cultivation, practice, or correction. The text asserts that genuine liberation is not achieved through strenuous effort, deliberate striving, or trying to perfect oneself through conventional means. Instead, it arises from the cessation of such contriving. When this non-contrivance is realized, "是名涅槃" (shì míng nièpán) – "this is called Nirvana" (Option 1), "this is truly designated as Nirvana (ultimate liberation)" (Option 2), or "this is true tranquility" (Option 3). Nirvana is thus presented not as a distant goal achieved by intense effort, but as the immediate reality that manifests when the mind ceases its fabricating and striving.

Lines 67-68 culminate in a profound statement about the non-duality of mind and reality: "三界上下，唯是一心。 心外無法，法外無心。" "三界上下" (sānjiè shàngxià) refers to "Up and down, through the three realms" (Option 1), or "Throughout all three realms of existence (desire, form, and formless), from highest to lowest" (Option 2), or "Above and below, within all worlds" (Option 3). The "three realms" (Triloka) represent all possible planes of conditioned existence in Buddhist cosmology. The declaration is that throughout all these realms, "唯是一心" (wéi shì yīxīn) – "there is only one mind" (Option 1), or "there is ultimately only the One Mind" (Option 2), or "there is only one unified awareness" (Option 3). This "One Mind" is the universal, undifferentiated consciousness, the ground of all being. It is not an individual mind, but the fundamental reality from which all apparent individual minds and phenomena arise.

The final two clauses, "心外無法，法外無心" are a classic articulation of non-duality, dismantling any notion of separation between subject and object. "心外無法" (xīnwài wúfǎ) means "Outside mind, no phenomena" (Option 1), "There are no distinct phenomena existing apart from the mind" (Option 2), or "Outside of awareness, there are no forms" (Option 3). This asserts that what we perceive as separate phenomena (法, fǎ) do not exist independently of the mind (心, xīn) that perceives them. They are not external entities, but arise *within* or *as* the mind. Conversely, "法外無心" (fǎwài wúxīn) means "outside phenomena, no mind" (Option 1), "no mind existing apart from phenomena" (Option 2), or "outside of forms, there is no awareness" (Option 3). This completes the non-dual loop, stating that the mind does not exist as a separate entity apart from the phenomena it experiences. Mind and phenomena are fundamentally inseparable, like two sides of the same coin. This eradicates the subject-object split.

In summation, Quatrain 17 offers a powerful and direct teaching on the path to liberation. It reveals that fundamental afflictions like greed, hatred, and attachment are rooted in deluded perceptions, not in inherent reality. True Nirvana is then defined as the state of effortless non-contrivance, a cessation of deliberate striving. The quatrain culminates in the profound assertion that throughout all realms of existence, there is ultimately only the "One Mind," and that this Mind and all phenomena are utterly inseparable. There is no reality outside of mind, and no mind outside of reality. This teaching encourages a deep realization of inherent oneness and a letting go of all self-imposed divisions and striving.

Tagalog Translation

Quartrain 17: Ang Landas Tungo sa Nirvana sa Pamamagitan ng Hindi Pagkukunwari at ang Pagkakaisa ng Isip

Ang Quatrain 17, na sumasaklaw sa mga linya 65-68 ng malalim na tekstong ito, ay nagsisilbing isang makapangyarihang buod ng ugat ng pagdurusa at ang direktang landas tungo sa kalayaan, o Nirvana. Walang pag-aalinlangan nitong idinedeklara na ang pangunahing mga paghihirap ay mga produkto ng naligaw na persepsyon, at pagkatapos ay nag-aalok ng radikal na pananaw na ang tunay na kaliwanagan ay nakakamit hindi sa pamamagitan ng masipag na paggawa o paglinang, kundi sa pamamagitan ng hindi pagkukunwari. Ang quatrain ay nagtatapos sa pagpapatunay ng lubos na pagiging sentral at paglaganap ng "Isang Isip," na nagwawasak sa anumang nosyon ng realidad na umiiral sa labas ng kamalayan. Ang orihinal na mga karakter ng Tsino, "貪嗔癡愛，皆為妄見。不作不修，是名涅槃。三界上下，唯是一心。心外無法，法外無心，" ay nag-aalok ng isang nagpapalayang pananaw sa sukdulang realidad.

"Kasakiman, galit, delusyon, pagkakapit—lahat ay naligaw na pananaw. Hindi kumikilos, hindi naglilinang, ito ay tinatawag na Nirvana. Sa itaas at sa ibaba, sa tatlong kaharian, iisa lamang ang isip. Sa labas ng isip, walang phenomena; sa labas ng phenomena, walang isip."

Malalim na Pagsusuri at Interpretasyon

Ang Quatrain 17 ay nagbibigay ng isang maikli ngunit komprehensibong pagsusuri ng pinagmulan ng pagdurusa at ang kalikasan ng kalayaan, na nagtatapos sa isang makapangyarihang pagpapatunay ng non-dual na relasyon sa pagitan ng isip at realidad.

Ang pambungad na mga linya, "貪嗔癡愛，皆為妄見。" (Linya 65), ay nagtutukoy sa mga pundasyong ugat ng pagdurusa ng tao. Ang "貪嗔癡愛" (tān chēn chī ài) ay kumakatawan sa mga pangunahing karumihan: **Kasakiman, galit, delusyon, pagkakapit** (Opsyon 1), o **Kasakiman, poot, kamangmangan, at pagkakapit** (Opsyon 2), o **Pagnanais, pag-ayaw, pagkalito, at pagkakapit** (Opsyon 3). Ang "貪" (tān) ay kasakiman/pagnanais, ang "嗔" (chēn) ay galit/poot/pag-ayaw, ang "癡" (chī) ay kamangmangan/delusyon, at ang "愛" (ài) ay pagkakapit. Ang mahalagang pananaw ay ang mga ito ay "皆為妄見" (jiē wéi wàngjiàn) – **lahat ay naligaw na pananaw** (Opsyon 1), **lahat ng mga emosyonal na paghihirap na ito ay mga produkto lamang ng maling at naligaw na persepsyon** (Opsyon 2), o **lahat ng ito ay mga ilusyong pananaw** (Opsyon 3). Nangangahulugan ito na ang mga makapangyarihang negatibong emosyon na ito ay hindi likas na aspeto ng realidad o ng tunay na kalikasan ng isip, kundi nagmumula at pinapanatili ng mga maling konseptuwalisasyon at baluktot na paraan ng pagtingin.

Ang Linya 66 pagkatapos ay nag-aalok ng isang radikal na depinisyon ng Nirvana: "不作不修，是名涅槃。" Ang "不作不修" (bùzuò bùxiū) ay isang makapangyarihang tagubilin: "**Hindi kumikilos, hindi naglilinang**" (Opsyon 1), o "**Ang hindi sadyang 'paggawa' o sadyang 'paglinang' ng anuman**" (Opsyon 2), o "**Hindi nagpupunyagi, hindi nagpeperpekto**" (Opsyon 3). Ang "作" (zuò) ay nagpapahiwatig ng aktibong paggawa, pagkukunwari na pagsisikap, o paggawa. Ang "修" (xiū) ay nagpapahiwatig ng paglinang, pagsasanay, o pagwawasto. Ang teksto ay nagsasaad na ang tunay na kalayaan ay hindi nakakamit sa pamamagitan ng masipag na pagsisikap, sadyang pagpupunyagi, o pagsubok na perpektuhin ang sarili sa pamamagitan ng mga nakagawiang paraan. Sa halip, ito ay nagmumula sa pagtigil ng gayong pagkukunwari. Kapag ang hindi pagkukunwari na ito ay natanto, ang "是名涅槃" (shì míng nièpán) – "**ito ay tinatawag na Nirvana**" (Opsyon 1), "**ito ay tunay na itinalaga bilang Nirvana (sukdulang kalayaan)**" (Opsyon 2), o "**ito ay tunay na kapanatagan**" (Opsyon 3). Kaya ang Nirvana ay ipinapakita hindi bilang isang malayong layunin na nakamit ng matinding pagsisikap, kundi bilang agarang realidad na nagpapakita kapag ang isip ay tumigil sa paggawa at pagpupunyagi.

Ang mga linya 67-68 ay nagtatapos sa isang malalim na pahayag tungkol sa non-duality ng isip at realidad: "三界上下，唯是一心。心外無法，法外無心。" Ang "三界上下" (sānjiè shàngxià) ay tumutukoy sa **"Sa itaas at sa ibaba, sa tatlong kaharian"** (Opsyon

1), o "**Sa lahat ng tatlong kaharian ng pag-iral (pagnanais, porma, at walang porma), mula sa pinakamataas hanggang sa pinakamababa**" (Opsyon 2), o "**Sa itaas at sa ibaba, sa lahat ng mundo**" (Opsyon 3). Ang "tatlong kaharian" (Triloka) ay kumakatawan sa lahat ng posibleng eroplano ng kundisyong pag-iral sa Budistang kosmolohiya. Ang deklarasyon ay sa lahat ng mga kaharian na ito, "唯是一心" (wéi shì yīxīn) – "**iisa lamang ang isip**" (Opsyon 1), o "**sa huli ay iisa lamang ang Isang Isip**" (Opsyon 2), o "**iisa lamang ang pinag-isang kamalayan**" (Opsyon 3). Ang "Isang Isip" na ito ay ang unibersal, walang pagkakaiba na kamalayan, ang batayan ng lahat ng pagiging. Hindi ito isang indibidwal na isip, kundi ang pundasyong realidad kung saan nagmumula ang lahat ng maliwanag na indibidwal na isip at phenomena.

Ang huling dalawang sugnay, "心外無法，法外無心" ay isang klasikong pagpapahayag ng non-duality, na nagwawasak sa anumang nosyon ng paghihiwalay sa pagitan ng subheto at obheto. Ang "心外無法" (xīnwài wúfǎ) ay nangangahulugang "**Sa labas ng isip, walang phenomena**" (Opsyon 1), "**Walang natatanging phenomena na umiiral bukod sa isip**" (Opsyon 2), o "**Sa labas ng kamalayan, walang mga porma**" (Opsyon 3). Ito ay nagsasaad na ang ating nakikita bilang hiwalay na phenomena (法, fǎ) ay hindi umiiral nang independiyente sa isip (心, xīn) na nakakakita sa kanila. Hindi sila mga panlabas na entidad, kundi nagmumula sa loob o bilang ang isip. Sa kabaligtaran, ang "法外無心" (fǎwài wúxīn) ay nangangahulugang **"sa labas ng phenomena, walang isip"** (Opsyon 1), **"walang isip na umiiral bukod sa phenomena"** (Opsyon 2), o **"sa labas ng mga porma, walang kamalayan"** (Opsyon 3). Kinukumpleto nito ang non-dual na loop, na nagsasaad na ang isip ay hindi umiiral bilang isang hiwalay na entidad bukod sa mga phenomena na nararanasan nito. Ang isip at phenomena ay sa pundasyon ay hindi mahahati, tulad ng dalawang panig ng parehong barya. Inaalis nito ang paghihiwalay ng subheto-obheto.

Sa buod, ang Quatrain 17 ay nag-aalok ng isang makapangyarihan at direktang pagtuturo sa landas tungo sa kalayaan. Inilalantad nito na ang mga pundasyong paghihirap tulad ng kasakiman, poot, at pagkakapit ay nakaugat sa naligaw na persepsyon, hindi sa likas na realidad. Ang tunay na Nirvana ay pagkatapos ay tinukoy bilang ang estado ng walang hirap na hindi pagkukunwari, isang pagtigil ng sadyang pagpupunyagi. Ang quatrain ay nagtatapos sa malalim na pagpapatunay na sa lahat ng kaharian ng pag-iral, iisa lamang ang "Isang Isip," at ang Isip na ito at lahat ng phenomena ay lubos na hindi mahahati. Walang realidad sa labas ng isip, at walang isip sa labas ng realidad. Ang pagtuturong ito ay naghihikayat ng isang malalim na pagkaunawa ng likas na pagkakaisa at isang pagpapaubaya sa lahat ng sariling-pataw na paghihiwalay at pagpupunyagi.

クワトレン17：無為による涅槃への道と心の一体性

この深遠なテキストの65-68行からなるクワトレン17は、苦しみの根源と解脱、すなわち涅槃への直接的な道のりの強力な要約として機能します。それは、主な煩悩が迷妄な知覚の産物であることを明確に宣言し、努力的な行為や修養ではなく、無為によって真の悟りが達成されるという根本的な洞察を提供します。このクワトレンは最終的に、「一心」の絶対的な中心性と遍在性を主張し、意識の外に現実が存在するといういかなる概念も解体して締めくくられています。オリジナルの漢字「貪瞋癡愛，皆為妄見。不作不修，是名涅槃。三界上下，唯是一心。心外無法，法外無心」は、究極の現実に対する解放的な視点を提供しています。

「貪り、瞋り、癡、愛着―すべては妄見である。作らず、修せず、これを涅槃と名づける。三界の上下、ただ一心のみ。心の外に法なく、法の外に心なし。」

詳細な分析と解釈

クワトレン17は、苦しみの起源と解脱の性質に関する簡潔かつ包括的な分析を提供し、心と現

実の非二元的な関係の強力な主張で締めくくられています。

冒頭の「貪瞋癡愛，皆為妄見。」（65行）は、人間の苦しみの根本的な根源を特定しています。「貪瞋癡愛」（tān chēn chī ài）は、主要な煩悩を表します：「貪り、瞋り、癡、愛着」（オプション1）、または「貪り、憎しみ、無知、執着」（オプション2）、または「渇望、嫌悪、混乱、執着」（オプション3）です。「貪」（tān）は貪り/渇望、「瞋」（chēn）は瞋り/憎しみ/嫌悪、「癡」（chī）は無知/迷妄、「愛」（ài）は愛着を意味します。重要な洞察は、これらが「皆為妄見」（jiē wéi wàngjiàn）—「すべては妄見である」（オプション1）、「これらの感情的な苦悩はすべて、誤った迷妄な知覚の単なる産物である」（オプション2）、または「これらはすべて幻想的な見解である」（オプション3）ということです。これは、これらの強力な負の感情が、現実や心の真の性質に固有の側面ではなく、誤った概念化と歪んだ見方から生じ、それによって維持されていることを意味します。

66行は、涅槃の根本的な定義を提供します：「不作不修，是名涅槃。」「不作不修」（bùzuò bùxiū）は強力な指示です：「作らず、修せず」（オプション1）、または「意図的に『何かをする』ことも、意図的に『何かを修する』こともしないこと」（オプション2）、または「努力せず、完成させず」（オプション3）です。「作」

（zuò）は、積極的な行為、作為的な努力、または構築を意味します。「修」（xiū）は、修養、実践、または修正を意味します。テキストは、真の解脱は、骨の折れる努力、意図的な努力、または慣習的な手段によって自分を完成させようとすることによっては達成されないと主張しています。むしろ、それはそのような作為の停止から生じます。この無為が実現されたとき、「是名涅槃」（shì míng nièpán）―「これを涅槃と名づける」（オプション1）、「これを真に涅槃（究極の解脱）と指定する」（オプション2）、または「これこそ真の平静である」（オプション3）です。したがって、涅槃は、激しい努力によって達成される遠い目標としてではなく、心が作為と努力をやめたときに現れる直接的な現実として提示されています。

67-68行は、心と現実の非二元性に関する深遠な声明で締めくくられています：「三界上下，唯是一心。心外無法，法外無心。」「三界上下」（sānjiè shàngxià）は「三界の上下」（オプション1）、または「三界（欲界、色界、無色界）のあらゆる存在を通して、最高から最低まで」（オプション2）、または「上から下まで、すべての世界の中に」（オプション3）を指します。「三界」（トリローカ）は、仏教宇宙論における条件付けられた存在のすべての可能な平面を表します。宣言は、これらすべての領域全体にわたって、「唯是一心」（wéi shì yīxīn）―「ただ一心のみ」（オプション1）、または「究極的に

は一心のみがある」（オプション2）、または「ただ一つの統一された意識がある」（オプション3）ということです。この「一心」は、普遍的で無差別な意識であり、すべての存在の基盤です。それは個別の心ではなく、すべての見かけ上の個別の心と現象が生じる根本的な現実です。

最後の2つの句、「心外無法、法外無心」は、主客の分離のいかなる概念をも解体する、非二元性の古典的な表現です。「心外無法」（xīnwài wúfǎ）は「心の外に法なく」（オプション1）、「心から離れて存在する明確な現象はない」（オプション2）、または「意識の外に形はない」（オプション3）を意味します。これは、私たちが分離した現象（法、fǎ）として知覚するものが、それらを知覚する心（心、xīn）から独立して存在しないことを主張しています。それらは外的な実体ではなく、心の中で、または心として生じます。逆に、「法外無心」（fǎwài wúxīn）は「法の外に心なし」（オプション1）、「現象から離れて存在する心はない」（オプション2）、または「形の外に意識はない」（オプション3）を意味します。これは非二元的なループを完成させ、心が経験する現象から離れた独立した実体として存在しないことを述べています。心と現象は、同じコインの両面のように、根本的に不可分です。これは主客の分裂を根絶します。

要約すると、クワトレン17は、解脱への道に関する強力かつ直接的な教えを提供します。それは、貪り、憎しみ、執着のような根本的な煩悩が、inherent な現実ではなく、迷妄な知覚に根ざしていることを明らかにします。真の涅槃は、無為の無垢の平静の状態、意図的な努力の停止として定義されています。このクワトレンは、すべての存在領域を通して、究極的には「一心」のみが存在し、この心とすべての現象は完全に不可分であるという深遠な主張で締めくくられています。心の外に現実はなく、現実の外に心はありません。この教えは、inherent な一体性の深い悟りと、自己束縛的なすべての分離と努力を手放すことを促します。

Quatrain 18 The Unconditioned Nature of Ultimate Reality

Quatrain 18, encompassing lines 69-72 of this profound text, serves as a powerful reiteration and expansion upon the absolute, unconditioned nature of ultimate reality. It systematically strips away all conventional attributes and dualistic categories, demonstrating that truth transcends even the most fundamental distinctions we apply to existence. The quatrain notably includes lines that echo previous teachings, emphasizing the text's core message regarding the transcendence of fixed views and the paradoxical nature of truth. The original Chinese characters, "無心無法，不生不滅。 不垢不淨，不增不減。 空非空見，有非有見。 是即非是，非即是非," guide the seeker toward a realization beyond all conceptual limitations.

"No mind, no phenomena; no arising, no ceasing. Not stained, not pure; no increase, no decrease. Emptiness is not a view of emptiness, existence is not a view of existence. 'Is' is not 'is,' 'is not' is not 'is not.'"

In-Depth Analysis and Interpretation

Quatrain 18 systematically strips away dualistic concepts, leading to a profound understanding of ultimate reality as unconditioned, unchangeable, and beyond all intellectual categories. It notably repeats the powerful paradoxical statements from Quatrain 10, highlighting their central importance.

The opening lines, "無心無法，不生不滅。 " (Line 69), immediately describe the ultimate state of reality, building on the non-duality presented in Quatrain 17. "無心無法" (wúxīn wúfǎ) means "No mind, no phenomena" (Option 1), "there is no conceptualizing mind and no distinct phenomena" (Option 2), or "Beyond awareness, beyond forms" (Option 3). This asserts that in the enlightened state, the discriminating mind (心, xīn) that creates distinctions ceases, and with it, the perception of separate, inherently existing phenomena (法, fǎ). It's a state beyond the subject-object split. Following this, "不生不滅" (bùshēng bùmiè) means "no arising, no ceasing" (Option 1), "no inherent arising and no ultimate cessation" (Option 2), or "neither coming into being nor passing away" (Option 3). This is a fundamental Buddhist concept describing the unconditioned nature of ultimate reality (Nirvana); it is not subject to birth and death, appearance and disappearance, as conditioned phenomena are.

Line 70 continues to dismantle conventional distinctions: **"不垢不淨，不增不減。"** "不垢不淨" (bùgòu bùjìng) means "Not stained, not pure" (Option 1), or "It is neither defiled nor pristine" (Option 2), or "Neither tainted nor pure" (Option 3). This directly challenges the dualism of purity and defilement. Ultimate reality is beyond such moral or qualitative judgments; it is inherently pristine and cannot be made purer or dirtier by any external condition or mental projection. Similarly, "不增不減" (bùzēng bùjiǎn) means "no increase, no decrease" (Option 1), or "it neither grows nor diminishes" (Option 2), or "neither expanding nor contracting" (Option 3). This emphasizes the unchanging and complete nature of ultimate truth. It is not something that can be added to or subtracted from; it is always whole and perfect, regardless of circumstances.

The final two lines of Quatrain 18, **"空非空見，有非有見。是即非是，非即是非。"** are a **direct repetition of lines 39-40 from Quatrain 10**. This deliberate repetition serves to strongly emphasize these paradoxical insights as core tenets of the text.

- **"空非空見，有非有見"**: As discussed in Quatrain 10's analysis, this means "Emptiness is not a view of emptiness, existence is not a view of existence" (Option 1), or "Even the concept of emptiness is not a fixed view of emptiness, and the concept of existence is not a fixed view of existence" (Option 2). This powerfully reiterates the warning against clinging to any concept, even "emptiness" or "existence," as fixed ideas. True reality transcends both.
- **"是即非是，非即是非"**: Again, from Quatrain 10, this translates to "'Is' is not 'is,' 'is not' is not 'is not'" (Option 1), or "'This is so' is precisely 'this is not so,' and 'this is not so' is precisely 'this is so'" (Option 2). This serves as the ultimate paradox, urging the reader to transcend rigid binary logic and all fixed affirmations and negations. Ultimate truth is fluid, dynamic, and uncontainable by conventional dualistic thought.

The repetition of these lines highlights their critical importance. They are not merely philosophical statements but direct pointers to the liberating experience of reality beyond all conceptual constructs. The text consistently circles back to this core teaching: the mind's tendency to create fixed views, even of profound concepts like emptiness, is what prevents true insight.

In summation, Quatrain 18 functions as a profound and direct declaration of the absolute, unconditioned nature of ultimate reality. It systematically negates all dualistic attributes – mind/phenomena, arising/ceasing, purity/defilement, increase/decrease – asserting that truth transcends these distinctions. By powerfully reiterating the paradoxical nature of emptiness and existence, and the inherent fluidity of affirmation and negation, the quatrain underscores that true understanding lies in letting go of all fixed views. It ultimately points to a reality that is whole, perfect, and eternally present, untouched by the mind's incessant habit of categorization and judgment.

Tagalog Translation

Quatrain 18: Ang Walang Kundisyong Kalikasan ng Sukdulang Realidad

Ang Quatrain 18, na sumasaklaw sa mga linya 69-72 ng malalim na tekstong ito, ay nagsisilbing isang makapangyarihang pag-uulit at pagpapalawak sa ganap, walang kundisyong kalikasan ng sukdulang realidad. Sistematiko nitong tinatanggal ang lahat ng kumbensyonal na katangian at dualistikong kategorya, na nagpapakita na ang katotohanan ay lumalampas maging sa pinakapundasyong mga pagkakaiba na inilalapat natin sa pag-iral. Ang quatrain ay kapansin-pansin na naglalaman ng mga linya na umuugong sa mga nakaraang turo, na binibigyang-diin ang pangunahing mensahe ng teksto hinggil sa transendensya ng mga nakapirming pananaw at ang paradoksikal na kalikasan ng katotohanan. Ang orihinal na mga karakter ng Tsino, "無心無法，不生不滅。不垢不淨，不增不減。空非空見，有非有見。是即非是，非即是非," ay gumagabay sa naghahanap tungo sa isang pagkaunawa na lampas sa lahat ng konseptuwal na limitasyon.

"Walang isip, walang phenomena; walang paglitaw, walang pagtigil. Hindi nadungisan, hindi puro; walang pagtaas, walang pagbaba. Ang kawalan ay hindi isang pananaw ng kawalan, ang pag-iral ay hindi isang pananaw ng pag-iral. 'Ay' ay hindi 'ay,' 'hindi ay' ay hindi 'hindi ay.'"

Malalim na Pagsusuri at Interpretasyon

Sistematikong tinatanggal ng Quatrain 18 ang mga dualistikong konsepto, na humahantong sa isang malalim na pag-unawa sa sukdulang realidad bilang walang kundisyon, hindi nababago, at lampas sa lahat ng intelektuwal na kategorya. Kapansin-pansin itong inuulit ang makapangyarihang paradoksikal na pahayag mula sa Quatrain 10, na nagbibigay-diin sa kanilang sentral na kahalagahan.

Ang pambungad na mga linya, "無心無法，不生不滅。" (Linya 69), ay agad na naglalarawan ng sukdulang estado ng realidad, na binubuo sa non-duality na ipinakita sa Quatrain 17. Ang "無心無法" (wúxīn wúfǎ) ay nangangahulugang "**Walang isip, walang phenomena**" (Opsyon 1), "**walang konseptuwal na isip at walang natatanging phenomena**" (Opsyon 2), o "**Lampas sa kamalayan, lampas sa mga porma**" (Opsyon 3). Ito ay nagsasaad na sa naliwanagang estado, ang nagdiskrimina na isip (心, xīn) na lumilikha ng mga pagkakaiba ay humihinto, at kasama nito, ang persepsyon ng hiwalay, likas na umiiral na phenomena (法, fǎ). Ito ay isang estado lampas sa paghihiwalay ng subheto-obheto. Kasunod nito, ang "不生不滅" (bùshēng bùmiè) ay nangangahulugang "**walang paglitaw, walang pagtigil**" (Opsyon 1), "**walang likas na paglitaw at walang sukdulang pagtigil**" (Opsyon 2), o "**hindi nagiging umiiral o nawawala**" (Opsyon 3). Ito ay isang pundasyong konsepto ng Budismo na naglalarawan ng walang kundisyong kalikasan ng sukdulang realidad (Nirvana); hindi ito napapailalim sa kapanganakan at kamatayan, paglitaw at pagkawala, tulad ng mga kundisyong phenomena.

Ang Linya 70 ay nagpapatuloy sa pagtanggal ng mga kumbensyonal na pagkakaiba: "不垢不淨，不增不減。" Ang "不垢不淨" (bùgòu bùjìng) ay nangangahulugang "**Hindi nadungisan, hindi puro**" (Opsyon 1), o "**Ito ay hindi marumi o malinis**" (Opsyon 2), o "**Hindi nadumihan o dalisay**" (Opsyon 3). Direkta nitong hinahamon ang dualism ng kalinisan at karumihan. Ang sukdulang realidad ay lampas sa gayong moral o kwalitatibong paghuhusga; ito ay likas na malinis at hindi maaaring gawing mas puro o mas marumi ng anumang panlabas na kundisyon o mental na proyeksyon. Katulad nito, ang "不增不減" (bùzēng bùjiǎn) ay nangangahulugang **"walang pagtaas, walang pagbaba"** (Opsyon 1), o **"hindi ito lumalaki o lumiliit"** (Opsyon 2), o **"hindi lumalawak o kumokontra"** (Opsyon 3). Binibigyang-diin nito ang hindi nagbabago at kumpletong kalikasan ng sukdulang katotohanan. Hindi ito isang bagay na maaaring idagdag o ibawas; ito ay palaging buo at perpekto, anuman ang mga pangyayari.

Ang huling dalawang linya ng Quatrain 18, "空非空見，有非有見。是即非是，非即是非。" ay isang direktang pag-uulit ng mga linya 39-40 mula sa Quatrain 10. Ang sadyang pag-uulit na ito ay nagsisilbing matinding pagbibigay-diin sa mga paradoksikal na pananaw na ito bilang pangunahing turo ng teksto.

- "空非空見，有非有見": Gaya ng tinalakay sa pagsusuri ng Quatrain 10, nangangahulugan ito na **"Ang kawalan ay hindi isang pananaw ng kawalan, ang pag-iral ay hindi isang pananaw ng pag-iral"** (Opsyon 1), o **"Maging ang konsepto ng kawalan ay hindi isang nakapirming pananaw ng kawalan, at ang konsepto ng pag-iral ay hindi isang nakapirming pananaw ng pag-iral"** (Opsyon 2). Malakas nitong inuulit ang babala laban sa pagkakapit sa anumang konsepto, maging "kawalan" o "pag-iral," bilang mga nakapirming ideya. Ang tunay na realidad ay lumalampas sa pareho.

- "是即非是，非即是非": Muli, mula sa Quatrain 10, ito ay isinasalin sa "'**Ay' ay hindi 'ay,' 'hindi ay' ay hindi 'hindi ay'**" (Opsyon 1), o "'**Ito ay gayon' ay tiyak na 'ito ay hindi gayon,' at 'ito ay hindi gayon' ay tiyak na 'ito ay gayon'**" (Opsyon 2). Ito ay nagsisilbing sukdulang paradoha, na naghihikayat sa mambabasa na lumampas sa mahigpit na binaryong lohika at lahat ng nakapirming pagpapatunay at pagtatanggi. Ang sukdulang katotohanan ay likas, dinamiko, at hindi kayang maglaman ng kumbensyonal na dualistikong pag-iisip.

Ang pag-uulit ng mga linyang ito ay nagbibigay-diin sa kanilang kritikal na kahalagahan. Hindi lamang sila mga pilosopikal na pahayag kundi direktang mga tagapagpahiwatig sa nagpapalayang karanasan ng realidad lampas sa lahat ng konseptuwal na konstruksyon. Ang teksto ay patuloy na bumabalik sa pangunahing turo na ito: ang tendensya ng isip na lumikha ng mga nakapirming pananaw, maging ng malalim na konsepto tulad ng kawalan, ang pumipigil sa tunay na pananaw.

Sa buod, ang Quatrain 18 ay gumagana bilang isang malalim at direktang deklarasyon ng ganap, walang kundisyong kalikasan ng sukdulang realidad. Sistematiko nitong tinatanggal ang lahat ng dualistikong katangian – isip/phenomena, paglitaw/pagtigil, kalinisan/karumihan, pagtaas/pagbaba – na nagsasaad na ang katotohanan ay lumalampas sa mga pagkakaibang ito. Sa pamamagitan ng matinding pag-uulit ng paradoksikal na kalikasan ng kawalan at pag-iral, at ang likas na pagkalikido ng pagpapatunay at pagtatanggi, binibigyang-diin ng quatrain na ang tunay na pag-unawa ay nakasalalay sa pagpapaubaya sa lahat ng nakapirming pananaw. Ito ay sa huli ay tumutukoy sa isang realidad na buo, perpekto, at walang hanggang kasalukuyan, hindi naapektuhan ng walang humpay na ugali ng isip sa pagkakategorya at paghuhusga.

Japanese Translation

クワトレン18：究極の現実の無条件の性質

この深遠なテキストの69-72行からなるクワトレン18は、究極の現実の絶対的で無条件な性質を強力に繰り返し、拡張するものです。それは、すべての慣習的な属性と二元的なカテゴリーを体系的に剥奪し、真理が私たちが存在に適用する最も基本的な区別さえも超越することを示しています。このクワトレンには、以前の教えに共鳴する行が含まれており、固定された見解の超越と真理の逆説的な性質に関するテキストの核心的なメッセージを強調しています。オリジナルの漢字「無心無法，不生不滅。不垢不淨，不增不減。空非空見，有非有見。是即非是，非

即是非」は、すべての概念的限界を超えた悟り
へと探求者を導きます。

「心なく、法なし；生ぜず、滅せず。垢なく、
浄ならず；増えず、減らず。空は空の見にあら
ず、有は有の見にあらず。『是』は『是』にあ
らず、『非』は『非』にあらず。」

詳細な分析と解釈

クワトレン18は、二元的な概念を体系的に剥奪
し、究極の現実を無条件で、不変で、すべての
知的カテゴリーを超えたものとして深く理解す
ることへと導きます。それは特に、クワトレン
10の強力な逆説的な声明を繰り返し、それらの
中心的な重要性を強調しています。

冒頭の「無心無法，不生不滅。」（69行）は、
クワトレン17で提示された非二元性に基づいて
、現実の究極の状態を直ちに記述しています。
「無心無法」（wúxīn wúfǎ）は「心なく、法な
し」（オプション1）、「概念化する心も明確な
現象もない」（オプション2）、または「意識を
超え、形を超えて」（オプション3）を意味しま
す。これは、悟りの状態では、区別を生み出す
識別する心（心、xīn）が停止し、それとともに
、分離して固有に存在する現象（法、fǎ）の知
覚も停止することを主張しています。それは主
客の分裂を超えた状態です。これに続いて、
「不生不滅」（bùshēng bùmiè）は「生ぜず、滅せ

ず」（オプション1）、「固有の生起もなく、究極的な停止もない」（オプション2）、または「生成することもなく、消滅することもない」（オプション3）を意味します。これは、究極の現実（涅槃）の無条件の性質を記述する仏教の基本的な概念です。それは、条件付けられた現象のように、生と死、出現と消失に支配されません。

70行は、慣習的な区別を解体し続けます：「不垢不淨，不增不減。」「不垢不淨」（bùgòu bùjìng）は「垢なく、浄ならず」（オプション1）、または「汚染されておらず、清らかでもない」（オプション2）、または「汚れても清らかでもない」（オプション3）を意味します。これは、清らかさと不潔さの二元性を直接的に否定しています。究極の現実は、そのような道徳的または質的な判断を超えています。それは inherently 清らかであり、いかなる外的条件や精神的投影によっても、より清らかになったり汚れたりすることはありません。同様に、「不增不減」（bùzēng bùjiǎn）は「増えず、減らず」（オプション1）、または「増大することも減少することもない」（オプション2）、または「拡大することも収縮することもない」（オプション3）を意味します。これは、究極の真理の不変で完全な性質を強調しています。それは、追加されたり減らされたりするものではなく、常に完全で完璧であり、状況に関係なく存在します。

クワトレン18の最後の2行、「**空非空見，有非有見。是即非是，非即是非。**」は、クワトレン10の39-40行の直接的な繰り返しです。この意図的な繰り返しは、これらの逆説的な洞察がテキストの核心的な教義として強く強調されることを目的としています。

- 「**空非空見，有非有見**」：クワトレン10の分析で議論されたように、これは「**空は空の見にあらず、有は有の見にあらず**」（オプション1）、または「**空の概念でさえ空の固定された見解ではなく、有の概念も有の固定された見解ではない**」（オプション2）を意味します。これは、「空」や「有」であっても、いかなる概念にも固定された考えとして執着することに対する警告を強力に繰り返しています。真の現実は両者を超越します。

- 「**是即非是，非即是非**」：これもクワトレン10からですが、「**『是』は『是』にあらず、『非』は『非』にあらず**」（オプション1）、または「**『これはそうである』はまさに『これはそうでない』であり、『これはそうでない』はまさに『これはそうである』である**」（オプション2）と訳されます。これは究極の逆説として機能し、読者に厳格な二元論的論理とすべての固定された肯定と否定を超越するよう促します。究極の真理は流動的で

、動的であり、慣習的な二元論的思考によっては捉えられないものです。

これらの行の繰り返しは、それらの決定的な重要性を強調しています。それらは単なる哲学的声明ではなく、すべての概念的構築を超えた現実の解放的な体験への直接的な指針です。テキストは一貫してこの核心的な教えに戻ります。空のような深遠な概念でさえ、固定された見解を作り出す心の傾向こそが、真の洞察を妨げているのです。

要するに、クワトレン18は、究極の現実の絶対的で無条件な性質を深遠かつ直接的に宣言しています。それは、心/現象、生起/停止、清らかさ/不潔さ、増減といったすべての二元的な属性を体系的に否定し、真理がこれらの区別を超越すると主張しています。空と有の逆説的な性質、そして肯定と否定のinherentな流動性を強力に繰り返すことにより、このクワトレンは、真の理解がすべての固定された見解を手放すことにあることを強調しています。それは最終的に、完全で、完璧で、永遠に存在する現実、心の絶え間ない分類と判断の習慣に触れることのない現実を指し示しています。

Quatrain 19 The Enduring Wisdom of No-Mind and True Stillness

Quatrain 19, encompassing lines 73-76 of this profound text, serves as a powerful and intentional reiteration of core principles already introduced. Its lines are identical to those of Quatrain 11, underscoring the vital importance of aligning with non-dual understanding and embracing the liberating state of "no-mind." This deliberate repetition emphasizes that true stillness transcends conventional notions of movement and cessation, pointing towards an unconditioned tranquility that is fundamental to spiritual realization. The original Chinese characters, "若不如是，必不契真。 一切動靜，皆以無心； 無心不動，不動不止。 止動俱滅，是即真止," convey an unchanging truth that demands deep reflection.

"If not like this, you will surely not accord with truth. All movement and stillness are based on no-mind. No-mind does not move, not moving does not stop. Both stopping and moving cease; this is true stillness."

In-Depth Analysis and Interpretation

Quatrain 19, as a direct repetition of Quatrain 11, serves to deeply impress upon the reader the criticality of its teachings. This literary device, common in ancient wisdom traditions, highlights the foundational nature of these principles: the necessity of aligning with non-dual truth, the central role of "no-mind," and the authentic experience of stillness beyond conventional opposites.

The opening line, **"若不如是，必不契真。" (Line 73)**, immediately sets a serious tone. "若不如是" (ruò bùrúshì), meaning "If not like this" (Option 1), refers back to the entirety of the non-dual understanding presented throughout the text – particularly the transcendence of fixed views and dualistic thought. The consequence is stark: "必不契真" (bì bù qìzhēn), meaning "you will surely not accord with truth" (Option 1), "you will certainly not genuinely harmonize with ultimate truth" (Option 2), or "one cannot truly resonate with reality" (Option 3). This emphasizes that a mere intellectual understanding is insufficient; true realization requires a deep, lived alignment with the nature of reality. Without this, genuine truth remains inaccessible. The repetition underscores that this point is non-negotiable for spiritual progress.

Lines 74-75 then introduce and elaborate on the core concept for achieving this alignment: **"一切動靜，皆以無心；無心不動，不動不止。"** "一切動靜"

(yīqiè dòngjìng) covers "All movement and stillness" (Option 1), encompassing all phenomena and states of being. The profound insight is that these are "皆以無心" (jiē yǐ wúxīn) – they "are based on no-mind" (Option 1), "arise from and are fundamentally governed by the state of 'no-mind'" (Option 2), or "are rooted in an unagitated mind" (Option 3). **No-mind (wu-xin)** is not a blank state, but a mind free from conceptual clinging, dualistic thought, and egoic fabrication. When the mind operates from this unconditioned state, its activities are spontaneous and unhindered.

The implications of "no-mind" for movement and stillness are then explored: "無心不動" (wúxīn bùdòng) – "No-mind does not move" (Option 1), or "When this 'no-mind' is present, there is no inherent movement" (Option 2), or "When the mind is unagitated, there is no disturbance" (Option 3). This is because the agitation and "movement" of the mind arise from conceptual activity and attachment. When the mind is in its "no-mind" state, it is inherently still and undisturbed. Consequently, "不動不止" (bùdòng bùzhǐ) means "not moving does not stop" (Option 1), "when there is no inherent movement, there is no need for deliberate stopping" (Option 2), or "where there is no disturbance, there is no effort to stop" (Option 3). This is a crucial paradox. If there is no inherent agitation or conceptual movement from the "no-mind" state, then there is no *need* to exert effort to suppress or "stop" anything. True stillness is not forced, but inherent.

Finally, line 76 provides the definitive explanation of true cessation: "止動俱滅，是即真止。" "止動俱滅" (zhǐdòng jùmiè) means "Both stopping and moving cease" (Option 1), "When both forced cessation and compulsive activity have vanished" (Option 2), or "When the impulses to move and to stop both extinguish" (Option 3). This transcends the conventional dualism of activity versus rest. It's not about achieving a static state, but about the dissolution of the very *concepts* of "stopping" (deliberate effort to cease) and "moving" (agitation or compulsive activity). When these dualistic notions and the mental efforts associated with them have vanished, then "是即真止" (shì jí zhēnzhǐ) – "this is true stillness" (Option 1), "that is the true and authentic stillness" (Option 2), or "that is genuine tranquility" (Option 3). This is the effortless, unconditioned tranquility that is the hallmark of true realization, arising from the complete absence of mental fabrication.

The repetition of Quatrain 11 as Quatrain 19 is a powerful pedagogical tool. It signals to the reader that these lines contain an essential teaching that must be deeply absorbed and embodied. They emphasize that the path to true wisdom is not about external struggle or complex practices, but about an inner transformation that allows the mind to settle into its natural, unconditioned state. This deep stillness, rooted in "no-mind," is where authentic reality is directly experienced, beyond the dualistic play of movement and cessation.

Tagalog Translation

Quatrain 19: Ang Walang Hanggang Karunungan ng Walang-Isip at Tunay na Katiwasayan

Ang Quatrain 19, na sumasaklaw sa mga linya 73-76 ng malalim na tekstong ito, ay nagsisilbing isang makapangyarihan at sinadyang pag-uulit ng mga pangunahing prinsipyo na naipakilala na. Ang mga linya nito ay magkatulad sa mga linya ng Quatrain 11, na binibigyang-diin ang mahalagang kahalagahan ng pagkakahanay sa non-dual na pag-unawa at pagyakap sa nagpapalayang estado ng "walang-isip." Ang sadyang pag-uulit na ito ay nagbibigay-diin na ang tunay na katiwasayan ay lumalampas sa mga kumbensyonal na nosyon ng paggalaw at pagtigil, na tumutukoy sa isang walang kundisyong kapanatagan na pundamental sa espirituwal na pagsasakatuparan. Ang orihinal na mga karakter ng Tsino, "若不如是，必不契真。一切動靜，皆以無心；無心不動，不動不止。止動俱滅，是即真止，" ay naghahatid ng isang hindi nagbabagong katotohanan na nangangailangan ng malalim na pagninilay.

"Kung hindi ganito, tiyak na hindi ka sasang-ayon sa katotohanan. Lahat ng paggalaw at katiwasayan ay nakabatay sa walang-isip. Ang walang-isip ay hindi gumagalaw, ang hindi gumagalaw ay hindi humihinto. Parehong pagtigil at paggalaw ay nawawala; ito ang tunay na katiwasayan."

Malalim na Pagsusuri at Interpretasyon

Ang Quatrain 19, bilang direktang pag-uulit ng Quatrain 11, ay nagsisilbing malalim na ikintal sa mambabasa ang kritikal na kahalagahan ng mga turo nito. Ang literaryong pamamaraan na ito, na karaniwan sa mga sinaunang tradisyon ng karunungan, ay nagbibigay-diin sa pundasyong kalikasan ng mga prinsipyong ito: ang pangangailangan ng pagkakahanay sa non-dual na katotohanan, ang sentral na papel ng "walang-isip," at ang tunay na karanasan ng katiwasayan lampas sa mga kumbensyonal na magkasalungat.

Ang pambungad na linya, "若不如是，必不契真。" (Linya 73), ay agad na nagtatakda ng isang seryosong tono. Ang "若不如是" (ruò bùrúshì), na nangangahulugang **"Kung hindi ganito"** (Opsyon 1), ay tumutukoy pabalik sa kabuuan ng non-dual na pag-unawa na ipinakita sa buong teksto – partikular na ang transendensya ng mga nakapirming pananaw at dualistikong pag-iisip. Ang bunga ay matindi: "必不契真" (bì bù qìzhēn), na nangangahulugang **"tiyak na hindi ka sasang-ayon sa katotohanan"** (Opsyon 1), **"tiyak na hindi ka tunay na sasama sa sukdulang katotohanan"** (Opsyon 2), o **"hindi maaaring tunay na umayon sa realidad ang isa"** (Opsyon 3). Binibigyang-diin nito na ang simpleng intelektuwal na pag-unawa ay hindi sapat; ang tunay na pagsasakatuparan ay nangangailangan ng malalim, nabuhay na pagkakahanay sa kalikasan ng realidad. Kung wala ito, ang tunay na katotohanan ay nananatiling hindi maabot. Binibigyang-diin ng pag-uulit na ang puntong ito ay hindi napagkakasunduan para sa espirituwal na pag-unlad.

Ang mga linya 74-75 pagkatapos ay ipinapakilala at ipinapaliwanag ang pangunahing konsepto para sa pagkamit ng pagkakahanay na ito: "一切動靜，皆以無心；無心不動，不動不止。" Ang "一切動靜" (yīqiè dòngjìng) ay sumasaklaw sa "**Lahat ng paggalaw at katiwasayan**" (Opsyon 1), na sumasaklaw sa lahat ng phenomena at estado ng pagiging. Ang malalim na pananaw ay ang mga ito ay "皆以無心" (jiē yǐ wúxīn) – ang mga ito ay "**nakabatay sa walang-isip**" (Opsyon 1), "**nagmumula at pundasyong pinamamahalaan ng estado ng 'walang-isip'**" (Opsyon 2), o "**nakaugat sa isang hindi nababagabag na isip**" (Opsyon 3). Ang walang-isip (wu-xin) ay hindi isang blangkong estado, kundi isang isip na malaya mula sa konseptuwal na pagkakapit, dualistikong pag-iisip, at egoic na paggawa. Kapag ang isip ay kumikilos mula sa walang kundisyong estado na ito, ang mga aktibidad nito ay kusang-loob at walang hadlang.

Ang mga implikasyon ng "walang-isip" para sa paggalaw at katiwasayan ay pagkatapos ay sinusuri: "無心不動" (wúxīn bùdòng) – "**Ang walang-isip ay hindi gumagalaw**" (Opsyon 1), o "**Kapag ang 'walang-isip' na ito ay naroroon, walang likas na paggalaw**" (Opsyon 2), o "**Kapag ang isip ay hindi nababagabag, walang gulo**" (Opsyon 3). Ito ay dahil ang kaguluhan at "paggalaw" ng isip ay nagmumula sa konseptuwal na aktibidad at pagkakapit. Kapag ang isip ay nasa estado ng "walang-isip," ito ay likas na tahimik at hindi nababagabag. Bilang resulta, ang "不動不止" (bùdòng bùzhǐ) ay nangangahulugang "**ang hindi gumagalaw ay hindi humihinto**" (Opsyon 1), "**kapag walang likas na paggalaw, walang pangangailangan para sa sadyang pagtigil**" (Opsyon 2), o "**kung saan walang gulo, walang pagsisikap na huminto**" (Opsyon 3). Ito ay isang mahalagang paradoha. Kung walang likas na kaguluhan o konseptuwal na paggalaw mula sa estado ng "walang-isip," kung gayon walang pangangailangan na magbigay ng pagsisikap upang supilin o "ihinto" ang anuman. Ang tunay na katiwasayan ay hindi pinipilit, kundi likas.

Sa wakas, ang linya 76 ay nagbibigay ng depinitibong paliwanag ng tunay na pagtigil: "止動俱滅，是即真止。" Ang "止動俱滅" (zhǐdòng jùmiè) ay nangangahulugang "**Parehong pagtigil at paggalaw ay nawawala**" (Opsyon 1), "**Kapag parehong sapilitang pagtigil at mapilit na aktibidad ay naglaho**" (Opsyon 2), o "**Kapag ang mga salpok upang gumalaw at upang huminto ay parehong nawala**" (Opsyon 3). Lumalampas ito sa kumbensyonal na dualismo ng aktibidad laban sa pahinga. Hindi ito tungkol sa pagkamit ng isang static na estado, kundi tungkol sa pagkalusaw ng mga konsepto ng "pagtigil" (sadyang pagsisikap na huminto) at "paggalaw" (kaguluhan o mapilit na aktibidad). Kapag ang mga dualistikong nosyon na ito at ang mga pagsisikap ng isip na nauugnay sa kanila ay naglaho, kung gayon ang "是即真止" (shì jí zhēnzhǐ) – **"ito ang tunay na katiwasayan"** (Opsyon 1), **"iyon ang totoo at tunay na katiwasayan"** (Opsyon 2), o **"iyon ang tunay na kapanatagan"** (Opsyon 3). Ito ang walang hirap, walang kundisyong kapanatagan na siyang tanda ng tunay na pagsasakatuparan, na nagmumula sa kumpletong kawalan ng paggawa ng isip.

Ang pag-uulit ng Quatrain 11 bilang Quatrain 19 ay isang makapangyarihang pedagogical na kasangkapan. Nagpapahiwatig ito sa mambabasa na ang mga linyang ito ay naglalaman ng isang mahalagang turo na dapat na malalim na masipsip at isama. Binibigyang-diin nila na ang landas tungo sa tunay na karunungan ay hindi tungkol sa panlabas na pakikibaka o kumplikadong mga kasanayan, kundi tungkol sa isang panloob na pagbabago na nagpapahintulot sa isip na manirahan sa natural, walang kundisyong estado nito. Ang malalim na katiwasayan na ito, na nakaugat sa "walang-isip," ay kung saan ang tunay na realidad ay direktang nararanasan, lampas sa dualistikong paglalaro ng paggalaw at pagtigil.

Japanese Translation

クワトレン**19**：無心の不変の知恵と真の静寂

この深遠なテキストの73-76行からなるクワトレン19は、すでに導入された核となる原則を強力かつ意図的に繰り返すものです。その行はクワトレン11の行と同一であり、非二元的な理解と一致し、「無心」の解放された状態を受け入れることの極めて重要な重要性を強調しています。この意図的な繰り返しは、真の静寂が動きと停止の慣習的な概念を超越し、精神的な悟りの基礎となる無条件の静けさを指し示していることを強調しています。オリジナルの漢字「若不如是，必不契真。一切動静，皆以無心；無心不動，不動不止。止動倶滅，是即真止」は、深い反省を要求する不変の真理を伝えています。

「もしこのようでないならば、必ず真に契合しない。一切の動静は、皆無心に基づく。無心は動かず、動かざれば止まらない。止と動ともに滅する、これこそ真の静止である。」

詳細な分析と解釈

クワトレン19は、クワトレン11の直接的な繰り返しとして、その教えの重要性を読者に深く印象づける役割を果たしています。この文学的な手法は、古代の知恵の伝統に共通しており、これらの原則の根本的な性質を強調しています。すなわち、非二元的な真理との一致の必要性、「無心」の中心的役割、そして慣習的な対立を超えた静寂の真の体験です。

冒頭の「若不如是，必不契真。」（73行）は、直ちに真剣なトーンを設定します。「若不如是」（ruò bùrúshì）は「もしこのようでないならば」（オプション1）を意味し、テキスト全体で提示されている非二元的な理解全体、特に固定された見解と二元的な思考の超越を指します。その結果は厳然たるものです。「必不契真」（bì bù qìzhēn）は「必ず真に契合しない」（オプション1）、「真に究極の真理と調和しないだろう」（オプション2）、または「現実に真に共鳴することはできない」（オプション3）を意味します。これは、単なる知的な理解では不十分であることを強調しています。真の悟りには、現実の性質との深く、生きた一致が必要です。これがなければ、真の真理は手の届かないままです。繰り返しは、この点が精神的な進歩にとって譲歩できないものであることを強調しています。

74-75行は、この一致を達成するための核心概念を導入し、詳しく説明します：「一切動静，皆以無心；無心不動，不動不止。」「一切動静」（yīqiè dòngjìng）は「一切の動静」（オプション1）を網羅し、すべての現象と存在の状態を含みます。深遠な洞察は、これらが「皆以無心」（jiē yǐ wúxīn）—それらが「無心に基づく」（オプション1）、「『無心』の状態から生じ、根本的にそれによって支配されている」（オプション2）、または「動じない心に根ざしている」（オプション3）ということです。無心（wu-xin

）は空白の状態ではなく、概念的な執着、二元的な思考、エゴ的な構築から解放された心です。心がこの無条件の状態から機能するとき、その活動は自発的で妨げられません。

「無心」が動きと静止に与える影響は、次に探求されます：「無心不動」（wúxīn bùdòng）—「無心は動かず」（オプション1）、または「この『無心』が存在するとき、固有の動きはない」（オプション2）、または「心が動じないとき、混乱はない」（オプション3）です。これは、心の動揺と「動き」が概念的な活動と執着から生じるからです。心が「無心」の状態にあるとき、それはinherently 静かで動じません。結果として、「不動不止」（bùdòng bùzhǐ）は「動かざれば止まらない」（オプション1）、「固有の動きがないとき、意図的な停止は必要ない」（オプション2）、または「混乱がないところには、止めるための努力もない」（オプション3）を意味します。これは重要な逆説です。「無心」の状態から固有の動揺や概念的な動きがないならば、何かを抑制したり「止める」ために努力する必要はありません。真の静寂は強制されるものではなく、inherent なものです。

最後に、76行は真の停止の決定的な説明を提供します：「止動倶滅，是即真止。」「止動倶滅」（zhǐdòng jùmiè）は「止と動ともに滅する」（オプション1）、「強制的な停止と強迫的な活動の両方が消滅したとき」（オプション2）、ま

たは「**動きと停止の衝動がともに消滅したとき**」（オプション3）を意味します。これは、活動と休息の慣習的な二元性を超越しています。それは静的な状態を達成することではなく、「停止」（意図的に停止しようとする努力）と「動き」（動揺または強迫的な活動）という概念そのものの解消です。これらの二元的な概念とそれに関連する心の努力が消滅したとき、「**是即真止**」（shì jí zhēnzhǐ）—「これこそ真の静止である」（オプション1）、「**それこそが真の、本物の静寂である**」（オプション2）、または「**それこそが真の平静である**」（オプション3）です。これは、真の悟りの特徴である、無垢で無条件の静けさであり、心の構築の完全な不在から生じます。

クワトレン11がクワトレン19として繰り返されることは、強力な教育的ツールです。それは、これらの行が深く吸収され、具現化されなければならない本質的な教えを含んでいることを読者に示唆しています。それらは、真の知恵への道が外的な闘争や複雑な実践にあるのではなく、心がその自然で無条件の状態に落ち着くことを可能にする内的な変容にあることを強調しています。この深い静寂は、「無心」に根ざしており、動きと停止の二元的な遊びを超えて、真の現実が直接体験される場所です。

Quatrain 20 The Profound Paradox of Unconditioned Mind and Ultimate Accord

Quatrain 20, encompassing lines 77-80 of this profound text, serves as a powerful and intentional reiteration of concepts already explored. Its lines are identical to those of Quatrain 12, reinforcing the nuanced understanding of "true stillness" and the paradoxical nature of existence that transcends conventional notions of stopping and moving. This deliberate repetition underscores that a full comprehension of these principles is not merely intellectual but leads to a profound alignment with the very essence of enlightenment itself. The original Chinese characters, "心止無止，是即真止。無止之止，無動之動；是動非動，是止非止。若了如是，即契如來," continue to guide the seeker toward a realization that is both subtle and universally profound.

"When the mind stops, there is no stopping; this is true stillness. The stopping that is no stopping, the moving that is no moving. This movement is not movement, this stillness is not stillness. If you understand like this, you accord with the Tathagata."

In-Depth Analysis and Interpretation

Quatrain 20, as a direct repetition of Quatrain 12, powerfully re-emphasizes the text's core teaching on the nature of ultimate stillness and the profound liberation found in transcending all dualistic conceptualization. This reiteration serves to deeply impress upon the reader the subtle yet crucial distinctions required for genuine spiritual realization.

The opening lines, **"心止無止，是即真止。"(Line 77)**, immediately refine the understanding of true stillness. "**心止**" (xīnzhǐ) means "when the mind stops" or "when the heart-mind rests." However, the profound insight is that this stopping is qualified by "**無止**" (wúzhǐ) – "there is no stopping" (Option 1), "there is no deliberate 'stopping' to be found" (Option 2), or "it is a cessation without cessation" (Option 3). This highlights that authentic stillness is not a forced act of suppression or a temporary pause. Instead, it is a state where the very concept or activity of "stopping" no longer applies because the mind is naturally at rest, free from contrivance. When this effortless cessation is realized, "**是即真止**" (shì jí zhēnzhǐ) – "this is true stillness" (Option 1), "this precisely *is* authentic, unconditioned stillness" (Option 2), or "this is genuine tranquility" (Option 3). This genuine stillness is therefore inherent, not something achieved through effort.

Lines 78-79 then introduce the profound paradox that dissolves the conventional opposition of stillness and movement: "無止之止，無動之動；是動非動，是止非止。" "無止之止" (wúzhǐ zhī zhǐ) refers to "The stopping that is no stopping" (Option 1), or "a 'stopping' that is not a stopping" (Option 2), or "a stillness that is not static" (Option 3). This signifies that true stillness is not an inert, static state but is vibrant and alive, transcending the rigid definition of cessation. Similarly, "無動之動" (wúdòng zhī dòng) refers to "the moving that is no moving" (Option 1), or "a 'moving' that is not a moving" (Option 2), or "a dynamism that is not agitation" (Option 3). This indicates that activity can manifest spontaneously without being rooted in mental agitation or conceptualization.

The paradox is further emphasized: "是動非動" (shìdòng fēidòng) – "This movement is not movement" (Option 1), "This apparent movement is not a true, inherent movement" (Option 2), or "Apparent movement is not truly movement" (Option 3). This means that phenomena, while appearing to move, lack inherent self-nature or a fixed existence in their movement. It's a movement that is empty of a distinct mover. And conversely, "是止非止" (shìzhǐ fēizhǐ) – "this stillness is not stillness" (Option 1), "this apparent stillness is not a true, inherent stillness" (Option 2), or "apparent stillness is not truly stillness" (Option 3). This clarifies that even what seems to be stillness is not a solid, definable state, but equally empty of inherent existence. Both concepts, movement and stillness, are ultimately dissolved in the light of ultimate reality, transcending rigid, dualistic apprehension.

Finally, the culmination of this profound understanding is presented in line 80: "若了如是，即契如來。" "若了如是" (ruò liǎo rúshì) means "If you understand like this" (Option 1), "If you genuinely comprehend reality in this manner" (Option 2), or "If you grasp things thus" (Option 3). This refers to the deep, non-conceptual realization that transcends the dualistic frameworks of stillness and movement, recognizing their ultimate emptiness and fluid, unconditioned nature. The consequence of such profound understanding is liberating: "即契如來" (jí qì rúlái) – "you accord with the Tathagata" (Option 1), "you will immediately align with the very essence of the Tathagata (Buddha-nature)" (Option 2), or "you resonate with the Buddha-nature" (Option 3). "如來" (Rúlái) is an epithet for a Buddha, symbolizing one who has realized ultimate truth. To "契" (qì) means to accord with, to harmonize with, or to be in complete agreement. This signifies that such a realization is not merely intellectual, but a complete merging with the enlightened state of being.

The repetition of Quatrain 12 as Quatrain 20 within the text holds significant weight. It is a deliberate pedagogical choice to re-emphasize that the profound paradoxes of movement and stillness are not peripheral but central to the ultimate realization. It urges the reader to move beyond conceptual understanding to a direct, unconditioned experience where the mind is utterly free from the confines of fixed notions, perfectly resonating with the boundless nature of the Tathagata.

Tagalog Translation

Quatrain 20: Ang Malalim na Paradoha ng Walang Kundisyong Isip at Sukdulang Pagkakaisa

Ang Quatrain 20, na sumasaklaw sa mga linya 77-80 ng malalim na tekstong ito, ay nagsisilbing isang makapangyarihan at sinadyang pag-uulit ng mga konsepto na natalakay na. Ang mga linya nito ay magkatulad sa mga linya ng Quatrain 12, na nagpapatibay sa masalimuot na pag-unawa sa "tunay na katiwasayan" at ang paradoksikal na kalikasan ng pag-iral na lumalampas sa mga kumbensyonal na nosyon ng pagtigil at paggalaw. Ang sadyang pag-uulit na ito ay nagbibigay-diin na ang ganap na pagkaunawa sa mga prinsipyong ito ay hindi lamang intelektuwal kundi humahantong sa isang malalim na pagkakahanay sa mismong esensya ng kaliwanagan. Ang orihinal na mga karakter ng Tsino, "心止無止，是即真止。無止之止，無動之動；是動非動，是止非止。若了如是，即契如來," ay patuloy na gumagabay sa naghahanap tungo sa isang pagkaunawa na parehong banayad at unibersal na malalim.

"Kapag huminto ang isip, walang pagtigil; ito ang tunay na katiwasayan. Ang pagtigil na walang pagtigil, ang paggalaw na walang paggalaw. Ang paggalaw na ito ay hindi paggalaw, ang katiwasayan na ito ay hindi katiwasayan. Kung naiintindihan mo ng ganito, ikaw ay sasang-ayon sa Tathagata."

Malalim na Pagsusuri at Interpretasyon

Ang Quatrain 20, bilang direktang pag-uulit ng Quatrain 12, ay makapangyarihang muling binibigyang-diin ang pangunahing turo ng teksto sa kalikasan ng sukdulang katiwasayan at ang malalim na kalayaan na matatagpuan sa paglampas sa lahat ng dualistikong konseptuwalisasyon. Ang pag-uulit na ito ay nagsisilbing malalim na ikintal sa mambabasa ang banayad ngunit kritikal na mga pagkakaiba na kinakailangan para sa tunay na espirituwal na pagsasakatuparan.

Ang pambungad na mga linya, "心止無止，是即真止。" (Linya 77), ay agad na pinipino ang pag-unawa sa tunay na katiwasayan. Ang "心止" (xīnzhǐ) ay nangangahulugang **"kapag huminto ang isip"** o **"kapag nagpapahinga ang puso-isip."** Gayunpaman, ang malalim na pananaw ay ang pagtigil na ito ay kwalipikado ng "無止" (wúzhǐ) – **"walang pagtigil"** (Opsyon 1), **"walang sadyang 'pagtigil' na matatagpuan"** (Opsyon 2), o **"ito ay isang pagtigil na walang pagtigil"** (Opsyon 3). Binibigyang-diin nito na ang tunay na katiwasayan ay hindi isang pinipilit na pagpigil o isang pansamantalang paghinto. Sa halip, ito ay isang estado kung saan ang mismong konsepto o aktibidad ng "pagtigil" ay hindi na nalalapat dahil ang isip ay natural na nagpapahinga, malaya mula sa pagkukunwari. Kapag ang walang hirap na pagtigil na ito ay natanto, ang "是即真止" (shì jí zhēnzhǐ) – "**ito ang tunay na katiwasayan**" (Opsyon 1), "**ito mismo ang tunay, walang kundisyong katiwasayan**" (Opsyon 2), o "**ito ang tunay na kapanatagan**" (Opsyon 3). Samakatuwid, ang tunay na katiwasayan na ito ay likas, hindi isang bagay na nakamit sa pamamagitan ng pagsisikap.

Ang mga linya 78-79 pagkatapos ay ipinapakilala ang malalim na paradoha na nagpapawalang-bisa sa kumbensyonal na pagsasalungat ng katiwasayan at paggalaw: "無止之止，無動之動；是動非動，是止非止。" Ang "無止之止" (wúzhǐ zhī zhǐ) ay tumutukoy sa "**Ang pagtigil na walang pagtigil**" (Opsyon 1), o "**isang 'pagtigil' na hindi pagtigil**" (Opsyon 2), o "**isang katiwasayan na hindi static**" (Opsyon 3). Ito ay nagpapahiwatig na ang tunay na katiwasayan ay hindi isang inert, static na estado kundi ay masigla at buhay, na lumalampas sa mahigpit na depinisyon ng pagtigil. Katulad nito, ang "無動之動" (wúdòng zhī dòng) ay tumutukoy sa "**ang paggalaw na walang paggalaw**" (Opsyon 1), o "**isang 'paggalaw' na hindi paggalaw**" (Opsyon 2), o "**isang dinamismo na hindi kaguluhan**" (Opsyon 3). Ito ay nagpapahiwatig na ang aktibidad ay maaaring magpakita nang kusang-loob nang hindi nakaugat sa kaguluhan ng isip o konseptuwalisasyon.

Ang paradoha ay higit na binibigyang-diin: "是動非動" (shìdòng fēidòng) – "**Ang paggalaw na ito ay hindi paggalaw**" (Opsyon 1), "**Ang maliwanag na paggalaw na ito ay hindi isang tunay, likas na paggalaw**" (Opsyon 2), o "**Ang maliwanag na

paggalaw ay hindi tunay na paggalaw" (Opsyon 3).
Nangangahulugan ito na ang mga phenomena, habang
lumilitaw na gumagalaw, ay walang likas na sariling-
kalikasan o isang nakapirming pag-iral sa kanilang
paggalaw. Ito ay isang paggalaw na walang hiwalay
na gumagalaw. At sa kabaligtaran, ang "是止非止"
(shìzhǐ fēizhǐ) – "**ang katiwasayan na ito ay hindi
katiwasayan**" (Opsyon 1), "**ang maliwanag na
katiwasayan na ito ay hindi isang tunay, likas na
katiwasayan**" (Opsyon 2), o "**ang maliwanag na
katiwasayan ay hindi tunay na katiwasayan**"
(Opsyon 3). Nililinaw nito na maging ang tila
katiwasayan ay hindi isang matatag, matutukoy na
estado, kundi pantay na walang likas na pag-iral. Ang
parehong konsepto, paggalaw at katiwasayan, ay sa
huli ay nalulusaw sa liwanag ng sukdulang realidad,
na lumalampas sa mahigpit, dualistikong
pagkaunawa.

Sa wakas, ang rurok ng malalim na pag-unawa na ito
ay ipinakita sa linya 80: "若了如是，即契如來。"
Ang "若了如是" (ruò liǎo rúshì) ay
nangangahulugang "**Kung naiintindihan mo ng
ganito**" (Opsyon 1), "**Kung tunay mong
naiintindihan ang realidad sa ganitong paraan**"
(Opsyon 2), o "**Kung naiintindihan mo ng ganito**"
(Opsyon 3). Ito ay tumutukoy sa malalim, non-
konseptuwal na pagkaunawa na lumalampas sa mga
dualistikong balangkas ng katiwasayan at paggalaw,
na kinikilala ang kanilang sukdulang kawalan at likas,
walang kundisyong kalikasan. Ang bunga ng gayong
malalim na pag-unawa ay nagpapalaya: "即契如來"
(jí qì rúlái) – "**ikaw ay sasang-ayon sa Tathagata**"

(Opsyon 1), "**ikaw ay agad na sasama sa mismong esensya ng Tathagata (Buddha-nature)**" (Opsyon 2), o "**ikaw ay sasama sa Buddha-nature**" (Opsyon 3). Ang "如來" (Rúlái) ay isang epithet para sa isang Buddha, na sumisimbolo sa isang nakatanto ng sukdulang katotohanan. Ang "契" (qì) ay nangangahulugang sumang-ayon, umayon, o ganap na sumang-ayon. Ito ay nagpapahiwatig na ang gayong pagkaunawa ay hindi lamang intelektuwal, kundi isang kumpletong pagsasama sa naliwanagang estado ng pagiging.

Ang pag-uulit ng Quatrain 12 bilang Quatrain 20 sa loob ng teksto ay may malaking kahalagahan. Ito ay isang sadyang pedagogical na pagpili upang muling bigyang-diin na ang malalim na mga paradoha ng paggalaw at katiwasayan ay hindi panlabas kundi sentral sa sukdulang pagsasakatuparan. Hinihimok nito ang mambabasa na lumampas sa konseptuwal na pag-unawa tungo sa isang direkta, walang kundisyong karanasan kung saan ang isip ay lubos na malaya mula sa mga hangganan ng nakapirming nosyon, perpektong umaayon sa walang hanggang kalikasan ng Tathagata.

Japanese Translation

クワトレン**20**：無条件の心と究極の一致の深遠な逆説

この深遠なテキストの77-80行からなるクワトレン20は、すでに探求された概念の強力かつ意図的な繰り返しとして機能します。その行はクワトレン12の行と同一であり、「真の静寂」の微妙な理解と、停止と動きの慣習的な概念を超越する存在の逆説的な性質を強化しています。この意図的な繰り返しは、これらの原則の完全な理解が単なる知的理解にとどまらず、悟りそのものの本質との深遠な一致につながることを強調しています。オリジナルの漢字「心止無止，是即真止。無止之止，無動之動；是動非動，是止非止。若了如是，即契如來」は、微妙でありながら普遍的に深遠な悟りへと探求者を導き続けます。

「心止まるに止まることなし、これ即ち真の静止なり。止まらざるの止、動かざるの動。是の動は動にあらず、是の止は止にあらず。もしこの如く了するならば、即ち如来に契合せん。」

詳細な分析と解釈

クワトレン20は、クワトレン12の直接的な繰り返しとして、究極の静寂の性質と、すべての二元的な概念化を超越することで見出される深遠な解放に関するテキストの核心的な教えを強力に再強調しています。この繰り返しは、真の精神的な悟りに必要な微妙でありながら決定的な区別を読者に深く印象づける役割を果たしています。

冒頭の「心止無止，是即真止。」（77行）は、直ちに真の静寂の理解を洗練させます。「心止」（xīnzhǐ）は「心が止まるとき」または「心身が休まるとき」を意味します。しかし、深遠な洞察は、この停止が「無止」（wúzhǐ）—「止まることなし」（オプション1）、「意図的な『停止』は見当たらない」（オプション2）、または「それは停止なき停止である」（オプション3）によって修飾されているということです。これは、真の静寂が強制された抑制行為や一時的な中断ではないことを強調しています。むしろ、心は作為から解放されて自然に休止しているため、「停止する」という概念や活動そのものがもはや適用されない状態です。この無為な停止が実現されたとき、「是即真止」（shì jí zhēnzhǐ）—「これ即ち真の静止なり」（オプション1）、「これこそが真の、無条件の静寂である」（オプション2）、または「これこそが真の平静である」（オプション3）です。したがって、この真の静寂は固有のものであり、努力によって達成されるものではありません。

78-79行は、次に静寂と動きの慣習的な対立を解消する深遠な逆説を導入します：「無止之止，無動之動；是動非動，是止非止。」「無止之止」（wúzhǐ zhī zhǐ）は「止まらざるの止」（オプション1）、または「停止ではない『停止』」（オプション2）、または「静的ではない静寂」（オプション3）を指します。これは、真の静寂が不活性で静的な状態ではなく、活気に満ちて生

きており、停止の厳格な定義を超越していることを意味します。同様に、「無動之動」（wúdòng zhī dòng）は「動かざるの動」（オプション1）、または「動きではない『動き』」（オプション2）、または「動揺ではないダイナミズム」（オプション3）を指します。これは、活動が心の動揺や概念化に根ざすことなく自発的に現れることを示唆しています。

逆説はさらに強調されます：「是動非動」（shìdòng fēidòng）—「是の動は動にあらず」（オプション1）、「この見かけの動きは真の、inherent な動きではない」（オプション2）、または「見かけの動きは真に動きではない」（オプション3）です。これは、現象は動いているように見えても、その動きには固有の自己性や固定された存在がないことを意味します。それは明確な動き主を欠いた動きです。そして逆に、「是止非止」（shìzhǐ fēizhǐ）—「是の止は止にあらず」（オプション1）、「この見かけの静寂は真の、inherent な静寂ではない」（オプション2）、または「見かけの静寂は真に静寂ではない」（オプション3）です。これは、静寂に見えるものでさえ、堅固で定義可能な状態ではなく、同様にinherent な存在を欠いていることを明確にしています。動きと静寂という両方の概念は、究極的には究極の現実の光の中で解消され、厳格な二元的な把握を超越します。

最後に、この深遠な理解の集大成が80行で提示されます：「若了如是，即契如來。」「若了如是」（ruò liǎo rúshì）は「もしこの如く了するならば」（オプション1）、「もしあなたがこのように現実を真に理解するならば」（オプション2）、または「もしあなたが物事をこのように把握するならば」（オプション3）を意味します。これは、静寂と動きの二元的な枠組みを超越し、それらの究極の空と流動的で無条件な性質を認識する、深遠で非概念的な悟りを指します。そのような深遠な理解の結果は解放的です：「即契如來」（jí qì rúlái）―「即ち如来に契合せん」（オプション1）、「直ちに如来（仏性）の本質そのものと一致するだろう」（オプション2）、または「あなたは仏性と共鳴する」（オプション3）です。「如來」（Rúlái）は仏陀の尊称であり、究極の真理を悟った者を象徴しています。「契」（qì）は、一致する、調和する、または完全に同意することを意味します。これは、そのような悟りが単なる知的なものではなく、悟りを開いた存在状態との完全な合一であることを示しています。

テキスト内でクワトレン12がクワトレン20として繰り返されることは、重要な意味を持ちます。それは、動きと静寂の深遠な逆説が周辺的なものではなく、究極の悟りの中心であることを再強調するための意図的な教育的選択です。それは、読者に概念的な理解を超えて、心が固定された概念の制約から完全に解放され、如来の

無限の性質と完全に共鳴する、直接的で無条件
の経験へと進むよう促します。

Quatrain 21 The Unnameable Truth and the Freedom Beyond Concepts

Quatrain 21, encompassing lines 81-84 of this profound text, serves as a powerful and intentional reiteration of fundamental insights regarding the ultimate nature of reality and the inherent limitations of human language. Its lines are identical to those of Quatrain 13, underscoring the vital importance of understanding that truth is formless, ungraspable, and beyond all names and conceptual distinctions. This deliberate repetition emphasizes that genuine realization transcends intellectual apprehension and requires a direct, unconditioned experience of reality. The original Chinese characters, "實相無相，真如無如。唯是言詮，不可得聞。是名無名，名亦不名。名者無實，是名實名," continue to guide the seeker toward a liberation that is beyond all constructs.

"True reality has no form, ultimate truth has no 'thusness.' It is only expressed in words, but cannot truly be heard. 'Is named' is no name; the name also is not a name. That which names has no substance; this is called true naming."

In-Depth Analysis and Interpretation

Quatrain 21, as an exact repetition of Quatrain 13, powerfully reinforces a core and profound teaching of the text: the ineffable and ungraspable nature of ultimate reality, and the inherent limitations of language and conceptual thought in apprehending it. This deliberate reiteration serves to deeply impress these foundational insights upon the reader.

The opening lines, **"實相無相，真如無如；"** (Line 81), immediately declare the unconditioned essence of truth. "實相" (shíxiàng), meaning "True reality" or Dharmakaya, is "無相" (wúxiàng) – "without form," "without any perceivable form" (Option 2), or "formless" (Option 3). This emphasizes that ultimate truth is not a phenomenon with discernible characteristics that can be grasped by the senses or conceptual mind. Similarly, "真如" (zhēnrú), meaning "ultimate truth" or Tathata ("suchness"), is "無如" (wúrú) – "has no 'thusness'" (Option 1), "is without any definable 'thusness'" (Option 2), or "is beyond fixed states" (Option 3). This paradoxical statement means that while "suchness" describes reality as it is, that "is-ness" itself cannot be confined to any particular attribute or definition. It transcends all specific qualities. The repetition of this fundamental statement highlights its central importance.

Line 82 then addresses the role and, more importantly, the limitations of language: "唯是言詮，不可得聞。" "唯是言詮" (wéi shì yánquán) means "It is only expressed in words" (Option 1), or "It can only be provisionally expressed through language and conceptual explanation" (Option 2), or "It is merely spoken of" (Option 3). This acknowledges the practical necessity of using language for communication and teaching. However, it is immediately followed by the crucial caveat: "不可得聞" (bùkě déwén) – "but cannot truly be heard" (Option 1), "yet it cannot be truly apprehended or understood through mere listening" (Option 2), or "but cannot be directly grasped by hearing" (Option 3). This powerfully underscores that ultimate truth is not something that can be intellectually assimilated through verbal explanation alone. It requires a direct, non-conceptual realization that transcends the medium of words. The repetition here acts as a strong reminder to not mistake the finger pointing at the moon for the moon itself.

Lines 83-84 delve deeper into the nature of naming itself, deconstructing its conventional function: "是名無名，名亦不名；名者無實，是名實名。" This segment is a profound and intentionally paradoxical exploration of language. "是名無名" (shìmíng wúmíng) means "'Is named' is no name" (Option 1), "'To be named' implies 'no name'" (Option 2), or "To give it a name means it has no inherent name" (Option 3). This paradox indicates that when a name is applied to ultimate reality, it simultaneously acknowledges that the underlying reality is beyond that name. The name is a convention, a pointer, not the essence.

This is extended with "名亦不名" (míng yì bùmíng) – "the name also is not a name" (Option 1), "and the name itself is not a truly fixed name" (Option 2), or "the name itself isn't truly 'the name'" (Option 3). This means that even the name *itself* is ultimately non-substantial and unfixed. Names are fluid, conventional constructs, not inherent properties of reality.

The culmination of this deconstruction is in "名者無實" (míngzhě wúshí) – "That which names has no substance" (Option 1), "That which serves as a name possesses no inherent, substantial reality" (Option 2), or "A name has no true essence" (Option 3). This explicitly states that a name is empty of inherent existence; it's a tool, a label, but not a reality in itself. Because names are inherently empty and non-substantial, they can serve to point to the unconditioned truth without reifying it. This leads to the final, paradoxical definition: "是名實名" (shì míng shímíng) – "this is called true naming" (Option 1), "this is what is truly meant by 'real naming' or 'designation'" (Option 2), or "this is the true significance of naming" (Option 3). True naming, then, is not about encapsulating reality in a fixed label, but about using a name with the profound understanding that it is a provisional, empty signifier pointing to an unnameable, ungraspable truth.

The repetition of Quatrain 13 as Quatrain 21 is a powerful rhetorical device. It underscores the text's central message: that liberation arises from understanding the unconditioned nature of reality and recognizing the limitations of all conceptual and linguistic frameworks. By revisiting these profound lines, the text encourages the reader to continually dissolve fixed views and to rely not on names or concepts, but on direct, non-conceptual experience of the formless, unnameable truth.

Tagalog Translation

Quartrain 21: Ang Hindi Masasabing Katotohanan at ang Kalayaan Lampas sa mga Konsepto

Ang Quatrain 21, na sumasaklaw sa mga linya 81-84 ng malalim na tekstong ito, ay nagsisilbing isang makapangyarihan at sinadyang pag-uulit ng mga pundasyong pananaw hinggil sa sukdulang kalikasan ng realidad at ang likas na limitasyon ng wika ng tao. Ang mga linya nito ay magkatulad sa mga linya ng Quatrain 13, na binibigyang-diin ang mahalagang kahalagahan ng pag-unawa na ang katotohanan ay walang porma, hindi mahawakan, at lampas sa lahat ng pangalan at konseptuwal na pagkakaiba. Ang sadyang pag-uulit na ito ay nagbibigay-diin na ang

tunay na pagsasakatuparan ay lumalampas sa
intelektuwal na pagkaunawa at nangangailangan ng
isang direkta, walang kundisyong karanasan ng
realidad. Ang orihinal na mga karakter ng Tsino, "實
相無相，真如無如。唯是言詮，不可得聞。是名
無名，名亦不名。名者無實，是名實名," ay
patuloy na gumagabay sa naghahanap tungo sa isang
kalayaan na lampas sa lahat ng konstruksyon.

"Ang tunay na realidad ay walang porma, ang
sukdulang katotohanan ay walang 'ganito.' Ito ay
ipinapahayag lamang sa mga salita, ngunit hindi
tunay na maririnig. 'Ay pinangalanan' ay walang
pangalan; ang pangalan mismo ay hindi rin isang
pangalan. Ang nagpapangalan ay walang substansya;
ito ay tinatawag na tunay na pagpapangalan."

Malalim na Pagsusuri at Interpretasyon

Ang Quatrain 21, bilang eksaktong pag-uulit ng
Quatrain 13, ay makapangyarihang nagpapatibay sa
isang pangunahin at malalim na turo ng teksto: ang
hindi masabi at hindi mahawakang kalikasan ng
sukdulang realidad, at ang likas na limitasyon ng
wika at konseptuwal na pag-iisip sa pagkaunawa nito.
Ang sadyang pag-uulit na ito ay nagsisilbing malalim
na ikintal ang mga pundasyong pananaw na ito sa
mambabasa.

Ang pambungad na mga linya, "實相無相，真如無
如；" (Linya 81), ay agad na nagdedeklara ng walang
kundisyong esensya ng katotohanan. Ang "實相"

(shíxiàng), na nangangahulugang **"Tunay na realidad"** o Dharmakaya, ay "無相" (wúxiàng) – **"walang porma," "walang anumang nakikita na porma"** (Opsyon 2), o **"walang porma"** (Opsyon 3). Binibigyang-diin nito na ang sukdulang katotohanan ay hindi isang phenomena na may nakikilalang katangian na maaaring hawakan ng mga pandama o ng konseptuwal na isip. Katulad nito, ang "真如" (zhēnrú), na nangangahulugang **"sukdulang katotohanan"** o Tathata ("suchness"), ay "無如" (wúrú) – **"walang 'ganito'"** (Opsyon 1), **"walang anumang matukoy na 'ganito'"** (Opsyon 2), o **"lampas sa mga nakapirming estado"** (Opsyon 3). Ang paradoksikal na pahayag na ito ay nangangahulugang habang ang "ganito" ay naglalarawan ng realidad kung ano ito, ang "pagiging-ito" mismo ay hindi maaaring ikulong sa anumang partikular na katangian o depinisyon. Lumalampas ito sa lahat ng partikular na kalidad. Binibigyang-diin ng pag-uulit ng pundasyong pahayag na ito ang sentral nitong kahalagahan.

Ang Linya 82 pagkatapos ay tumutukoy sa papel at, mas mahalaga, ang mga limitasyon ng wika: "唯是言詮，不可得聞。" Ang "唯是言詮" (wéi shì yánquán) ay nangangahulugang **"Ito ay ipinapahayag lamang sa mga salita"** (Opsyon 1), o **"Maaari lamang itong pansamantalang ipahayag sa pamamagitan ng wika at konseptuwal na paliwanag"** (Opsyon 2), o **"Ito ay binabanggit lamang"** (Opsyon 3). Kinikilala nito ang praktikal na pangangailangan ng paggamit ng wika para sa komunikasyon at pagtuturo. Gayunpaman, agad itong sinusundan ng mahalagang babala: "不可得聞" (bùkě déwén) – "**ngunit hindi tunay na maririnig**" (Opsyon 1), "**ngunit hindi ito tunay na mahawakan o mauunawaan sa pamamagitan lamang ng pakikinig**" (Opsyon 2), o "**ngunit hindi direktang mahawakan sa pamamagitan ng pandinig**" (Opsyon 3). Malakas nitong binibigyang-diin na ang sukdulang katotohanan ay hindi isang bagay na maaaring intelektuwal na assimilahin sa pamamagitan lamang ng berbal na paliwanag. Nangangailangan ito ng isang direkta, non-konseptuwal na pagsasakatuparan na lumalampas sa medium ng mga salita. Ang pag-uulit dito ay nagsisilbing matibay na paalala na huwag ipagkamali ang daliri na tumuturo sa buwan para sa buwan mismo.

Ang mga linya 83-84 ay sumasawsaw nang mas malalim sa kalikasan ng pagpapangalan mismo, na nagde-dekonstruksyon ng kumbensyonal na tungkulin nito: "是名無名，名亦不名；名者無實，是名實名。" Ang segment na ito ay isang malalim at sinadyang paradoksikal na paggalugad ng wika. Ang "是名無名" (shìmíng wúmíng) ay nangangahulugang "'**Ay pinangalanan' ay walang pangalan**" (Opsyon 1), "'**Pinangalanan' ay nagpapahiwatig ng 'walang pangalan'**" (Opsyon 2), o "**Ang pagbibigay ng pangalan ay nangangahulugang wala itong likas na pangalan**" (Opsyon 3). Ipinapahiwatig ng paradoha na ito na kapag ang isang pangalan ay inilalapat sa sukdulang realidad, sabay nitong kinikilala na ang pinagbabatayang realidad ay lampas sa pangalang iyon. Ang pangalan ay isang kumbensyon, isang tagapagpahiwatig, hindi ang esensya.

Ito ay pinalawig ng "名亦不名" (míng yì bùmíng) – "**ang pangalan mismo ay hindi rin isang pangalan**" (Opsyon 1), "**at ang pangalan mismo ay hindi isang tunay na nakapirming pangalan**" (Opsyon 2), o "**ang pangalan mismo ay hindi tunay na 'ang pangalan'**" (Opsyon 3). Nangangahulugan ito na maging ang pangalan mismo ay sa huli ay walang substansya at hindi nakapirming. Ang mga pangalan ay likas, kumbensyonal na konstruksyon, hindi likas na katangian ng realidad.

Ang rurok ng dekonstruksyon na ito ay nasa "名者無實" (míngzhě wúshí) – "**Ang nagpapangalan ay walang substansya**" (Opsyon 1), "**Ang nagsisilbing pangalan ay walang likas, substansyal na realidad**" (Opsyon 2), o "**Ang isang pangalan ay walang tunay na esensya**" (Opsyon 3). Tahasan nitong sinasabi na ang isang pangalan ay walang likas na pag-iral; ito ay isang kasangkapan, isang label, ngunit hindi isang realidad sa sarili nito. Dahil ang mga pangalan ay likas na walang laman at walang substansya, maaari silang magsilbi upang ituro ang walang kundisyong katotohanan nang hindi ito ginagawang totoo. Ito ay humahantong sa huling, paradoksikal na depinisyon: "是名實名" (shì míng shíming) – "**ito ay tinatawag na tunay na pagpapangalan**" (Opsyon 1), "**ito ang tunay na ibig sabihin ng 'tunay na pagpapangalan' o 'pagtatalaga'**" (Opsyon 2), o "**ito ang tunay na kahulugan ng pagpapangalan**" (Opsyon 3). Ang tunay na pagpapangalan, kung gayon, ay hindi tungkol sa pagsasama ng realidad sa isang nakapirming label, kundi tungkol sa paggamit ng isang pangalan na may malalim na pag-unawa na ito ay isang pansamantala, walang lamang tagapagpahiwatig na tumutukoy sa isang hindi mapangalanan, hindi mahawakang katotohanan.

Ang pag-uulit ng Quatrain 13 bilang Quatrain 21 ay isang makapangyarihang retorikal na pamamaraan. Binibigyang-diin nito ang pangunahing mensahe ng teksto: na ang kalayaan ay nagmumula sa pag-unawa sa walang kundisyong kalikasan ng realidad at pagkilala sa mga limitasyon ng lahat ng konseptuwal at lingguwistikong balangkas. Sa pamamagitan ng muling pagbisita sa mga malalim na linyang ito, hinihikayat ng teksto ang mambabasa na patuloy na tunawin ang mga nakapirming pananaw at umasa hindi sa mga pangalan o konsepto, kundi sa direkta, non-konseptuwal na karanasan ng walang porma, hindi mapangalanang katotohanan.

Japanese Translation

クワトレン21：名付けられない真理と概念を超えた自由

この深遠なテキストの81-84行からなるクワトレン21は、現実の究極的な性質と人間言語の固有の限界に関する根本的な洞察を強力かつ意図的

に繰り返すものです。その行はクワトレン13の行と同一であり、真理が無形であり、捉えがたく、すべての名前や概念的区別を超えていることを理解することの極めて重要な重要性を強調しています。この意図的な繰り返しは、真の悟りが知的な把握を超越し、現実の直接的で無条件な経験を必要とすることを強調しています。オリジナルの漢字「實相無相，真如無如。唯是言詮，不可得聞。是名無名，名亦不名。名者無實，是名實名」は、すべての構築物を超えた解放へと探求者を導き続けます。

「実相は無相にして、真如は無如なり。ただこれ言詮のみ、聞くべからず。是れを名づけて無名と為す、名もまた名ならず。名づくる者実なし、是れを名づけて実名と為す。」

詳細な分析と解釈

クワトレン21は、クワトレン13の正確な繰り返しとして、テキストの核心的で深遠な教え、すなわち究極の現実の筆舌に尽くしがたい、捉えがたい性質と、それを把握する上での言語と概念的思考の固有の限界を強力に強化しています。この意図的な繰り返しは、これらの根本的な洞察を読者に深く印象づける役割を果たしています。

冒頭の「**實相無相，真如無如；**」（81行）は、直ちに真理の無条件の精髄を宣言しています。

「實相」（shíxiàng）は「真実の現実」または法身を意味し、「無相」（wúxiàng）—「相なし」、「知覚可能な形がない」（オプション2）、または「無形」（オプション3）です。これは、究極の真理が、感覚や概念的な心によって捉えられるような識別可能な特性を持つ現象ではないことを強調しています。同様に、「真如」（zhēnrú）は「究極の真理」または如来（「そのようなもの」）を意味し、「無如」（wúrú）—「『そのようなもの』がない」（オプション1）、「定義できる『そのようなもの』がない」（オプション2）、または「固定された状態を超えている」（オプション3）です。この逆説的な声明は、「そのようなもの」が現実をあるがままに記述する一方で、その「であること」自体がいかなる特定の属性や定義にも限定されえないことを意味します。それはすべての特定の性質を超越します。この基本的な声明の繰り返しは、その中心的な重要性を強調しています。

82行は、次に言語の役割、そしてさらに重要なことには、その限界について述べています：「唯是言詮，不可得聞。」「唯是言詮」（wéi shì yánquán）は「ただこれ言詮のみ」（オプション1）、または「言語や概念的な説明を通して一時的にしか表現できない」（オプション2）、または「単に語られるだけである」（オプション3）を意味します。これは、コミュニケーションと教えのために言語を使用することの実用的な必要性を認めています。しかし、すぐに重要な注

意書きが続きます：「不可得聞」（bùkě déwén
）—「聞くべからず」（オプション1）、「しか
し、単に聞くことによって真に把握したり理解
したりすることはできない」（オプション2）、
または「しかし、聞くことによって直接捉える
ことはできない」（オプション3）です。これは
、究極の真理が言葉による説明だけでは知的に
同化できないものであることを力強く強調して
います。それは、言葉という媒体を超越した、
直接的で非概念的な悟りを必要とします。ここ
での繰り返しは、月を指す指を月そのものと間
違えないようにという強力なリマインダーとし
て機能します。

83-84行は、名前そのものの性質に深く踏み込み
、その慣習的な機能を解体しています：「是名
無名，名亦不名；名者無實，是名實名。」この
部分は、言語の深遠で意図的に逆説的な探求で
す。「是名無名」（shìmíng wúmíng）は「是れ
を名づけて無名と為す」（オプション1）、「『
名付けられる』ことは『名がない』ことを意味
する」（オプション2）、または「名前を与える
ということは、それに固有の名前がないことを
意味する」（オプション3）です。この逆説は、
究極の現実に名前が適用されるとき、それが同
時に、根底にある現実がその名前を超えている
ことを認めていることを示しています。名前は
慣習であり、指針であり、本質ではありません
。

これは「名亦不名」（míng yì bùmíng）—「名も
また名ならず」（オプション1）、「そして名前
自体も真に固定された名前ではない」（オプシ
ョン2）、または「名前自体が真に『名前』では
ない」（オプション3）へと拡張されます。これ
は、名前自体でさえ、究極的には実体を持たず
、固定されていないことを意味します。名前は
流動的で慣習的な構築物であり、現実の固有の
特性ではありません。

この解体の集大成は、「名者無實」（míngzhě
wúshí）—「名づくる者実なし」（オプション1
）、「名前として機能するものには、固有の、
実体的な現実がない」（オプション2）、または
「名前には真の本質がない」（オプション3）と
いう部分にあります。これは、名前には固有の
存在がないことを明確に述べています。それは
ツールであり、ラベルであり、それ自体が現実
ではありません。名前がinherently 空虚で実体が
ないため、それは無条件の真理を実体化するこ
となく指し示すことができます。これは最後の
、逆説的な定義へとつながります：「是名實名
」（shì míng shímíng）—「是れを名づけて実名
と為す」（オプション1）、「これこそが『真の
名前』または『指定』によって真に意味される
ものである」（オプション2）、または「これこ
そが名付けの真の意味である」（オプション3）
です。したがって、真の名付けとは、現実を固
定されたラベルに封じ込めることではなく、そ
れが名付けられない、捉えがたい真理を指し示

す一時的で空虚な記号であるという深い理解を
もって名前を使用することです。

クワトレン13がクワトレン21として繰り返され
ることは、強力な修辞的装置です。それは、現
実の無条件の性質を理解し、すべての概念的お
よび言語的枠組みの限界を認識することから解
放が生まれるという、テキストの中心的なメッ
セージを強調しています。これらの深遠な行を
再訪することにより、テキストは読者に、固定
された見解を絶えず解消し、名前や概念に頼る
のではなく、無形の名付けられない真理の直接
的で非概念的な経験に頼るよう促しています。

Quatrain 22 The Direct Path of the Upright Mind and the Clarity Beyond Words

Quatrain 22, encompassing lines 85-88 of this
profound text, serves as a powerful and intentional
reiteration of fundamental insights regarding the
nature of the spiritual path and the essential
disposition of the practitioner. Its lines are identical to
those of Quatrain 14, underscoring the vital
importance of understanding that ultimate truth arises
directly with the Way, beyond the confines of
language. This deliberate repetition emphasizes the
paramount role of a "straight mind" as the direct route

to understanding, contrasting it sharply with the futility and hindrance caused by a "crooked mind." The original Chinese characters, "與道俱起，非言所詮；不可思議，言之所滯。直心是道，歪心不通；與道相乖，勞形喪功，" continue to guide the seeker towards genuine alignment and profound realization.

"It arises with the Way, not explained by words; it's inconceivable, words only hinder. The straight mind is the Way; the crooked mind does not pass through. When at odds with the Way, one toils in vain and loses merit."

In-Depth Analysis and Interpretation

Quatrain 22, as an exact repetition of Quatrain 14, serves to profoundly reinforce two interconnected core teachings of the text: the ineffability of ultimate truth and the critical importance of the practitioner's inner disposition. This deliberate reiteration highlights that authentic spiritual progress depends on both the understanding that truth transcends words and the cultivation of an upright heart-mind.

The opening lines, **"與道俱起，非言所詮；" (Line 85)**, emphasize the inherent and unconditioned nature of truth. "與道俱起" (yǔ dào jùqǐ) means "It arises with the Way" (Option 1), "This (truth/reality) arises simultaneously with the Tao (the Way)" (Option 2), or "It emerges in harmony with the Tao" (Option 3). This signifies that ultimate truth is not separate from the fundamental Way (Tao) or reality itself; it is an inherent, co-arising aspect. Following this, "非言所詮" (fēi yán suǒ quán) means "not explained by words" (Option 1), "it cannot be fully articulated or encompassed by language" (Option 2), or "uncapturable by speech" (Option 3). This strongly reiterates the ineffable quality of truth, a consistent theme throughout the text. Truth is a direct realization, not something that can be completely conveyed or contained within linguistic frameworks.

Line 86 further elaborates on this ineffability and the potential pitfalls of relying on language: "不可思議，言之所滯。" "不可思議" (bùkě sīyì) means "it's inconceivable" (Option 1), "It is utterly beyond intellectual comprehension" (Option 2), or "It defies all thought" (Option 3). This reaffirms that ultimate truth transcends the conceptual mind. The latter part, "言之所滯" (yán zhī suǒ zhì), delivers a potent warning about language: "words only hinder" (Option 1), "language serves only to create impediments and attachment" (Option 2), or "words only create stagnation" (Option 3). While words are useful pointers, they can become obstacles if one becomes fixated on them or mistakes them for the truth itself. They can create conceptual "sticking points" that impede direct, unmediated experience.

The quatrain then shifts focus to the practitioner's inner state, making a critical distinction in lines 87-

88: "直心是道，歪心不通；" "直心" (zhíxīn) refers to "the straight mind" (Option 1), "a 'straight mind' (sincere, unadulterated intent)" (Option 2), or "An upright heart-mind" (Option 3). This "straight mind" is declared as "是道" (shìdào) – "is the Way" (Option 1), "is itself the Way" (Option 2), or "*is* the path" (Option 3). This is a direct identification: the path is not external; it is the quality of one's inner disposition – sincere, honest, direct, without contrivance, deception, or hidden agendas. This emphasizes that authentic spiritual practice begins and ends with the purity of one's intention and mental state. In stark contrast, "歪心不通" (wāixīn bùtōng) means "the crooked mind does not pass through" (Option 1), "a 'deviated mind' (insincere, deluded intent) cannot achieve understanding" (Option 2), or "a twisted heart-mind finds no passage" (Option 3). "歪心" (wāixīn) refers to a crooked, twisted, insincere, or prejudiced mind. Such a mind cannot grasp or align with the Way because its very nature is contrary to the directness of truth.

The consequence of this misalignment is stated in the final part of line 88: "與道相乖，勞形喪功。" "與道相乖" (yǔ dào xiāngguāi) means "When at odds with the Way" (Option 1), "When one acts contrary to the Way" (Option 2), or "When out of sync with the Way" (Option 3). This describes a state where one's inner disposition and actions are not aligned with the natural flow and truth of the Tao. The negative outcome is twofold: "勞形喪功" (láoxíng sànggōng). "勞形" (láoxíng) means "one toils in vain" (Option 1), or "one exhausts the body" (Option 2), or "one wastes effort" (Option 3). "喪功" (sànggōng) means "loses merit" (Option 1), "loses all spiritual progress" (Option 2), or "diminishes true accomplishment" (Option 3). This indicates that all efforts, however strenuous, will be fruitless and even detrimental if the fundamental inner alignment (直心) is absent. It's a powerful warning that sincere intention and directness are paramount over mere ritual or intellectual pursuit.

The repeated inclusion of Quatrain 14 as Quatrain 22 highlights its pivotal role in the text's overall message. It is not merely a philosophical point but a practical guide. The repetition serves to deeply impress upon the reader that the cultivation of a "straight mind" is not just *a* path, but *the* path to genuine spiritual understanding and alignment with the ineffable Tao, emphasizing that outward efforts without inner alignment are ultimately futile.

Tagalog Translation

Quatrain 22: Ang Direktang Landas ng Tuwid na Isip at ang Kaliwanagan Lampas sa mga Salita

Ang Quatrain 22, na sumasaklaw sa mga linya 85-88 ng malalim na tekstong ito, ay nagsisilbing isang makapangyarihan at sinadyang pag-uulit ng mga pundasyong pananaw hinggil sa kalikasan ng espirituwal na landas at ang mahalagang disposisyon ng nagsasanay. Ang mga linya nito ay magkatulad sa mga linya ng Quatrain 14, na binibigyang-diin ang mahalagang kahalagahan ng pag-unawa na ang sukdulang katotohanan ay direktang bumabangon kasama ang Daan, lampas sa mga hangganan ng wika. Ang sadyang pag-uulit na ito ay nagbibigay-diin sa pinakamataas na papel ng isang "tuwid na isip" bilang direktang ruta sa pag-unawa, na lubhang kinokontra ito sa kawalang-saysay at hadlang na dulot ng isang "baluktot na isip." Ang orihinal na mga karakter ng Tsino, "與道俱起，非言所詮；不可思議，言之所滯。直心是道，歪心不通；與道相乖，勞形喪功," ay patuloy na gumagabay sa naghahanap tungo sa tunay na pagkakahanay at malalim na pagsasakatuparan.

"Bumabangon ito kasama ang Daan, hindi ipinapaliwanag ng mga salita; hindi ito maiisip, ang mga salita ay humahadlang lamang. Ang tuwid na isip ay ang Daan; ang baluktot na isip ay hindi makaraan. Kapag salungat sa Daan, nagsisikap ang isa nang walang saysay at nawawalan ng merito."

Malalim na Pagsusuri at Interpretasyon

Ang Quatrain 22, bilang eksaktong pag-uulit ng Quatrain 14, ay nagsisilbing malalim na pagpapatibay sa dalawang magkakaugnay na pangunahing turo ng teksto: ang hindi masabi na katotohanan at ang kritikal na kahalagahan ng panloob na disposisyon ng nagsasanay. Ang sadyang pag-uulit na ito ay nagbibigay-diin na ang tunay na espirituwal na pag-unlad ay nakasalalay sa parehong pag-unawa na ang katotohanan ay lumalampas sa mga salita at ang paglinang ng isang tuwid na puso-isip.

Ang pambungad na mga linya, "與道俱起，非言所詮；" (Linya 85), ay nagbibigay-diin sa likas at walang kundisyong kalikasan ng katotohanan. Ang "與道俱起" (yǔ dào jùqǐ) ay nangangahulugang **"Bumabangon ito kasama ang Daan"** (Opsyon 1), **"Ito (katotohanan/realidad) ay sabay na bumabangon kasama ang Tao (ang Daan)"** (Opsyon 2), o **"Lumilitaw ito na kaayon ng Tao"** (Opsyon 3). Ipinapahiwatig nito na ang sukdulang katotohanan ay hindi hiwalay mula sa pundasyong Daan (Tao) o sa realidad mismo; ito ay isang likas, sabay na bumabangon na aspeto. Kasunod nito, ang "非言所詮" (fēi yán suǒ quán) ay nangangahulugang **"hindi ipinapaliwanag ng mga salita"** (Opsyon 1), **"hindi ito ganap na maipapahayag o masasaklaw ng wika"** (Opsyon 2), o **"hindi mahuli ng pananalita"** (Opsyon 3). Malakas nitong inuulit ang hindi masabi na kalidad ng katotohanan, isang pare-parehong tema sa buong teksto. Ang katotohanan ay isang direktang pagsasakatuparan, hindi isang bagay na maaaring ganap na maihatid o mailalaman sa loob ng mga balangkas ng wika.

Ang Linya 86 ay higit pang nagpapaliwanag sa hindi masabi na ito at ang posibleng mga panganib ng pag-asa sa wika: "不可思議，言之所滯。" Ang "不可思議" (bùkě sīyì) ay nangangahulugang **"hindi ito maiisip"** (Opsyon 1), **"Ito ay lubos na lampas sa intelektuwal na pagkaunawa"** (Opsyon 2), o

"**Nilalabag nito ang lahat ng pag-iisip**" (Opsyon 3). Pinatitibay nito na ang sukdulang katotohanan ay lumalampas sa konseptuwal na isip. Ang huling bahagi, ang "言之所滯" (yán zhī suǒ zhì), ay naghahatid ng isang malakas na babala tungkol sa wika: "**ang mga salita ay humahadlang lamang**" (Opsyon 1), "**ang wika ay nagsisilbi lamang upang lumikha ng mga hadlang at pagkakapit**" (Opsyon 2), o "**ang mga salita ay lumilikha lamang ng pagtigil**" (Opsyon 3). Bagama't kapaki-pakinabang ang mga salita bilang tagapagpahiwatig, maaari silang maging balakid kung ang isa ay magpapakapit sa mga ito o ipagkakamali ang mga ito para sa katotohanan mismo. Maaari silang lumikha ng konseptuwal na "mga puntong nakadikit" na humahadlang sa direkta, walang namamagitan na karanasan.

Ang quatrain pagkatapos ay naglilipat ng pokus sa panloob na estado ng nagsasanay, na gumagawa ng kritikal na pagkakaiba sa mga linya 87-88: "直心是道，歪心不通；" Ang "直心" (zhíxīn) ay tumutukoy sa "**ang tuwid na isip**" (Opsyon 1), "isang 'tuwid na isip' (taos-puso, walang halo na layunin)" (Opsyon 2), o "Isang tuwid na puso-isip" (Opsyon 3). Ang "tuwid na isip" na ito ay idinedeklara bilang "是道" (shìdào) – "**ay ang Daan**" (Opsyon 1), "**ay mismo ang Daan**" (Opsyon 2), o "**ay ang landas**" (Opsyon 3). Ito ay isang direktang pagkakakilanlan: ang landas ay hindi panlabas; ito ay ang kalidad ng panloob na disposisyon ng isa – taos-puso, matapat, direkta, walang pagkukunwari, panlilinlang, o nakatagong agenda. Binibigyang-diin nito na ang tunay na espirituwal na kasanayan ay nagsisimula at nagtatapos sa kadalisayan ng intensyon at kalagayan ng isip ng isa. Sa kabaligtaran, ang "歪心不通" (wāixīn bùtōng) ay nangangahulugang **"ang baluktot na isip ay hindi makaraan"** (Opsyon 1), "isang 'nalihis na isip' (hindi taos-puso, naligaw na layunin) ay hindi makakamit ng pag-unawa" (Opsyon 2), o "isang baluktot na puso-isip ay walang mahanap na daanan" (Opsyon 3). Ang "歪心" (wāixīn) ay tumutukoy sa isang baluktot, liko, hindi taos-puso, o may kinikilingan na isip. Ang gayong isip ay hindi makapag-unawa o makapag-ayon sa Daan dahil ang mismong kalikasan nito ay salungat sa direkta ng katotohanan.

Ang bunga ng pagkalihis na ito ay nakasaad sa huling bahagi ng linya 88: "與道相乖，勞形喪功。" Ang "與道相乖" (yǔ dào xiāngguāi) ay nangangahulugang **"Kapag salungat sa Daan"** (Opsyon 1), **"Kapag kumilos ang isa na salungat sa Daan"** (Opsyon 2), o **"Kapag hindi umaayon sa Daan"** (Opsyon 3). Inilalarawan nito ang isang estado kung saan ang panloob na disposisyon at mga aksyon ng isa ay hindi umaayon sa natural na daloy at katotohanan ng Tao. Ang negatibong bunga ay dalawahan: "勞形喪功" (láoxíng sànggōng). Ang "勞形" (láoxíng) ay nangangahulugang **"nagsisikap ang isa nang walang saysay"** (Opsyon 1), o **"napapagod ang katawan"** (Opsyon 2), o **"nag-aaksaya ng pagsisikap"** (Opsyon 3). Ang "喪功" (sànggōng) ay nangangahulugang **"nawawalan ng merito"** (Opsyon 1), **"nawawalan ng lahat ng espirituwal na pag-unlad"** (Opsyon 2), o **"bumababa ang tunay na tagumpay"** (Opsyon 3). Ipinapahiwatig nito na lahat ng pagsisikap, gaano man kasidhi, ay magiging walang bunga at maging nakakapinsala kung ang pundasyong panloob na pagkakahanay (直心) ay wala. Ito ay isang malakas na babala na ang taos-pusong intensyon at direkta ay pinakamahalaga kaysa sa simpleng ritwal o intelektuwal na paghahanap.

Ang paulit-ulit na pagsasama ng Quatrain 14 bilang Quatrain 22 ay nagbibigay-diin sa mahalagang papel nito sa pangkalahatang mensahe ng teksto. Hindi lamang ito isang pilosopikal na punto kundi isang praktikal na gabay. Ang pag-uulit ay nagsisilbing malalim na ikintal sa mambabasa na ang paglinang ng isang "tuwid na isip" ay hindi lamang isang landas, kundi ang landas sa tunay na espirituwal na pag-unawa at pagkakahanay sa hindi masabi na Tao, na binibigyang-diin na ang mga panlabas na pagsisikap nang walang panloob na pagkakahanay ay sa huli ay walang saysay.

Japanese Translation

クワトレン22：直心と言葉を超えた明晰さの直接的な道

この深遠なテキストの85-88行からなるクワトレン22は、精神的な道の性質と実践者の本質的な気質に関する根本的な洞察を強力かつ意図的に繰り返すものです。その行はクワトレン14の行と同一であり、究極の真理が道とともに直接生

じ、言葉の限界を超えていることを理解することの極めて重要な重要性を強調しています。この意図的な繰り返しは、「直心」が理解への直接的なルートとして最高の役割を果たすことを強調し、「歪心」によって引き起こされる無益さと障害とは対照的であることを明確に示しています。オリジナルの漢字「與道俱起，非言所詮；不可思議，言之所滯。直心是道，歪心不通；與道相乖，勞形喪功」は、真の一致と深遠な悟りへと探求者を導き続けます。

「道とともに俱に起り、言葉によって詮することにあらず；不可思議にして、言葉これに滯る。直心はこれ道なり、歪心は通ぜず。道と相乖けば、形を労し功を喪す。」

詳細な分析と解釈

クワトレン22は、クワトレン14の正確な繰り返しとして、テキストの相互に関連する2つの核心的な教えを深く強化します。すなわち、究極の真理の筆舌に尽くしがたさ、そして実践者の内なる気質の極めて重要な重要性です。この意図的な繰り返しは、真の精神的な進歩が、真理が言葉を超越するという理解と、真っ直ぐな心身の育成の両方に依存していることを強調しています。

冒頭の「**與道俱起，非言所詮；**」（85行）は、真理の固有で無条件な性質を強調しています。

「與道俱起」（yǔ dào jùqǐ）は「道とともに倶に起る」（オプション1）、「これ（真理/現実）は道（タオ）とともに同時に生じる」（オプション2）、または「タオと調和して現れる」（オプション3）を意味します。これは、究極の真理が根本的な道（タオ）や現実そのものから分離しているのではなく、固有の、共起的な側面であることを示しています。これに続いて、「非言所詮」（fēi yán suǒ quán）は「言葉によって詮することにあらず」（オプション1）、「それは言語によって完全に明確に表現されたり、包含されたりすることはできない」（オプション2）、または「言葉では捉えられない」（オプション3）を意味します。これは、真理の筆舌に尽くしがたい性質、つまりテキスト全体で一貫しているテーマを強く繰り返しています。真理は直接的な悟りであり、言語の枠組みの中に完全に伝達されたり、含まれたりするものではありません。

86行は、この筆舌に尽くしがたさ、そして言語に依存することの潜在的な落とし穴をさらに詳しく説明しています：「不可思議，言之所滯。」「不可思議」（bùkě sīyì）は「不可思議にして」（オプション1）、「それは知的な理解を完全に超えている」（オプション2）、または「すべての思考に反する」（オプション3）を意味します。これは、究極の真理が概念的な心を超越していることを再確認しています。後半の「言之所滯」（yán zhī suǒ zhì）は、言語に関する強力

な警告を伝えています：「言葉これに滞る」（オプション1）、「言語は障害と執着を生み出すだけである」（オプション2）、または「言葉は停滞を生み出すだけである」（オプション3）です。言葉は有用な指針ですが、それに固執したり、それらを真理そのものと間違えたりすると、障害になる可能性があります。それらは、直接的で媒介されていない経験を妨げる概念的な「滞り」を生み出す可能性があります。

クワトレンは次に、実践者の内なる状態に焦点を移し、87-88行で決定的な区別をしています：「直心是道，歪心不通；」「直心」（zhíxīn）は「直心」（オプション1）、「『真っ直ぐな心』（誠実で純粋な意図）」（オプション2）、または「真っ直ぐな心身」（オプション3）を指します。この「直心」は「是道」（shìdào）—「これ道なり」（オプション1）、「道そのものである」（オプション2）、または「道である」（オプション3）と宣言されています。これは直接的な同一視です。道は外にあるものではなく、自己の内なる気質、すなわち誠実で、正直で、直接的で、作為や欺瞞、隠れた意図のない質です。これは、真の精神的な実践が、自己の意図と精神状態の純粋さから始まり、それに終わることを強調しています。対照的に、「歪心不通」（wāixīn bùtōng）は「歪心は通ぜず」（オプション1）、「『歪んだ心』（不誠実で迷妄な意図）は理解を達成できない」（オプション2）、または「ねじれた心身は通過できない」（オプショ

ン3）を意味します。「歪心」（wāixīn）は、ね
じれた、曲がった、不誠実な、または偏見のあ
る心を指します。そのような心は、その性質自
体が真理の直接性に反するため、道を把握した
り、それに一致したりすることはできません。

この不一致の結果は、88行の最後の部分で述べ
られています：「與道相乖，勞形喪功。」「與
道相乖」（yǔ dào xiāngguāi）は「道と相乖けば
」（オプション1）、「道に反して行動するとき
」（オプション2）、または「道と同期していな
いとき」（オプション3）を意味します。これは
、自己の内なる気質と行動がタオの自然な流れ
と真理に一致していない状態を記述しています
。負の結果は2つあります：「勞形喪功」（
láoxíng sànggōng）。「勞形」（láoxíng）は「形
を労し」（オプション1）、「体を疲弊させる」
（オプション2）、または「努力を浪費する」（
オプション3）を意味します。「喪功」（
sànggōng）は「功を喪す」（オプション1）、「
すべての精神的な進歩を失う」（オプション2）
、または「真の達成を損なう」（オプション3）
を意味します。これは、根本的な内なる一致（
直心）がないならば、どれほど懸命な努力であ
っても無駄であり、害にさえなることを示して
います。それは、誠実な意図と直接性が、単な
る儀式や知的な追求よりも重要であるという強
力な警告です。

クワトレン14がクワトレン22として繰り返し含まれることは、テキストの全体的なメッセージにおけるその極めて重要な役割を強調しています。それは単なる哲学的ポイントではなく、実践的な指針です。繰り返しは、読者に「直心」の育成が単なる道ではなく、筆舌に尽くしがたいタオとの真の精神的な理解と一致への道であることを深く印象づける役割を果たしており、内なる一致なしの外的な努力は最終的には無益であることを強調しています。

Quatrain 23 The Wisdom of Effortless Release and the Liberation from Self-Imposed Bonds

Quatrain 23, encompassing lines 89-92 of this profound text, serves as a powerful and intentional reiteration of fundamental insights concerning genuine spiritual practice and the inherent nature of reality. Its lines are identical to those of Quatrain 15, underscoring the vital importance of understanding the futility of striving when disconnected from truth, the effortless wisdom of the enlightened, and the non-dual essence of Dharma that emerges when conceptual clinging ceases. This deliberate repetition emphasizes that true freedom lies in abandoning self-imposed limitations and allowing the mind to rest in its natural state. The original Chinese characters, "既失玄元，勞神費功；智者無為，愚人自縛。法無異法，妄自愛執；用心若歇，法無處法," continue to guide the seeker toward an unconditioned realization.

"Having lost the profound origin, one exhausts the spirit and wastes effort. The wise act without contrivance; the foolish bind themselves. Dharma has no differing Dharmas; delusion makes one cling. If the mind's activity ceases, Dharma has no place."

In-Depth Analysis and Interpretation

Quatrain 23, as a direct repetition of Quatrain 15, serves to profoundly reinforce key insights of the text: the dire consequences of deviating from truth, the contrast between effortless wisdom and self-imposed bondage, and the liberating understanding of Dharma's non-duality when mental striving ceases. This deliberate reiteration highlights the critical nature of these teachings for authentic spiritual realization.

The opening lines, **"既失玄元，勞神費功；"** **(Line 89)**, describe the negative consequences of spiritual misdirection. "既失玄元" (jì shī xuányuán) means

"Having lost the profound origin" (Option 1), "Once one has strayed from the mysterious origin (of truth)" (Option 2), or "If the subtle source is missed" (Option 3). "玄元" (xuányuán) refers to the ultimate, mysterious, profound source of reality, often synonymous with the Tao. When this fundamental connection or understanding is lost, the direct result is "勞神費功" (láoshén fèigōng) – "one exhausts the spirit and wastes effort" (Option 1), "one exhausts the mind and expends effort fruitlessly" (Option 2), or "mental energy is wasted and effort squandered" (Option 3). This emphasizes that all efforts, however strenuous or well-intentioned, become futile and exhausting if they are not aligned with the fundamental, effortless truth.

Line 90 then provides a powerful contrast between the enlightened and the deluded: "智者無為，愚人自縛。" "智者無為" (zhìzhě wúwéi) means "The wise act without contrivance" (Option 1), "The truly wise person acts with effortless non-action (wu-wei)" (Option 2), or "The enlightened practice non-doing" (Option 3). "無為" (wúwéi) is a central concept in Taoist and Zen thought, signifying acting in perfect spontaneity and alignment with the Way, without egoic striving, resistance, or conceptual interference. This effortless action is the hallmark of true wisdom. In stark contrast, "愚人自縛" (yúrén zìfù) means "the foolish bind themselves" (Option 1), "the ignorant person binds themselves through their own efforts" (Option 2), or "the deluded tie themselves down" (Option 3). The "foolish" (愚人, yúyén) are those who, through their ignorance and attachment, create their own suffering and limitations by striving and clinging to concepts.

The quatrain moves to address the non-dual nature of reality itself in lines 91-92: "法無異法，妄自愛執；" "法無異法" (fǎ wú yìfǎ) means "Dharma has no differing Dharmas" (Option 1), "The ultimate Dharma (truth/reality) possesses no inherent distinctions or separate 'Dharmas'" (Option 2), or "Reality has no inherent differences" (Option 3). "法" (fǎ), Dharma, here refers to truth, reality, or phenomena. This emphasizes that ultimate reality is not fragmented into separate, inherently distinct entities or 'truths.' All apparent distinctions are conceptual overlays. The reason for these perceived distinctions is then identified: "妄自愛執" (wàng zì àizhí) – "delusion makes one cling" (Option 1), "it is only through deluded preferences that one clings to them" (Option 2), or "it's delusion that creates attachment" (Option 3). "妄" (wàng) refers to delusion, false thought, or illusion. Our own deluded preferences, attachments, and conceptual grasping create the illusion of separate 'Dharmas' and cause us to cling.

The ultimate liberating insight is presented in the final part of line 92: "用心若歇，法無處法。" "用心若歇" (yòngxīn ruòxiē) means "If the mind's activity ceases" (Option 1), "If the mind's strenuous striving ceases" (Option 2), or "When the heart-mind's exertion comes to rest" (Option 3). "用心" (yòngxīn) refers to the active, striving, conceptualizing mind. "歇" (xiē) means to rest, to cease, to stop. When this active, dualistic mind comes to rest, when its striving and discriminating cease, then "法無處法" (fǎ wú chùfǎ) – "Dharma has no place" (Option 1), "then the Dharma, as a distinct concept, has no independent place to exist" (Option 2), or "truth is everywhere and nowhere fixed" (Option 3). This is a profound statement. It doesn't mean Dharma disappears, but that it ceases to be an object to be sought, grasped, or located. It's no longer a separate entity, a fixed concept with a "place." When the mind rests, Dharma is simply *what is*, pervading everything, without being confined or defined.

The repeated inclusion of Quatrain 15 as Quatrain 23 underscores its profound significance within the text. It serves as a vital reminder that true liberation is not achieved through external effort or the accumulation of concepts, but through an internal transformation that allows the mind to cease its futile striving and let go of all clinging. This enables the direct experience of reality as inherently non-dual, free, and pervading all, without being localized or defined.

Tagalog Translation

Quatrain 23: Ang Karunungan ng Walang Pagsisikap na Pagpapakawala at ang Kalayaan mula sa mga Sariling-Ipinalabas na Tali

Ang Quatrain 23, na sumasaklaw sa mga linya 89-92 ng malalim na tekstong ito, ay nagsisilbing isang makapangyarihan at sinadyang pag-uulit ng mga pundasyong pananaw hinggil sa tunay na espirituwal na kasanayan at ang likas na kalikasan ng realidad. Ang mga linya nito ay magkatulad sa mga linya ng Quatrain 15, na binibigyang-diin ang mahalagang kahalagahan ng pag-unawa sa kawalang-saysay ng pagsisikap kapag hiwalay sa katotohanan, ang walang pagsisikap na karunungan ng mga naliwanagan, at ang non-dual na esensya ng Dharma na lumilitaw kapag huminto ang konseptuwal na pagkapit. Ang sadyang pag-uulit na ito ay nagbibigay-diin na ang tunay na kalayaan ay nakasalalay sa pagtalikod sa mga sariling-ipinalabas na limitasyon at pagpapahintulot sa isip na manatili sa natural nitong estado. Ang orihinal na mga karakter ng Tsino, "既失玄元，勞神費功；智者無為，愚人自縛。法無異法，妄自愛執；用心若歇，法無處法," ay patuloy na gumagabay sa naghahanap tungo sa isang walang kundisyong pagsasakatuparan.

"Nang mawala ang malalim na pinagmulan, napapagod ang espiritu at nag-aaksaya ng pagsisikap. Ang marurunong ay kumikilos nang walang pagkukunwari; ang mga hangal ay nagtatali sa kanilang sarili. Ang Dharma ay walang magkakaibang Dharma; ang delusyon ang nagpapapakapit sa isa. Kung huminto ang aktibidad ng isip, ang Dharma ay walang lugar."

Malalim na Pagsusuri at Interpretasyon

Ang Quatrain 23, bilang direktang pag-uulit ng Quatrain 15, ay nagsisilbing malalim na pagpapatibay sa mga pangunahing pananaw ng teksto: ang matinding kahihinatnan ng paglihis mula sa katotohanan, ang kaibahan sa pagitan ng walang pagsisikap na karunungan at sariling-ipinalabas na pagkabihag, at ang nagpapalayang pag-unawa sa non-duality ng Dharma kapag huminto ang mental na pagsisikap. Ang sadyang pag-uulit na ito ay nagbibigay-diin sa kritikal na kalikasan ng mga turo na ito para sa tunay na espirituwal na pagsasakatuparan.

Ang pambungad na mga linya, "既失玄元, 勞神費功；" (Linya 89), ay naglalarawan ng mga negatibong kahihinatnan ng maling direksyon sa espirituwal. Ang "既失玄元" (jì shī xuányuán) ay nangangahulugang **"Nang mawala ang malalim na pinagmulan"** (Opsyon 1), **"Kapag ang isa ay nalihis mula sa mahiwagang pinagmulan (ng katotohanan)"** (Opsyon 2), o **"Kung hindi naabot ang banayad na pinagmulan"** (Opsyon 3). Ang "玄元" (xuányuán) ay tumutukoy sa sukdulang, mahiwaga, malalim na pinagmulan ng realidad, na kadalasang kasingkahulugan ng Tao. Kapag nawala ang pundasyong koneksyon o pag-unawa na ito, ang direktang resulta ay "勞神費功" (láoshén fèigōng) – **"napapagod ang espiritu at nag-aaksaya ng pagsisikap"** (Opsyon 1), **"napapagod ang isip at walang saysay na gumagamit ng pagsisikap"** (Opsyon 2), o **"nasasayang ang mental na enerhiya at nasasayang ang pagsisikap"** (Opsyon 3). Binibigyang-diin nito na lahat ng pagsisikap, gaano man kasidhi o may mabuting hangarin, ay nagiging walang saysay at nakakapagod kung hindi sila umaayon sa pundasyong, walang pagsisikap na katotohanan.

Ang Linya 90 pagkatapos ay nagbibigay ng isang malakas na pagkakaiba sa pagitan ng naliwanagan at ng naligaw: "智者無為，愚人自縛。" Ang "智者無為" (zhìzhě wúwéi) ay nangangahulugang **"Ang marurunong ay kumikilos nang walang pagkukunwari"** (Opsyon 1), **"Ang tunay na marunong na tao ay kumikilos nang may walang pagsisikap na di-pagkilos (wu-wei)"** (Opsyon 2), o **"Ang mga naliwanagan ay nagsasanay ng di-pagkilos"** (Opsyon 3). Ang "無為" (wúwéi) ay isang sentral na konsepto sa Taoist at Zen na kaisipan, na nagpapahiwatig ng pagkilos sa perpektong kusang-loob at pagkakahanay sa Daan, nang walang egoic na pagsisikap, pagtutol, o konseptuwal na panghihimasok. Ang walang pagsisikap na aksyon na ito ay ang tanda ng tunay na karunungan. Sa matinding kaibahan, ang "愚人自縛" (yúrén zìfù) ay nangangahulugang **"ang mga hangal ay nagtatali sa kanilang sarili"** (Opsyon 1), **"ang mangmang na tao** ay **nagtatali sa kanilang sarili sa pamamagitan ng kanilang sariling pagsisikap**" (Opsyon 2), o "**ang mga naligaw ay nagtatali sa kanilang sarili**" (Opsyon 3). Ang "mga hangal" (愚人, yúyén) ay ang mga, sa pamamagitan ng kanilang kamangmangan at pagkakapit, ay lumilikha ng kanilang sariling pagdurusa at limitasyon sa pamamagitan ng pagsisikap at pagkakapit sa mga konsepto.

Ang quatrain ay lumipat upang talakayin ang non-dual na kalikasan ng realidad mismo sa mga linya 91-92: "法無異法，妄自愛執；" Ang "法無異法" (fǎ wú yìfǎ) ay nangangahulugang "**Ang Dharma ay walang magkakaibang Dharma**" (Opsyon 1), "**Ang sukdulang Dharma (katotohanan/realidad) ay walang likas na pagkakaiba o hiwalay na 'Dharma'**" (Opsyon 2), o "**Ang realidad ay walang likas na pagkakaiba**" (Opsyon 3). Ang "法" (fǎ), Dharma, dito ay tumutukoy sa katotohanan, realidad, o phenomena. Binibigyang-diin nito na ang sukdulang realidad ay hindi pinaghiwalay sa magkakaibang, likas na natatanging mga entidad o 'katotohanan.' Ang lahat ng maliwanag na pagkakaiba ay konseptuwal na overlay. Ang dahilan ng mga nakikita na pagkakaiba na ito ay pagkatapos ay natukoy: "妄自愛執" (wàng zì àizhí) – "**ang delusyon ang nagpapapakapit sa isa**" (Opsyon 1), "**ito ay sa pamamagitan lamang ng naligaw na mga kagustuhan na ang isa ay nagkakapit sa kanila**" (Opsyon 2), o "**ang delusyon ang lumilikha ng pagkakapit**" (Opsyon 3). Ang "妄" (wàng) ay tumutukoy sa delusyon, maling pag-iisip, o ilusyon. Ang ating sariling naligaw na mga kagustuhan, pagkakapit, at konseptuwal na paghawak ang lumilikha ng ilusyon ng magkakaibang 'Dharma' at nagiging sanhi upang tayo ay kumapit.

Ang sukdulang nagpapalayang pananaw ay ipinakita sa huling bahagi ng linya 92: "用心若歇，法無處法。" Ang "用心若歇" (yòngxīn ruòxiē) ay nangangahulugang "**Kung huminto ang aktibidad ng isip**" (Opsyon 1), "**Kung huminto ang matinding pagsisikap ng isip**" (Opsyon 2), o "**Kapag huminto ang pagpapahirap ng puso-isip**" (Opsyon 3). Ang "用心" (yòngxīn) ay tumutukoy sa aktibo, nagsisikap, nagkokonseptuwal na isip. Ang "歇" (xiē) ay nangangahulugang magpahinga, huminto, tumigil. Kapag ang aktibo, dualistikong isip na ito ay huminto, kapag ang pagsisikap at pagdiskrimina nito ay huminto, kung gayon ang "法無處法" (fǎ wú chùfǎ) – "**ang Dharma ay walang lugar**" (Opsyon 1), "**kung gayon ang Dharma, bilang isang natatanging konsepto, ay walang malayang lugar upang umiral**" (Opsyon 2), o "**ang katotohanan ay nasa lahat ng dako at wala saanman nakapirming**" (Opsyon 3). Ito ay isang malalim na pahayag. Hindi ito nangangahulugang nawawala ang Dharma, kundi humihinto ito sa pagiging isang bagay na hinahanap, hawak, o matatagpuan. Hindi na ito isang hiwalay na entidad, isang nakapirming konsepto na may "lugar." Kapag nagpapahinga ang isip, ang Dharma ay simpleng kung ano ito, na sumasaklaw sa lahat, nang hindi nakakulong o natutukoy.

Ang paulit-ulit na pagsasama ng Quatrain 15 bilang Quatrain 23 ay nagbibigay-diin sa malalim na kahalagahan nito sa loob ng teksto. Nagsisilbi itong mahalagang paalala na ang tunay na kalayaan ay hindi nakakamit sa pamamagitan ng panlabas na pagsisikap o pag-iipon ng mga konsepto, kundi sa pamamagitan ng isang panloob na pagbabago na nagpapahintulot sa isip na huminto sa walang saysay nitong pagsisikap at bitawan ang lahat ng pagkapit. Ito ay nagbibigay-daan sa direktang karanasan ng realidad bilang likas na non-dual, malaya, at sumasaklaw sa lahat, nang hindi nalokalisa o natutukoy.

Japanese Translation

クワトレン23：無為の解放の知恵と自己拘束からの自由

この深遠なテキストの89-92行からなるクワトレン23は、真の精神的な実践と現実の固有の性質に関する根本的な洞察を強力かつ意図的に繰り返すものです。その行はクワトレン15の行と同一であり、真理から切り離された努力の無益さ、悟りを開いた者の無為の知恵、そして概念的な執着が止んだときに現れるダルマの非二元的な本質を理解することの極めて重要な重要性を強調しています。この意図的な繰り返しは、真の自由が自己拘束的な制限を放棄し、心をその自然な状態に落ち着かせることにあることを強調しています。オリジナルの漢字「既失玄元，

勞神費功；智者無為，愚人自縛。法無異法，妄
自愛執；用心若歇，法無處法」は、無条件の悟
りへと探求者を導き続けます。

「すでに玄元を失えば、神を労し功を費やす。
智者は無為にして、愚人は自ら縛る。法に異な
る法なし、妄に自ら愛執す。もし用心歇めば、
法処に法なし。」

詳細な分析と解釈

クワトレン23は、クワトレン15の直接的な繰り
返しとして、テキストの重要な洞察を深く強化
します。すなわち、真理から逸脱することの悲
惨な結果、無為の知恵と自己拘束との対比、そ
して精神的な努力が止んだときのダルマの非二
元性という解放的な理解です。この意図的な繰
り返しは、真の精神的な悟りにとってこれらの
教えの極めて重要な性質を強調しています。

冒頭の「**既失玄元，勞神費功；**」（89行）は、
精神的な誤った方向性の負の結果を記述してい
ます。「**既失玄元**」（jì shī xuányuán）は「**すで
に玄元を失えば**」（オプション1）、「**一度、神
秘的な根源（真理の）から逸脱してしまえば**」
（オプション2）、または「**微妙な源を見失えば**
」（オプション3）を意味します。「**玄元**」（
xuányuán）は、究極的で神秘的、深遠な現実の
源を指し、しばしばタオと同義です。この根本
的なつながりや理解が失われたとき、直接的な

結果は「勞神費功」（láoshén fèigōng）—「神を労し功を費やす」（オプション1）、「心を疲れさせ、努力を無駄にする」（オプション2）、または「精神的なエネルギーが無駄になり、努力が浪費される」（オプション3）です。これは、どんなに懸命で善意に満ちた努力であっても、それが根本的で無為な真理と一致していないならば、無益で疲弊するものになることを強調しています。

90行は、次に悟りを開いた者と迷妄な者との強力な対比を提供します：「智者無為，愚人自縛。」「智者無為」（zhìzhě wúwéi）は「智者は無為にして」（オプション1）、「真に賢い者は無為の非行動（wu-wei）をもって行動する」（オプション2）、または「悟りを開いた者は無為の実践を行う」（オプション3）を意味します。「無為」（wúwéi）は道教と禅思想における中心的な概念であり、エゴ的な努力、抵抗、概念的な干渉なしに、道と完全に自発的かつ一致して行動することを意味します。この無為の行動は、真の知恵の証です。対照的に、「愚人自縛」（yúrén zìfù）は「愚人は自ら縛る」（オプション1）、「無知な者は自らの努力によって自らを縛る」（オプション2）、または「迷妄な者は自らを縛り付ける」（オプション3）を意味します。「愚人」（yúrén）は、その無知と執着によって、努力し概念に執着することで、自らの苦しみと限界を生み出す人々を指します。

クワトレンは次に、91-92行で現実それ自体の非二元的な性質について述べています：「法無異法，妄自愛執；」「法無異法」（fǎ wú yìfǎ）は「法に異なる法なし」（オプション1）、「究極のダルマ（真理/現実）は固有の区別や別個の『ダルマ』を持たない」（オプション2）、または「現実に固有の差異はない」（オプション3）を意味します。「法」（fǎ）、ダルマは、ここでは真理、現実、または現象を指します。これは、究極の現実が別個の、固有に異なる実体や「真理」に断片化されていないことを強調しています。すべての見かけの区別は概念的な上書きです。これらの認識された区別の理由は、次に特定されます：「妄自愛執」（wàng zì àizhí）—「妄に自ら愛執す」（オプション1）、「迷妄な偏見によってのみ、それらに執着する」（オプション2）、または「執着を生み出すのは妄想である」（オプション3）です。「妄」（wàng）は、迷妄、誤った思考、または幻想を指します。私たち自身の迷妄な好み、執着、概念的な把握が、別個の「ダルマ」の幻想を生み出し、私たちを執着させます。

究極の解放的な洞察は、92行の最後の部分で提示されます：「用心若歇，法無處法。」「用心若歇」（yòngxīn ruòxiē）は「もし用心歇めば」（オプション1）、「心が懸命な努力を止めれば」（オプション2）、または「心身の努力が休止すれば」（オプション3）を意味します。「用心」（yòngxīn）は、活動的で、努力し、概念化す

る心を指します。「歇」（xiē）は、休む、止める、停止するを意味します。この活動的で二元的な心が休止し、その努力と識別が止んだとき、「法無處法」（fǎ wú chùfǎ）——「法処に法なし」（オプション1）、「そのとき、区別された**概念としてのダルマは、独立して存在する場所を持たない**」（オプション2）、または「**真理は至る所にあり、どこにも固定されていない**」（オプション3）です。これは深遠な声明です。それはダルマが消えることを意味するのではなく、探求され、把握され、場所を特定される対象でなくなることを意味します。それはもはや別個の実体ではなく、「場所」を持つ固定された概念ではありません。心が休止するとき、ダルマは単に存在するものであり、すべてを遍満し、限定されたり定義されたりすることはありません。

クワトレン15がクワトレン23として繰り返し含まれることは、テキスト内のその深遠な意義を強調しています。それは、真の解放が外的な努力や概念の蓄積によって達成されるのではなく、心がその無益な努力を止め、すべての執着を手放すことを可能にする内的な変容を通して達成されるという重要なリマインダーとして機能します。これは、現実が本質的に非二元であり、自由であり、限定されたり定義されたりすることなくすべてを遍満しているという直接的な経験を可能にします。

Quatrain 24 The Unwavering Trust in Oneness and the Silence Beyond Time

Quatrain 24, encompassing lines 93-96 of this profound text, serves as a powerful and intentional reiteration of core non-dual principles already established. Its lines are identical to those of Quatrain 16, reinforcing the essential unity between mind and reality, the profound limitations of language in expressing ultimate truth, and the nature of genuine faith. This deliberate repetition underscores that true understanding transcends all distinctions and temporal notions, guiding the seeker towards a direct, unconditioned apprehension of reality. The original Chinese characters, "心法無異，妄自愛執。但取一法，是失法意。信心不二，不二信心。言語道斷，非去來今," offer a deep insight into the nature of enlightened perception.

"Mind and phenomena are not separate; delusion makes one cling. To grasp just one Dharma is to lose the Dharma's true meaning. Faith is non-dual, non-dual is faith; the path of words is cut off, it is not past, future, or present."

In-Depth Analysis and Interpretation

Quatrain 24, as an exact repetition of Quatrain 16, acts as a powerful capstone, reinforcing the fundamental non-duality of mind and reality, emphasizing the dangers of conceptual clinging, and ultimately pointing towards a timeless, ineffable truth that is realized through unconditioned faith. This deliberate reiteration highlights these as central and indispensable teachings.

The opening lines, **"心法無異，妄自愛執；" (Line 93)**, immediately declare the fundamental unity of subjective experience and objective reality. "心法無異" (xīnfǎ wúyì) means "Mind and phenomena are not separate" (Option 1), or "The nature of mind and the nature of all phenomena are not inherently different" (Option 2), or "Heart-mind and reality are indivisible" (Option 3). This is a core non-dual teaching: the perceiving mind and the perceived world are fundamentally of the same essence, not two distinct entities. The text then reiterates the source of suffering: "妄自愛執" (wàng zì àizhí) – "delusion makes one cling" (Option 1), "it is only through deluded preferences that one creates attachment to them" (Option 2), or "attachment arises from illusion" (Option 3). This consistently highlights how the mind's tendency to create distinctions and cling, due to delusion, is the root of fragmentation and suffering.

Line 94, **"但取一法，是失法意。"**, delivers a crucial warning against any form of conceptual reification, even of seemingly profound spiritual principles. "但取一法" (dàn qǔ yīfǎ) means "To grasp just one Dharma" (Option 1), or "If you attempt to seize or hold onto even a single 'Dharma' (concept or principle)" (Option 2), or "To cling to any single aspect" (Option 3). "法" (fǎ) here can refer to a principle, a teaching, a concept, or a phenomenon. The warning is against fixation on *any* single idea, even a supposedly 'true' one. The consequence is "是 失法意" (shì shī fǎ yì) – "is to lose the Dharma's true meaning" (Option 1), or "you miss the entire profound meaning of the Dharma" (Option 2), or "is to miss the Dharma's harmony" (Option 3). This emphasizes that true understanding transcends all specific concepts or formulations. To fixate on one aspect, even 'emptiness' or 'unity,' is to lose the holistic, non-dual essence that embraces all.

The quatrain then moves to a profound statement on faith in lines 95-96: "信心不二，不二信心；" "信 心不二" (xìnxīn bù'èr) means "Faith is non-dual" (Option 1), "True faith is inherently non-dual" (Option 2), or "Unwavering trust is oneness" (Option 3). "信心" (xìnxīn) is "faith-mind" or "trusting mind," which is the title of the text itself. "不二" (bù'èr) means "non-dual." This asserts that genuine faith or trusting mind is inherently non-dual; it does not operate on a basis of subject/object separation or duality. It's a direct, unmediated apprehension. The phrase is then inverted: "不二信心" (bù'èr xìnxīn) – "non-dual is faith" (Option 1), "this non-dual quality is the essence of true faith itself" (Option 2), or "oneness is unwavering trust" (Option 3). This emphasizes the inseparable nature of non-duality and true faith. They are not two separate things but two facets of the same reality, deeply intertwined.

The culmination of the quatrain, and a recurring central point of the entire text, is in the final part of line 96: "言語道斷，非去來今。" "言語道斷" (yányǔ dàoduàn) means "the path of words is cut off" (Option 1), "The path of verbal expression is utterly severed" (Option 2), or "the way of language is extinguished" (Option 3). This is a direct and definitive statement about the ultimate limitation of language in conveying ultimate truth. The "path" or "road" of verbal expression comes to an end because reality transcends all linguistic constructs. This is then followed by a crucial temporal dimension: "非去來今" (fēi qù lái jīn) – "it is not past, future, or present" (Option 1), "for ultimate reality is neither past, nor future, nor present" (Option 2), or "for it transcends all time" (Option 3). This asserts the timeless nature of ultimate reality. It is beyond the conventional linear flow of time. It is an eternal present, unconditioned by temporal distinctions.

The repeated inclusion of Quatrain 16 as Quatrain 24 throughout the text serves a crucial pedagogical purpose. It constantly redirects the reader away from intellectual grasping and towards a direct, non-conceptual, and non-temporal apprehension of reality. It is a powerful and persistent reminder that the fundamental truth is always present, already whole, and can only be genuinely experienced when the mind ceases its dualistic operations and rests in its inherent, non-dual nature. This unwavering trust in oneness, free from the constraints of words and time, is the ultimate message reinforced by these pivotal lines.

Tagalog Translation

Quartrain 24: Ang Hindi Natitinag na Tiwala sa Pagkakaisa at ang Katahimikan Lampas sa Panahon

Ang Quatrain 24, na sumasaklaw sa mga linya 93-96 ng malalim na tekstong ito, ay nagsisilbing isang makapangyarihan at sinadyang pag-uulit ng mga pangunahing non-dual na prinsipyo na naitatag na. Ang mga linya nito ay magkatulad sa mga linya ng Quatrain 16, na nagpapatibay sa mahalagang pagkakaisa sa pagitan ng isip at realidad, ang malalim na limitasyon ng wika sa pagpapahayag ng sukdulang katotohanan, at ang kalikasan ng tunay na pananampalataya. Ang sadyang pag-uulit na ito ay nagbibigay-diin na ang tunay na pag-unawa ay lumalampas sa lahat ng pagkakaiba at pangkasalukuyang mga nosyon, na gumagabay sa naghahanap tungo sa isang direkta, walang kundisyong pagkaunawa ng realidad. Ang orihinal na mga karakter ng Tsino, "心法無異，妄自愛執。但取一法，是失法意。信心不二，不二信心。言語

道斷，非去來今，" ay nag-aalok ng isang malalim na pananaw sa kalikasan ng naliwanagan na pagdama.

"Ang isip at phenomena ay hindi magkahiwalay; ang delusyon ang nagpapapakapit sa isa. Ang hawakan lamang ang isang Dharma ay ang mawala ang tunay na kahulugan ng Dharma. Ang pananampalataya ay non-dual, ang non-dual ay pananampalataya; ang landas ng mga salita ay napuputol, ito ay hindi nakaraan, hinaharap, o kasalukuyan."

Malalim na Pagsusuri at Interpretasyon

Ang Quatrain 24, bilang eksaktong pag-uulit ng Quatrain 16, ay nagsisilbing isang makapangyarihang capstone, na nagpapatibay sa pundasyong non-duality ng isip at realidad, na binibigyang-diin ang mga panganib ng konseptuwal na pagkapit, at sa huli ay tumuturo sa isang walang hanggang, hindi masabi na katotohanan na natanto sa pamamagitan ng walang kundisyong pananampalataya. Ang sadyang pag-uulit na ito ay nagbibigay-diin sa mga ito bilang sentral at kinakailangang mga turo.

Ang pambungad na mga linya, "心法無異，妄自愛執；" (Linya 93), ay agad na nagdedeklara ng pundasyong pagkakaisa ng subhetibong karanasan at obhetibong realidad. Ang "心法無異" (xīnfǎ wúyì) ay nangangahulugang **"Ang isip at phenomena ay hindi magkahiwalay"** (Opsyon 1), o **"Ang kalikasan ng isip at ang kalikasan ng lahat ng phenomena ay hindi likas na magkakaiba"** (Opsyon 2), o **"Ang**

puso-isip at realidad ay hindi mapaghihiwalay"
(Opsyon 3). Ito ay isang pangunahing non-dual na
turo: ang nakakakita na isip at ang nakikita na mundo
ay pundasyong magkapareho ng esensya, hindi
dalawang magkakaibang entidad. Ang teksto
pagkatapos ay inuulit ang pinagmulan ng pagdurusa:
"妄自愛執" (wàng zì àizhí) – **"ang delusyon ang
nagpapapakapit sa isa"** (Opsyon 1), **"ito ay sa
pamamagitan lamang ng naligaw na mga
kagustuhan na ang isa ay lumilikha ng pagkakapit
sa kanila"** (Opsyon 2), o **"ang pagkakapit ay
nagmumula sa ilusyon"** (Opsyon 3). Patuloy nitong
binibigyang-diin kung paano ang tendensya ng isip na
lumikha ng mga pagkakaiba at kumapit, dahil sa
delusyon, ay ang ugat ng pagkapira-piraso at
pagdurusa.

Ang Linya 94, "但取一法，是失法意。", ay
naghahatid ng isang mahalagang babala laban sa
anumang porma ng konseptuwal na reification,
maging ng tila malalim na espirituwal na prinsipyo.
Ang "但取一法" (dàn qǔ yīfǎ) ay nangangahulugang
"Ang hawakan lamang ang isang Dharma"
(Opsyon 1), o **"Kung susubukan mong hawakan o
kumapit sa isang 'Dharma' (konsepto o prinsipyo)
man lang"** (Opsyon 2), o **"Ang kumapit sa
anumang iisang aspeto"** (Opsyon 3). Ang "法" (fǎ)
dito ay maaaring tumukoy sa isang prinsipyo, isang
turo, isang konsepto, o isang phenomena. Ang babala
ay laban sa pagkapit sa anumang iisang ideya, kahit
na ito ay sinasabing 'totoo.' Ang bunga ay "是失法意
" (shì shī fǎ yì) – **"ay ang mawala ang tunay na
kahulugan ng Dharma"** (Opsyon 1), o **"mamimiss

mo ang buong malalim na kahulugan ng Dharma" (Opsyon 2), o "**ay ang mawala ang pagkakaisa ng Dharma**" (Opsyon 3). Binibigyang-diin nito na ang tunay na pag-unawa ay lumalampas sa lahat ng partikular na konsepto o pormulasyon. Ang pagkapit sa isang aspeto, maging 'kawalan' o 'pagkakaisa,' ay ang mawala ang holistic, non-dual na esensya na sumasaklaw sa lahat.

Ang quatrain ay lumipat sa isang malalim na pahayag tungkol sa pananampalataya sa mga linya 95-96: "信心不二，不二信心；" Ang "信心不二" (xìnxīn bù'èr) ay nangangahulugang "**Ang pananampalataya ay non-dual**" (Opsyon 1), "**Ang tunay na pananampalataya ay likas na non-dual**" (Opsyon 2), o "**Ang hindi natitinag na tiwala ay pagkakaisa**" (Opsyon 3). Ang "信心" (xìnxīn) ay "pananampalataya-isip" o "mapagkakatiwalaang isip," na siyang pamagat mismo ng teksto. Ang "不二" (bù'èr) ay nangangahulugang "non-dual." Ito ay nagpapatunay na ang tunay na pananampalataya o mapagkakatiwalaang isip ay likas na non-dual; hindi ito gumagana sa batayan ng paghihiwalay ng paksa/object o dualidad. Ito ay isang direkta, walang namamagitan na pagkaunawa. Ang parirala ay pagkatapos ay binaligtad: "不二信心" (bù'èr xìnxīn) – "**ang non-dual ay pananampalataya**" (Opsyon 1), "**ang non-dual na kalidad na ito ay ang esensya ng tunay na pananampalataya mismo**" (Opsyon 2), o "**ang pagkakaisa ay hindi natitinag na tiwala**" (Opsyon 3). Binibigyang-diin nito ang hindi mapaghihiwalay na kalikasan ng non-duality at tunay na pananampalataya. Hindi sila dalawang magkahiwalay na bagay kundi dalawang aspeto ng iisang realidad, na malalim na magkakaugnay.

Ang rurok ng quatrain, at isang paulit-ulit na sentral na punto ng buong teksto, ay nasa huling bahagi ng linya 96: "言語道斷，非去來今。" Ang "言語道斷" (yányǔ dàoduàn) ay nangangahulugang "**ang landas ng mga salita ay napuputol**" (Opsyon 1), "**Ang landas ng berbal na pagpapahayag ay lubos na napuputol**" (Opsyon 2), o "**ang paraan ng wika ay nawawala**" (Opsyon 3). Ito ay isang direkta at depinitibong pahayag tungkol sa sukdulang limitasyon ng wika sa paghahatid ng sukdulang katotohanan. Ang "landas" o "daan" ng berbal na pagpapahayag ay nagtatapos dahil ang realidad ay lumalampas sa lahat ng lingguwistikong konstruksyon. Ito ay pagkatapos ay sinusundan ng isang mahalagang temporal na dimensyon: "非去來今" (fēi qù lái jīn) – "**ito ay hindi nakaraan, hinaharap, o kasalukuyan**" (Opsyon 1), "**sapagkat ang sukdulang realidad ay hindi nakaraan, ni hinaharap, ni kasalukuyan**" (Opsyon 2), o "**sapagkat lumalampas ito sa lahat ng panahon**" (Opsyon 3). Ito ay nagpapatunay sa walang hanggang kalikasan ng sukdulang realidad. Ito ay lampas sa kumbensyonal na linear na daloy ng panahon. Ito ay isang walang hanggang kasalukuyan, walang kundisyon ng temporal na pagkakaiba.

Ang paulit-ulit na pagsasama ng Quatrain 16 bilang Quatrain 24 sa buong teksto ay nagsisilbing isang mahalagang pedagogical na layunin. Patuloy nitong inililihis ang mambabasa mula sa intelektuwal na paghawak at tungo sa isang direkta, non-konseptuwal, at non-temporal na pagkaunawa ng realidad. Ito ay isang makapangyarihan at paulit-ulit na paalala na ang pundasyong katotohanan ay laging naroroon, buo na, at tanging tunay na mararanasan kapag ang isip ay huminto sa mga dualistikong operasyon nito at nagpapahinga sa likas, non-dual nitong kalikasan. Ang hindi natitinag na tiwala na ito sa pagkakaisa, malaya mula sa mga paghihigpit ng mga salita at panahon, ay ang sukdulang mensahe na pinalalakas ng mga mahahalagang linyang ito.

Japanese Translation

クワトレン24：不変の一体性への信頼と時間を超えた沈黙

この深遠なテキストの93-96行からなるクワトレン24は、すでに確立された核となる非二元的な原則を強力かつ意図的に繰り返すものです。その行はクワトレン16の行と同一であり、心と現実の間の本質的な統一、究極の真理を表現する上での言語の深遠な限界、そして真の信仰の性質を強化しています。この意図的な繰り返しは、真の理解があらゆる区別や時間的な概念を超越し、探求者を現実の直接的で無条件な把握へと導くことを強調しています。オリジナルの漢字「心法無異，妄自愛執。但取一法，是失法意。信心不二，不二信心。言語道斷，非去來今」

は、悟りを開いた知覚の性質に関する深い洞察を提供します。

「心と法は異ならず、妄に自ら愛執す。ただ一法を取れば、これ法の意を失う。信心不二、不二信心。言語道断、去来今にあらず。」

詳細な分析と解釈

クワトレン24は、クワトレン16の正確な繰り返しとして、強力な仕上げとして機能し、心と現実の根本的な非二元性を強化し、概念的な執着の危険性を強調し、最終的には無条件の信仰を通して実現される、時代を超越した筆舌に尽くしがたい真理を指し示しています。この意図的な繰り返しは、これらが中心的かつ不可欠な教えであることを強調しています。

冒頭の「**心法無異，妄自愛執；**」（93行）は、主観的な経験と客観的な現実の根本的な統一を直ちに宣言しています。「**心法無異**」（xīnfǎ wúyì）は「心と法は異ならず」（オプション1）、または「**心の性質とすべての現象の性質は inherently 異ならない**」（オプション2）、または「**心身と現実とは不可分である**」（オプション3）を意味します。これは核心的な非二元の教えです。認識する心と認識される世界は、根本的に同じ本質であり、2つの異なる実体ではありません。テキストは次に苦しみの源を繰り返しています：「**妄自愛執**」（wàng zì àizhí）—「妄

に自ら愛執す」（オプション1）、「迷妄な偏見によってのみ、それらに執着を生み出す」（オプション2）、または「執着は幻想から生じる」（オプション3）です。これは、心の区別を作り出し執着する傾向が、迷妄によって、断片化と苦しみの根源であることを一貫して強調しています。

94行の「**但取一法，是失法意。**」は、たとえ深遠に見える精神的な原則であっても、あらゆる形の概念的な実体化に対する重要な警告を発しています。「**但取一法**」（dàn qǔ yītǎ）は「**ただ一法を取れば**」（オプション1）、または「**たとえ一つの『ダルマ』（概念や原則）を捕らえようとしたり、固執しようとしたりするならば**」（オプション2）、または「**いかなる単一の側面に執着するならば**」（オプション3）を意味します。「**法**」（fǎ）は、ここでは原則、教え、概念、または現象を指します。この警告は、たとえ「真の」ものとされるものであっても、いかなる単一の考えにも固執することに反対しています。その結果は「**是失法意**」（shì shī fǎ yì）—「**法の意を失う**」（オプション1）、「**ダルマの深遠な意味全体を見失う**」（オプション2）、または「**ダルマの調和を見失う**」（オプション3）です。これは、真の理解があらゆる特定の概念や定式化を超越することを強調しています。一つの側面、たとえ「空」や「統一」であっても、それに固執することは、すべてを包み込む全

体的な、非二元の本質を見失うことになります
。

クワトレンは次に、95-96行で信仰に関する深遠
な声明へと移ります：「信心不二，不二信心；
」「信心不二」（xìnxīn bù'èr）は「信心不二」
（オプション1）、「真の信仰はinherently 非二
元である」（オプション2）、または「不変の信
頼は一体性である」（オプション3）を意味しま
す。「信心」（xìnxīn）は「信仰心」または「信
頼する心」であり、テキスト自体のタイトルで
す。「不二」（bù'èr）は「非二元」を意味しま
す。これは、真の信仰または信頼する心が
inherently 非二元であること、つまり主観と客観
の分離や二元性に基づいて機能しないことを主
張しています。それは直接的で媒介されていな
い把握です。このフレーズは次に反転されます
：「不二信心」（bù'èr xìnxīn）—「不二信心」
（オプション1）、「この非二元の性質こそが真
の信仰そのものの本質である」（オプション2）
、または「一体性こそが不変の信頼である」（
オプション3）です。これは、非二元性と真の信
仰の不可分な性質を強調しています。それらは2
つの別々のもの Unconditional の現実の2つの側
面であり、深く絡み合っています。

クワトレンの集大成、そしてテキスト全体の繰
り返し現れる中心的なポイントは、96行の最後
の部分にあります：「言語道斷，非去來今。」
「言語道斷」（yányǔ dàoduàn）は「言語道斷」

（オプション1）、「言語的表現の道は完全に絶たれている」（オプション2）、または「言葉の道は消滅する」（オプション3）を意味します。これは、究極の真理を伝える上での言語の究極的な限界に関する直接的かつ決定的な声明です。現実があらゆる言語的構築物を超越するため、言語的表現の「道」または「路」は終焉を迎えます。これに続いて、重要な時間的次元が続きます：「非去來今」（fēi qù lái jīn）—「去来今にあらず」（オプション1）、「究極の現実が過去でも未来でも現在でもないからである」（オプション2）、または「あらゆる時間を超越するからである」（オプション3）です。これは、究極の現実の時代を超越した性質を主張しています。それは慣習的な時間の一方的な流れを超えています。それは時間的な区別によって無条件の永遠の現在です。

クワトレン16がクワトレン24としてテキスト全体で繰り返し含まれることは、重要な教育的目的を果たしています。それは読者を常に知的な把握から遠ざけ、現実の直接的で、非概念的、そして非時間的な把握へと向けさせます。これは、根本的な真理が常に存在し、すでに全体であり、心がその二元的な操作を止め、inherent な非二元的な性質に休止したときにのみ真に経験できるという、強力で持続的なリマインダーです。言葉と時間の制約から解放された、一体性へのこの不変の信頼こそが、これらの重要な行によって強化される究極のメッセージです。

Quatrain 25 The Pathless Path to Formless Unity

Quatrain 25, encompassing lines 97-100 of this profound text, offers a liberating and expansive view of spiritual practice and the ultimate nature of reality. It transcends conventional notions of effort and time in the pursuit of enlightenment, declaring the fundamental oneness of delusion and awakening. The quatrain further asserts that all diverse spiritual paths ultimately converge into a single, formless essence, which paradoxically encompasses all forms without being limited by them. It guides the seeker towards a realization where rigid distinctions dissolve into boundless, unconditioned truth. The original Chinese characters, "不論久近，不作不修。迷悟一如，無二無別。一切法門，皆歸一相。一相無相，無相無不相," resonate with the profound simplicity of enlightened understanding.

"Regardless of long or short, neither act nor cultivate. Delusion and enlightenment are one, without duality, without distinction. All Dharma gates return to one form. One form is formless; formless is nothing not formless."

In-Depth Analysis and Interpretation

Quatrain 25 dismantles conventional ideas about spiritual practice and reality, presenting a liberating vision of effortless realization and the ultimate non-duality of all existence.

The opening lines, **"不論久近，不作不修。" (Line 97)**, immediately challenge the common misconception that spiritual attainment is solely a matter of prolonged effort or adherence to specific techniques. "不論久近" (bùlùn jiǔ jìn) means "Regardless of long or short" (Option 1), or "It matters not whether the practice is long or short" (Option 2), or "Irrespective of duration" (Option 3). This emphasizes that the duration of practice is not the determining factor for realization. The crucial instruction follows: "不作不修" (bùzuò bùxiū) – "neither act nor cultivate" (Option 1), "neither deliberately 'do' nor deliberately 'cultivate' anything" (Option 2), or "refrain from striving or perfecting" (Option 3). This reiterates the core principle of *wu-wei* (non-action, effortless action) found earlier in the text. True realization is not achieved through contrived effort or systematic cultivation but by letting go of such striving and allowing the mind to rest in its natural, unconditioned state.

Line 98 then presents a profound statement on the non-duality of fundamental experience: **"迷悟一如，無二無別。"** "迷悟一如" (mí wù yīrú) means

"Delusion and enlightenment are one" (Option 1), "Delusion and enlightenment are fundamentally the same" (Option 2), or "Confusion and awakening are one" (Option 3). "迷" (mí) is delusion or confusion, and "悟" (wù) is enlightenment or awakening. "一如" (yīrú) signifies "one thusness" or "sameness." This asserts that from the ultimate perspective, delusion and enlightenment are not two separate states but are fundamentally of the same reality. The enlightened person sees through the illusion of delusion, realizing its empty nature, which is indistinguishable from enlightenment itself. This is further clarified by "無二無別" (wú'èr wúbié) – "without duality, without distinction" (Option 1), "without any duality or separation" (Option 2), or "without separation, without difference" (Option 3). This eradicates the conceptual split between the deluded and the awakened mind, pointing to a single, undivided reality.

Lines 99-100 then discuss the unity of all spiritual paths and the ultimate nature of this unity: "一切法門，皆歸一相。 一相無相，無相無不相。" "一切法門" (yīqiè fǎmén) refers to "All Dharma gates" (Option 1), "All spiritual teachings and approaches" (Option 2), or "All paths." These are the myriad methods, doctrines, and schools of thought aimed at spiritual liberation. The text states that they "皆歸一相" (jiē guī yīxiàng) – "all return to one form" (Option 1), "ultimately return to a single, fundamental reality" (Option 2), or "all lead to a singular essence" (Option 3). This emphasizes that despite their apparent diversity, all genuine spiritual traditions ultimately point to and converge upon the same fundamental truth, the single, undifferentiated essence of reality.

The final line then deeply explores the nature of this "one form" or "singular essence": "一相無相" (yīxiàng wúxiàng) – "One form is formless" (Option 1), "This 'single reality' or 'one form' is itself without fixed form" (Option 2), or "This singular essence is formless" (Option 3). This reiterates a key concept from earlier quatrains (e.g., Quatrain 13's "實相無相"). The ultimate "one form" is not a static, definable shape or characteristic but is inherently empty of fixed form, transcending all conceptualizations. The paradox deepens with "無相無不相" (wúxiàng wú bùxiàng) – "formless is nothing not formless" (Option 1), "this formlessness leaves nothing that is not formless" (Option 2), or "this formlessness encompasses all that is not form" (Option 3). This is a profound statement of radical non-duality and boundless inclusion. It means that because the ultimate reality is formless, it is not limited to being merely 'empty.' Rather, this very formlessness is the ground from which all forms arise and within which all forms exist. Nothing falls outside of this ultimate, formless reality. It is both transcendent and immanent, encompassing everything without being defined by anything.

In summation, Quatrain 25 offers a liberating and all-encompassing view of the path and its destination. It frees the practitioner from the burden of excessive effort and time constraints, emphasizing that enlightenment is not a manufactured state but the natural outcome of letting go of striving. It declares the profound non-duality of delusion and enlightenment, revealing them as ultimately one. Finally, it presents a unifying vision where all spiritual paths converge into a single, formless essence, which paradoxically includes and transcends all perceivable forms, leaving nothing outside of its boundless, unconditioned nature.

Tagalog Translation

Quatrain 25: Ang Landas na Walang Landas Tungo sa Walang Pormang Pagkakaisa

Ang Quatrain 25, na sumasaklaw sa mga linya 97-100 ng malalim na tekstong ito, ay nag-aalok ng isang nagpapalaya at malawak na pananaw sa espirituwal na kasanayan at ang sukdulang kalikasan ng realidad. Ito ay lumalampas sa mga kumbensyonal na nosyon ng pagsisikap at panahon sa paghahanap ng kaliwanagan, na nagdedeklara ng pundasyong pagkakaisa ng delusyon at paggising. Higit pang pinaninindigan ng quatrain na ang lahat ng magkakaibang espirituwal na landas ay sa huli ay nagtatagpo sa isang nag-iisa, walang pormang esensya, na paradoksikal na sumasaklaw sa lahat ng porma nang hindi nililimitahan ng mga ito. Ginagabayan nito ang naghahanap tungo sa isang pagsasakatuparan kung saan ang mga matibay na pagkakaiba ay natutunaw sa walang hanggan, walang kundisyong katotohanan. Ang orihinal na mga karakter ng Tsino, "不論久近，不作不修。迷悟一如，無二無別。一切法門，皆歸一相。一相無相，無相無不相," ay umaayon sa malalim na pagiging simple ng naliwanagan na pag-unawa.

"Anuman ang haba o ikli, ni kumilos ni maglinang. Ang delusyon at kaliwanagan ay isa, nang walang dualidad, nang walang pagkakaiba. Ang lahat ng mga pintuan ng Dharma ay nagbabalik sa isang porma. Ang isang porma ay walang porma; ang walang porma ay walang hindi walang porma."

Malalim na Pagsusuri at Interpretasyon

Winawasak ng Quatrain 25 ang mga kumbensyonal na ideya tungkol sa espirituwal na kasanayan at realidad, na nagtatanghal ng isang nagpapalayang pananaw ng walang pagsisikap na pagsasakatuparan at ang sukdulang non-duality ng lahat ng pag-iral.

Ang pambungad na mga linya, "不論久近，不作不修。" (Linya 97), ay agad na hinahamon ang karaniwang maling pananaw na ang espirituwal na pag-abot ay tanging usapin ng matagal na pagsisikap o pagsunod sa mga tiyak na pamamaraan. Ang "不論久近" (bùlùn jiǔ jìn) ay nangangahulugang "**Anuman ang haba o ikli**" (Opsyon 1), o "**Hindi mahalaga kung ang kasanayan ay mahaba o maikli**" (Opsyon 2), o "**Anuman ang tagal**" (Opsyon 3). Binibigyang-diin nito na ang tagal ng kasanayan ay hindi ang nagpapasiya na salik para sa pagsasakatuparan. Ang mahalagang tagubilin ay sumusunod: "不作不修" (bùzuò bùxiū) – "**ni kumilos ni maglinang**" (Opsyon 1), "**ni sadyang 'gawin' ni sadyang 'linangin' ang anumang bagay**" (Opsyon 2), o "**iwasan ang pagsisikap o pagperpekto**" (Opsyon 3). Inuulit nito ang pangunahing prinsipyo ng wu-wei (di-pagkilos, walang pagsisikap na pagkilos) na natagpuan kanina sa teksto. Ang tunay na pagsasakatuparan ay hindi nakakamit sa pamamagitan ng pinilit na pagsisikap o sistematikong paglinang kundi sa pamamagitan ng pagpapakawala sa gayong pagsisikap at pagpapahintulot sa isip na manatili sa natural, walang kundisyon nitong estado.

Ang Linya 98 pagkatapos ay nagtatanghal ng isang malalim na pahayag tungkol sa non-duality ng pundasyong karanasan: "迷悟一如，無二無別。" Ang "迷悟一如" (mí wù yīrú) ay nangangahulugang "**Ang delusyon at kaliwanagan ay isa**" (Opsyon 1), "**Ang delusyon at kaliwanagan ay pundasyong magkapareho**" (Opsyon 2), o "**Ang kalituhan at paggising ay isa**" (Opsyon 3). Ang "迷" (mí) ay delusyon o kalituhan, at ang "悟" (wù) ay kaliwanagan o paggising. Ang "一如" (yīrú) ay nagpapahiwatig ng "isang ganito" o "pagkakapareho." Pinaninindigan nito na mula sa sukdulang pananaw, ang delusyon at kaliwanagan ay hindi dalawang magkahiwalay na estado kundi pundasyong magkapareho ng realidad. Nakikita ng naliwanagan na tao ang ilusyon ng delusyon, na natanto ang walang laman nitong kalikasan, na hindi makikilala mula sa kaliwanagan mismo. Ito ay higit pang nililinaw ng "無二無別" (wú'èr wúbié) – "**nang walang dualidad, nang walang pagkakaiba**" (Opsyon 1), "**nang walang anumang dualidad o paghihiwalay**" (Opsyon 2), o "**nang walang paghihiwalay, nang walang pagkakaiba**" (Opsyon 3). Binubura nito ang konseptuwal na paghihiwalay sa pagitan ng naligaw at nagising na isip, na tumuturo sa isang nag-iisa, hindi nahahati na realidad.

Ang mga linya 99-100 pagkatapos ay tinatalakay ang pagkakaisa ng lahat ng espirituwal na landas at ang sukdulang kalikasan ng pagkakaisa na ito: "一切法門，皆歸一相。一相無相，無相無不相。" Ang "一切法門" (yīqiè fǎmén) ay tumutukoy sa "**Lahat ng mga pintuan ng Dharma**" (Opsyon 1), "**Lahat ng espirituwal na turo at pamamaraan**" (Opsyon 2), o "**Lahat ng landas.**" Ito ang napakaraming pamamaraan, doktrina, at paaralan ng pag-iisip na naglalayong sa espirituwal na kalayaan. Sinasabi ng teksto na sila ay "皆歸一相" (jiē guī yīxiàng) – "**lahat ay nagbabalik sa isang porma**" (Opsyon 1), "**sa huli ay nagbabalik sa isang nag-iisa, pundasyong realidad**" (Opsyon 2), o "**lahat ay humahantong sa isang natatanging esensya**" (Opsyon 3). Binibigyang-diin nito na sa kabila ng kanilang maliwanag na pagkakaiba-iba, lahat ng tunay na espirituwal na tradisyon ay sa huli ay tumuturo at nagtatagpo sa parehong pundasyong katotohanan, ang nag-iisa, hindi naiibang esensya ng realidad.

Ang huling linya pagkatapos ay malalim na sinusuri ang kalikasan ng "isang porma" o "natatanging

esensya" na ito: "一相無相" (yīxiàng wúxiàng) –
"Ang isang porma ay walang porma" (Opsyon 1),
**"Ang 'nag-iisang realidad' o 'isang porma' na ito
ay mismo ay walang nakapirming porma"** (Opsyon
2), o **"Ang natatanging esensya na ito ay walang
porma"** (Opsyon 3). Inuulit nito ang isang
pangunahing konsepto mula sa naunang mga quatrain
(hal., Quatrain 13's "實相無相"). Ang sukdulang
"isang porma" ay hindi isang static, matutukoy na
hugis o katangian kundi likas na walang nakapirming
porma, na lumalampas sa lahat ng
konseptuwalisasyon. Ang paradoha ay lumalalim sa "
無相無不相" (wúxiàng wú bùxiàng) – **"ang walang
porma ay walang hindi walang porma"** (Opsyon 1),
**"ang kawalang-porma na ito ay walang iniiwan na
hindi walang porma"** (Opsyon 2), o **"ang kawalang-
porma na ito ay sumasaklaw sa lahat ng hindi
porma"** (Opsyon 3). Ito ay isang malalim na pahayag
ng radikal na non-duality at walang hanggang
pagsasama. Nangangahulugan ito na dahil ang
sukdulang realidad ay walang porma, hindi ito
nililimitahan sa pagiging 'walang laman' lamang. Sa
halip, ang kawalang-porma na ito mismo ang batayan
kung saan lumilitaw ang lahat ng porma at kung saan
umiiral ang lahat ng porma. Walang nahuhulog sa
labas ng sukdulang, walang pormang realidad na ito.
Ito ay parehong transendente at immanente, na
sumasaklaw sa lahat nang hindi natutukoy ng
anumang bagay.

Sa kabuuan, ang Quatrain 25 ay nag-aalok ng isang
nagpapalaya at sumasaklaw sa lahat na pananaw sa
landas at sa patutunguhan nito. Pinapalaya nito ang

nagsasanay mula sa pasanin ng labis na pagsisikap at mga hadlang sa oras, na binibigyang-diin na ang kaliwanagan ay hindi isang gawa-gawang estado kundi ang natural na bunga ng pagpapakawala ng pagsisikap. Ipinapahayag nito ang malalim na non-duality ng delusyon at kaliwanagan, na inilalantad ang mga ito bilang sa huli ay isa. Sa wakas, nagtatanghal ito ng isang nagkakaisang pananaw kung saan ang lahat ng espirituwal na landas ay nagtatagpo sa isang nag-iisa, walang pormang esensya, na paradoksikal na kinabibilangan at lumalampas sa lahat ng nakikita na porma, na walang iniiwan sa labas ng walang hanggan, walang kundisyon nitong kalikasan.

Japanese Translation

クワトレン25：無相の一体性への無道の道

この深遠なテキストの97-100行からなるクワトレン25は、精神的な実践と現実の究極的な性質に関する解放的で広範な見解を提供します。それは悟りを追求する上での努力と時間の慣習的な概念を超越し、迷妄と覚醒の根本的な一体性を宣言しています。このクワトレンはさらに、すべての多様な精神的な道が最終的に単一の無相の本質に収束することを主張し、それは逆説的にすべての形を包含しつつ、それらに限定されることはありません。それは探求者を、厳格な区別が無限で無条件の真理へと溶解する悟り

へと導きます。オリジナルの漢字「不論久近，不作不修。迷悟一如，無二無別。一切法門，皆帰一相。一相無相，無相無不相」は、悟りを開いた理解の深遠な簡潔さと共鳴します。

「久近を論ぜず、作せず修せず。迷悟一如にして、二なく別なし。一切の法門は、皆一相に帰す。一相は無相にして、無相は不相ならざるなし。」

詳細な分析と解釈

クワトレン25は、精神的な実践と現実に関する慣習的な考えを解体し、無為の悟りとすべての存在の究極的な非二元性の解放的なビジョンを提示しています。

冒頭の「不論久近，不作不修。」（97行）は、精神的な達成が専ら長期間の努力や特定の技術への固執の問題であるという一般的な誤解に直ちに異議を唱えています。「不論久近」（bùlùn jiǔ jìn）は「久近を論ぜず」（オプション1）、または「修行が長いか短いかは問題ではない」（オプション2）、または「期間にかかわらず」（オプション3）を意味します。これは、修行の期間が悟りの決定要因ではないことを強調しています。重要な指示が続きます：「不作不修」（bùzuò bùxiū）—「作せず修せず」（オプション1）、「意図的に何かを『行う』ことも『修行する』こともない」（オプション2）、または「

努力したり完成させたりすることを控える」（オプション3）です。これは、テキストの冒頭で述べられた無為（非行動、無為の行動）という核心的な原則を繰り返しています。真の悟りは、人為的な努力や体系的な修行によって達成されるのではなく、そのような努力を手放し、心をその自然で無条件な状態に落ち着かせることによって達成されます。

98行は、次に根本的な経験の非二元性に関する深遠な声明を提示します：「迷悟一如，無二無別。」「迷悟一如」（mí wù yīrú）は「迷悟一如にして」（オプション1）、「迷妄と悟りは根本的に同じである」（オプション2）、または「混乱と覚醒は一つである」（オプション3）を意味します。「迷」（mí）は迷妄または混乱、「悟」（wù）は悟りまたは覚醒を意味します。「一如」（yīrú）は「一つの如」または「同一性」を意味します。これは、究極的な観点から見れば、迷妄と悟りは2つの別々の状態ではなく、根本的に同じ現実であると主張しています。悟りを開いた者は迷妄の幻想を見破り、その空なる性質を悟り、それが悟りそのものと区別できないことを理解します。これはさらに「無二無別」（wú'èr wúbié）—「二なく別なし」（オプション1）、「いかなる二元性や分離もなく」（オプション2）、または「分離なく、違いなく」（オプション3）によって明確にされています。これは、迷妄した心と覚醒した心の間の概念的な分

裂を根絶し、単一の、分割されていない現実を指し示しています。

99-100行は、次にすべての精神的な道の統一とこの統一の究極的な性質について議論しています：「一切法門，皆歸一相。一相無相，無相無不相。」「一切法門」（yīqiè fǎmén）は「一切の法門」（オプション1）、「すべての精神的な教えとアプローチ」（オプション2）、または「すべての道」を指します。これらは、精神的な解放を目指す無数の方法、教義、思想学派です。テキストは、それらが「皆歸一相」（jiē guī yīxiàng）—「皆一相に帰す」（オプション1）、「最終的には単一の、根本的な現実に帰る」（オプション2）、または「すべてが単一の本質へと導かれる」（オプション3）と述べています。これは、見かけの多様性にもかかわらず、すべての真の精神的な伝統が最終的に同じ根本的な真理、現実の単一の、分化されていない本質を指し示し、そこに収束することを強調しています。

最後の行は、次にこの「一つの相」または「単一の本質」の性質を深く探求しています：「一相無相」（yīxiàng wúxiàng）—「一相は無相にして」（オプション1）、「この『単一の現実』または『一つの相』は、それ自体が固定された形を持たない」（オプション2）、または「この単一の本質は無形である」（オプション3）です。これは、以前のクワトレン（例：クワトレン

13の「實相無相」）からの主要な概念を繰り返しています。究極の「一つの相」は、静的で定義可能な形や特性ではなく、inherently 固定された形を持たず、すべての概念化を超越しています。逆説は「無相無不相」（wúxiàng wú bùxiàng）—「無相は不相ならざるなし」（オプション1）、「この無形性は、無形ではないものを何も残さない」（オプション2）、または「この無形性は、形ではないすべてを包含する」（オプション3）によって深まります。これは、徹底的な非二元性と無限の包含の深遠な声明です。これは、究極の現実が無形であるため、単に「空」であることに限定されないことを意味します。むしろ、この無形性そのものが、すべての形が生じ、すべての形が存在する基盤です。この究極の、無形な現実の範囲外に落ちるものは何もありません。それは超越的であり、内在的であり、何によっても定義されることなくすべてを包含しています。

要約すると、クワトレン25は、道とその目的地に関する解放的で包括的な見解を提供します。それは、実践者を過度の努力と時間の制約から解放し、悟りが作り出された状態ではなく、努力を手放すことの自然な結果であることを強調しています。それは、迷妄と悟りの深遠な非二元性を宣言し、それらが究極的に一つであることを明らかにしています。最後に、それは、すべての精神的な道が単一の無形の本質に収束するという統一的なビジョンを提示し、それは逆

説的にすべての知覚可能な形を包含し、超越しており、その無限で無条件な性質の範囲外に何も残しません。

Quatrain 26 The Non-Dual Gateway: Perceiving the Unstained Way in All Things

Quatrain 26, encompassing lines 101-104 of this profound text, offers a liberating vision of ultimate reality, emphasizing the complete dissolution of dualistic perceptions. It describes the experience of entering the realm of non-duality, where conventional notions of movement and arrival cease. The quatrain then asserts that every aspect of perception—seeing, hearing, feeling, and knowing—is intrinsically the Way itself. It culminates in a powerful declaration of the Way's eternal, unstained essence and the fundamental unity of all beings, whether deemed ordinary or enlightened. The original Chinese characters, "入不二門，無去無來。 見聞覺知，無非是道。 道體常然，不染諸塵。 一切凡聖，皆同一真," provide a profound guide to recognizing the inherent truth of existence.

"Entering the gate of non-duality, there is no going, no coming. Seeing, hearing, sensing, knowing—none of them are not the Way. The essence of the Way is eternally so, unstained by all defilements. All ordinary and holy beings are entirely of the same truth."

In-Depth Analysis and Interpretation

Quatrain 26 presents a radical and inclusive understanding of ultimate reality, asserting that the Way (Tao) is not something external to be sought but is the fundamental essence of all experience and all beings.

The opening lines, **"入不二門，無去無來。" (Line 101)**, describe the experience of profound realization. "入不二門" (rù bù'èr mén) means "Entering the gate of non-duality" (Option 1), "Upon entering the gate of non-duality" (Option 2), or "To step into the non-dual realm" (Option 3). The "gate of non-duality" signifies the point of awakening where all dualistic distinctions (like subject/object, good/bad, self/other) collapse. Once this gate is entered, there is "無去無來" (wú qù wú lái) – "no going, no coming" (Option 1), "no inherent 'going' or 'coming'" (Option 2), or "to transcend arrival and departure" (Option 3). This highlights that ultimate reality is not something one "arrives at" or "departs from" in a spatial or temporal sense. It is ever-present, always here and now, beyond the concepts of movement or change.

Line 102 then makes a powerful assertion about the immanence of the Way in all experience: "見聞覺知，無非是道。" "見聞覺知" (jiàn wén jué zhī) covers the full range of human perception and cognition: "Seeing, hearing, sensing, knowing" (Option 1), or "All forms of perception—seeing, hearing, feeling, and conscious cognition" (Option 2), or "Every act of perception—sight, sound, sensation, thought" (Option 3). The crucial point is "無非是道" (wúfēi shì dào) – "none of them are not the Way" (Option 1), "are, without exception, manifestations of the Tao (the Way)" (Option 2), or "is nothing but the Way itself" (Option 3). This means that every single act of perception, every moment of awareness, is fundamentally the Tao in manifestation. The Way is not separate from our experience; it is the very fabric of it. There is no aspect of reality that is *not* the Way.

Line 103 describes the inherent nature of the Way itself: "道體常然，不染諸塵。" "道體" (dào tǐ) refers to "The essence of the Way" (Option 1), or "The very substance of the Way" (Option 2), or "The Way's essence" (Option 3). This is the fundamental, inherent nature of reality. It is "常然" (cháng rán) – "eternally so" (Option 1), "eternally self-existent" (Option 2), or "perpetually thus" (Option 3). This emphasizes its unchanging, unconditioned, and timeless quality. Furthermore, it is "不染諸塵" (bùrǎn zhū chén) – "unstained by all defilements" (Option 1), "remains untainted by any worldly impurities or afflictions" (Option 2), or "undefiled by any dust" (Option 3). "塵" (chén) refers to "dusts" or "defilements," symbolizing impurities, afflictions, or dualistic distinctions. The essence of reality is inherently pure and unaffected by any conceptual overlays, illusions, or perceived imperfections.

The quatrain culminates in line 104 with a powerful statement of ultimate unity: "一切凡聖，皆同一真。" "一切凡聖" (yīqiè fán shèng) encompasses "All ordinary and holy beings" (Option 1), "All beings, whether considered ordinary or enlightened" (Option 2), or "All common people and sages" (Option 3). This refers to the entire spectrum of sentient beings, from the most deluded to the most enlightened. The profound declaration is that they "皆同一真" (jiē tóng yī zhēn) – "are entirely of the same truth" (Option 1), "are fundamentally unified in this single, ultimate truth" (Option 2), or "share one true reality" (Option 3). This eradicates all distinctions between ordinary beings and Buddhas, between the unawakened and the awakened. From the ultimate perspective, there is only one true reality, and all beings inherently participate in it.

In summation, Quatrain 26 offers a deeply liberating and inclusive understanding of reality. It reveals that the direct experience of the Way is found not by seeking something external, but by entering the "gate of non-duality" where all conventional distinctions of time and movement cease. It asserts that every act of perception is fundamentally the Way manifesting, and that the Way's essence is eternally pure and unstained. Most powerfully, it concludes by declaring that all beings, regardless of their apparent state, are ultimately unified in this single, ultimate truth, dismantling the very foundation of perceived separation.

Tagalog Translation

Quatrain 26: Ang Non-Dual na Tarangkahan: Pagdama sa Walang Bahid na Daan sa Lahat ng Bagay

Ang Quatrain 26, na sumasaklaw sa mga linya 101-104 ng malalim na tekstong ito, ay nag-aalok ng isang nagpapalaya na pananaw sa sukdulang realidad, na binibigyang-diin ang kumpletong pagkalusaw ng mga dualistikong persepsyon. Inilalarawan nito ang karanasan ng pagpasok sa kaharian ng non-duality, kung saan humihinto ang mga kumbensyonal na nosyon ng paggalaw at pagdating. Higit pang pinaninindigan ng quatrain na ang bawat aspeto ng persepsyon—pagtingin, pagdinig, pagdama, at pagkaalam—ay likas na ang Daan mismo. Nagtatapos ito sa isang makapangyarihang deklarasyon ng walang hanggang, walang bahid na esensya ng Daan at ang pundasyong pagkakaisa ng lahat ng nilalang, maging sila ay itinuturing na ordinaryo o naliwanagan. Ang orihinal na mga karakter ng Tsino, "入不二門，無去無來。見聞覺知，無非是道。道體常然，不染諸塵。一切凡聖，皆同一真," ay nagbibigay ng isang malalim na gabay sa pagkilala sa likas na katotohanan ng pag-iral.

"Pagpasok sa pintuan ng non-dualidad, walang pagpunta, walang pagdating. Pagtingin, pagdinig, pagdama, pagkaalam—walang sinuman sa kanila ang hindi ang Daan. Ang esensya ng Daan ay walang hanggang gayon, walang bahid ng lahat ng dumi. Ang lahat ng ordinaryo at banal na nilalang ay ganap na iisa sa katotohanan."

Malalim na Pagsusuri at Interpretasyon

Nagtatanghal ang Quatrain 26 ng isang radikal at inklusibong pag-unawa sa sukdulang realidad, na nagpapatunay na ang Daan (Tao) ay hindi isang bagay na panlabas na hahanapin kundi ang pundasyong esensya ng lahat ng karanasan at lahat ng nilalang.

Ang pambungad na mga linya, "入不二門，無去無來。" (Linya 101), ay naglalarawan ng karanasan ng malalim na pagsasakatuparan. Ang "入不二門" (rù bù'èr mén) ay nangangahulugang "**Pagpasok sa pintuan ng non-dualidad**" (Opsyon 1), "**Sa pagpasok sa pintuan ng non-dualidad**" (Opsyon 2), o "**Upang humakbang sa non-dual na kaharian**" (Opsyon 3). Ang "pintuan ng non-dualidad" ay nagpapahiwatig ng punto ng paggising kung saan ang lahat ng dualistikong pagkakaiba (tulad ng paksa/object, mabuti/masama, sarili/iba) ay bumagsak. Kapag ang pintuan na ito ay napasok, mayroong "無去無來" (wú qù wú lái) - "**walang pagpunta, walang pagdating**" (Opsyon 1), "**walang likas na 'pagpunta' o 'pagdating'**" (Opsyon 2), o "**upang lumampas sa pagdating at pag-alis**"

(Opsyon 3). Binibigyang-diin nito na ang sukdulang realidad ay hindi isang bagay na "narating" o "umalis" ang isa sa isang spatial o temporal na kahulugan. Ito ay laging naroroon, laging narito at ngayon, lampas sa mga konsepto ng paggalaw o pagbabago.

Ang Linya 102 pagkatapos ay gumagawa ng isang makapangyarihang pagpapatunay tungkol sa immanence ng Daan sa lahat ng karanasan: "見聞覺知，無非是道。" Ang "見聞覺知" (jiàn wén jué zhī) ay sumasaklaw sa buong hanay ng pagdama at kognisyon ng tao: "**Pagtingin, pagdinig, pagdama, pagkaalam**" (Opsyon 1), o "**Lahat ng porma ng pagdama—pagtingin, pagdinig, pagdama, at malalim na kognisyon**" (Opsyon 2), o "**Bawat kilos ng pagdama—paningin, tunog, sensasyon, pag-iisip**" (Opsyon 3). Ang mahalagang punto ay "無非是道" (wúfēi shì dào) – "**walang sinuman sa kanila ang hindi ang Daan**" (Opsyon 1), "**ay, nang walang pagbubukod, mga manipestasyon ng Tao (ang Daan)**" (Opsyon 2), o "**ay walang iba kundi ang Daan mismo**" (Opsyon 3). Nangangahulugan ito na ang bawat kilos ng pagdama, bawat sandali ng kamalayan, ay pundasyong ang Tao sa manipestasyon. Ang Daan ay hindi hiwalay mula sa ating karanasan; ito ang mismong tela nito. Walang aspeto ng realidad na hindi ang Daan.

Inilalarawan ng Linya 103 ang likas na kalikasan ng Daan mismo: "道體常然，不染諸塵。" Ang "道體" (dào tǐ) ay tumutukoy sa "**Ang esensya ng Daan**" (Opsyon 1), o "**Ang mismong substansya ng Daan**"

(Opsyon 2), o "**Ang esensya ng Daan**" (Opsyon 3). Ito ang pundasyong, likas na kalikasan ng realidad. Ito ay "常然" (cháng rán) – "**walang hanggang gayon**" (Opsyon 1), "**walang hanggang umiiral sa sarili**" (Opsyon 2), o "**palaging gayon**" (Opsyon 3). Binibigyang-diin nito ang hindi nagbabago, walang kundisyon, at walang hanggang kalidad nito. Higit pa rito, ito ay "不染諸塵" (bùrǎn zhū chén) – "**walang bahid ng lahat ng dumi**" (Opsyon 1), "**nananatiling walang bahid ng anumang makamundong karumihan o pagdurusa**" (Opsyon 2), o "**walang dungis ng anumang alikabok**" (Opsyon 3). Ang "塵" (chén) ay tumutukoy sa "mga alikabok" o "mga dumi," na sumisimbolo sa mga impurities, pagdurusa, o dualistikong pagkakaiba. Ang esensya ng realidad ay likas na dalisay at hindi naaapektuhan ng anumang konseptuwal na overlay, ilusyon, o nakikita na pagkadismaya.

Ang quatrain ay nagtatapos sa linya 104 na may isang makapangyarihang pahayag ng sukdulang pagkakaisa: "一切凡聖，皆同一真。" Ang "一切凡聖" (yīqiè fán shèng) ay sumasaklaw sa "**Lahat ng ordinaryo at banal na nilalang**" (Opsyon 1), "**Lahat ng nilalang, maging sila ay itinuturing na ordinaryo o naliwanagan**" (Opsyon 2), o "**Lahat ng karaniwang tao at mga pantas**" (Opsyon 3). Ito ay tumutukoy sa buong spectrum ng mga may kakayahang maramdaman na nilalang, mula sa pinakinaligaw hanggang sa pinakanaliwanagan. Ang malalim na deklarasyon ay ang sila ay "皆同一真" (jiē tóng yī zhēn) – "**ay ganap na iisa sa katotohanan**" (Opsyon 1), "**ay pundasyong pinag-**

isa sa nag-iisang, sukdulang katotohanan na ito" (Opsyon 2), o **"nagbabahagi ng isang tunay na realidad"** (Opsyon 3). Binubura nito ang lahat ng pagkakaiba sa pagitan ng mga ordinaryong nilalang at mga Buddha, sa pagitan ng hindi nagising at ng nagising. Mula sa sukdulang pananaw, mayroon lamang isang tunay na realidad, at ang lahat ng nilalang ay likas na nakikilahok dito.

Sa kabuuan, nag-aalok ang Quatrain 26 ng isang malalim na nagpapalaya at inklusibong pag-unawa sa realidad. Inilalantad nito na ang direktang karanasan ng Daan ay matatagpuan hindi sa paghahanap ng isang bagay na panlabas, kundi sa pagpasok sa "pintuan ng non-dualidad" kung saan humihinto ang lahat ng kumbensyonal na pagkakaiba ng oras at paggalaw. Ipinaninindigan nito na ang bawat kilos ng pagdama ay pundasyong ang Daan na nagmamaniplesto, at na ang esensya ng Daan ay walang hanggang dalisay at walang bahid. Pinakamakapangyarihan, nagtatapos ito sa pagdedeklara na ang lahat ng nilalang, anuman ang kanilang maliwanag na estado, ay sa huli ay pinag-isa sa nag-iisang, sukdulang katotohanan na ito, na binubura ang mismong pundasyon ng nakikita na paghihiwalay.

Japanese Translation

クワトレン**26**：不二の門：汚れない道であらゆるものを知覚する

この深遠なテキストの101-104行からなるクワトレン26は、二元的な知覚の完全な溶解を強調し、究極の現実の解放的なビジョンを提供します。それは、動きと到達という慣習的な概念が止む、非二元性の領域に入る経験を記述しています。このクワトレンはさらに、知覚のあらゆる側面—見る、聞く、感じる、知る—が本質的に道そのものであると主張しています。それは、道の永遠で汚れない本質と、普通と見なされるか悟りを開いたと見なされるかにかかわらず、すべての存在の根本的な統一を力強く宣言して締めくくられています。オリジナルの漢字「入不二門，無去無來。見聞覚知，無非是道。道體常然，不染諸塵。一切凡聖，皆同一真」は、存在の固有の真理を認識するための深遠な指針を提供します。

「不二の門に入れば、去ることも来たることもなし。見聞覚知、道にあらざるはなし。道体は常に然り、諸塵に染まらず。一切の凡聖は、皆同一の真なり。」

詳細な分析と解釈

クワトレン26は、究極の現実に関するラディカルで包括的な理解を提示し、道（タオ）が外部に求めるものではなく、すべての経験とすべての存在の根本的な本質であると主張しています。

冒頭の「入不二門，無去無來。」（101行）は、深遠な悟りの経験を記述しています。「入不二門」（rù bù'èr mén）は「不二の門に入れば」（オプション1）、「不二の門に入ると」（オプション2）、または「非二元の領域に足を踏み入れる」（オプション3）を意味します。「不二の門」は、すべての二元的な区別（主観/客観、善/悪、自己/他者など）が崩壊する覚醒のポイントを意味します。この門に入ると、「無去無來」（wú qù wú lái）—「去ることも来たることもなし」（オプション1）、「inherent な『去る』ことも『来たる』こともない」（オプション2）、または「到着と出発を超越する」（オプション3）です。これは、究極の現実が空間的または時間的な意味で「到達する」ものや「去る」ものではないことを強調しています。それは常に存在し、常に今ここにあり、動きや変化の概念を超えています。

102行は、次にすべての経験における道の内在性に関する強力な主張をしています：「見聞覚知，無非是道。」「見聞覚知」（jiàn wén jué zhī）は、人間の知覚と認識の全範囲をカバーしています：「見聞覚知」（オプション1）、または「あらゆる形の知覚—見る、聞く、感じる、意識的な認識」（オプション2）、または「知覚のあらゆる行為—視覚、聴覚、感覚、思考」（オプション3）です。重要な点は「無非是道」（wúfēi shì dào）—「道にあらざるはなし」（オプション1）、「例外なくタオ（道）の現れである

」（オプション2）、または「**道そのものに他な らない**」（オプション3）です。これは、知覚の あらゆる行為、意識のあらゆる瞬間が、根本的 に現れとしてのタオであることを意味します。 道は私たちの経験から分離していません。それ は経験そのものの織りなすものです。道ではな い現実の側面は何もありません。

103行は道そのものの固有の性質を記述していま す：「**道體常然，不染諸塵。**」「**道體**」（dào tǐ ）は「**道の体**」（オプション1）、または「**道の まさに実体**」（オプション2）、または「**道の精 髄**」（オプション3）を指します。これは、現実 の根本的でinherent な性質です。それは「**常然**」 （cháng rán）—「**常に然り**」（オプション1）、 「**永遠に自己存在である**」（オプション2）、ま たは「**永続的にそうである**」（オプション3）で す。これは、その不変性、無条件性、時代を超 越した性質を強調しています。さらに、それは 「**不染諸塵**」（bùrǎn zhū chén）—「**諸塵に染ま らず**」（オプション1）、「**いかなる世俗の不純 物や苦悩によっても汚されない**」（オプション2 ）、または「**いかなる塵にも汚されない**」（オ プション3）です。「**塵**」（chén）は「**塵**」また は「**煩悩**」を指し、不純物、苦悩、または二元 的な区別を象徴しています。現実の本質は inherently 純粋であり、いかなる概念的な上書き 、幻想、または認識された不完全さにも影響さ れません。

クワトレンは104行で究極の統一の力強い声明で締めくくられています：「一切凡聖，皆同一真。」「一切凡聖」（yīqiè fán shèng）は「一切の凡聖」（オプション1）、「普通と見なされるか悟りを開いたと見なされるかにかかわらず、すべての存在」（オプション2）、または「すべての凡人および聖者」（オプション3）を包含しています。これは、最も迷妄なものから最も悟りを開いたものまで、sentient な存在の全スペクトルを指します。深遠な宣言は、それらが「皆同一真」（jiē tóng yī zhēn）—「皆同一の真なり」（オプション1）、「この単一の、究極の真理において根本的に統一されている」（オプション2）、または「一つの真の現実を共有する」（オプション3）ということです。これは、普通の存在と仏、未覚醒と覚醒の間のすべての区別を根絶します。究極的な観点から見れば、真の現実は一つしかなく、すべての存在はinherently それに参加しています。

要約すると、クワトレン26は、現実に関する深く解放的で包括的な理解を提供します。それは、道の直接的な経験が、外部の何かを求めることによってではなく、時間と動きのすべての慣習的な区別が止む「不二の門」に入ることによって見出されることを明らかにします。それは、知覚のあらゆる行為が根本的に現れとしての道であり、道の精髄が永遠に純粋で汚れないことを主張しています。最も強力なことに、それは、見かけの状態にかかわらず、すべての存在

が最終的にこの単一の究極の真理において統一
されていると宣言することによって締めくくら
れており、認識された分離のまさに基盤を解体
しています。

Quatrain 27 The Unconditioned Essence:
True Suchness and the Nature of Self-Nature

Quatrain 27, encompassing lines 105-108 of this
profound text, serves as a powerful and direct
exposition on the ultimate nature of reality, primarily
focusing on "True Suchness" (Tathata) and "self-
nature." It highlights their non-dual, unconditioned,
and timeless qualities, emphasizing that reality is
fundamentally beyond increase, decrease, arising, or
ceasing. The quatrain culminates in the profound
paradoxical statement that this intrinsic self-nature is
itself devoid of a fixed nature, which is precisely its
true essence. The original Chinese characters, "真如
無二，無二真如。 不増不減，不生不滅。 一切時
中，無非自性。 自性無性，是名真性," invite a
deep contemplation into the fabric of existence.

"True Suchness is non-dual, non-dual is True Suchness. Neither increasing nor decreasing, neither arising nor ceasing. At all times, nothing is not self-nature. Self-nature has no nature; this is called true nature."

In-Depth Analysis and Interpretation

Quatrain 27 offers a profound articulation of the absolute, unconditioned nature of ultimate reality, revealing it to be non-dual, unchanging, and pervading all, while simultaneously being free from any fixed inherent existence.

The opening lines, **"真如無二，無二真如。"** **(Line 105),** declare the non-dual essence of ultimate reality. "真如" (zhēnrú) means "True Suchness" (Option 1) or "Ultimate reality / Tathata" (Option 2), referring to reality as it truly is, beyond conceptual overlays. It is "無二" (wú'èr) – "non-dual" (Options 1 & 2), or "oneness" (Option 3). This emphasizes that ultimate reality is single, undivided, and free from all dualistic distinctions. The phrase is then powerfully inverted: "無二真如" (wú'èr zhēnrú) – "non-dual is True Suchness" (Option 1), or "this non-dual quality *is* True Suchness itself" (Option 2), or "oneness is ultimate reality" (Option 3). This inversion underscores that non-duality is not merely a characteristic of True Suchness, but its very essence; they are inseparable.

Line 106 then reiterates familiar concepts from previous quatrains (e.g., Quatrain 18) to further describe this unconditioned nature: "不增不減，不生不滅。" "不增不減" (bùzēng bùjiǎn) means "Neither increasing nor decreasing" (Option 1), "It neither grows nor diminishes" (Option 2), or "It does not gain or lose" (Option 3). This emphasizes that True Suchness is always whole and complete; it cannot be added to or taken away from. It is perfect as it is. Following this, "不生不滅" (bùshēng bùmiè) means "neither arising nor ceasing" (Option 1), "it neither comes into being nor passes away" (Option 2), or "nor does it begin or end" (Option 3). This is a fundamental Buddhist concept describing the unconditioned nature of Nirvana; unlike conditioned phenomena, ultimate reality is not subject to birth and death, appearance and disappearance.

Line 107 then expands on the pervasiveness of "self-nature": "一切時中，無非自性。" "一切時中" (yīqiè shí zhōng) means "At all times" (Option 1), "In every moment and at all times" (Option 2), or "At every point in time" (Option 3). This signifies its constant and omnipresent nature. "無非自性" (wúfēi zìxìng) means "nothing is not self-nature" (Option 1), or "there is nothing that is not the intrinsic self-nature" (Option 2), or "all is nothing but intrinsic nature" (Option 3). "自性" (zìxìng) refers to "self-nature" or "intrinsic nature," the fundamental essence of all phenomena. This powerful statement asserts that everything, in every moment, is a manifestation or expression of this intrinsic, fundamental nature. There is nothing that exists outside of it.

The quatrain culminates in line 108 with a profound paradox that clarifies the meaning of "self-nature": "自性無性，是名真性。" "自性無性" (zìxìng wúxìng) means "Self-nature has no nature" (Option 1), or "This 'self-nature' is itself without a fixed, inherent nature" (Option 2), or "Intrinsic nature is without inherent essence" (Option 3). This is a crucial Mahayana Buddhist concept. It means that while phenomena appear to have individual "self-natures" or intrinsic characteristics, from the ultimate perspective, these "self-natures" are empty of a fixed, substantial, or independent existence. They are empty *of* self-nature. This emptiness *is* their true nature. Therefore, "是名真性" (shì míng zhēnxìng) – "this is called true nature" (Option 1), "this is what is truly designated as 'true nature' or 'ultimate essence'" (Option 2), or "this is called authentic nature" (Option 3). This paradoxical truth reveals that the ultimate, authentic nature of reality is not a solid, graspable essence, but an ungraspable, empty yet ever-present and pervasive ground of being.

In summation, Quatrain 27 offers a sophisticated and liberating understanding of ultimate reality. It posits True Suchness as non-dual and inherently complete, untouched by the cycles of increase/decrease or birth/death. It then reveals that this intrinsic self-nature pervades everything at all times. Crucially, it clarifies that this "self-nature" is not a fixed entity but is itself "empty" of inherent nature. This profound paradox points to the authentic, unconditioned essence of reality, inviting the seeker to transcend all fixed concepts and directly realize the boundless, ungraspable truth that underlies all existence.

Tagalog Translation

Quatrain 27: Ang Walang Kundisyong Esensya: Tunay na Gayon at ang Kalikasan ng Sariling-Kalikasan

Ang Quatrain 27, na sumasaklaw sa mga linya 105-108 ng malalim na tekstong ito, ay nagsisilbing isang makapangyarihan at direktang paglalahad sa sukdulang kalikasan ng realidad, pangunahing nakatuon sa "Tunay na Gayon" (Tathata) at "sariling-kalikasan." Binibigyang-diin nito ang kanilang non-dual, walang kundisyon, at walang hanggang mga katangian, na nagbibigay-diin na ang realidad ay pundasyong lampas sa pagtaas, pagbaba, paglitaw, o pagtigil. Nagtatapos ang quatrain sa malalim na paradoksikal na pahayag na ang intrinsikong sariling-kalikasan na ito ay mismo ay walang nakapirming kalikasan, na siyang mismong tunay nitong esensya. Ang orihinal na mga karakter ng Tsino, "真如無二，無二真如。不增不減，不生不滅。一切時中，無非自性。自性無性，是名真性," ay nag-aanyaya ng isang malalim na pagninilay sa tela ng pag-iral.

"Ang Tunay na Gayon ay non-dual, ang non-dual ay Tunay na Gayon. Hindi tumataas ni bumababa, hindi lumilitaw ni humihinto. Sa lahat ng oras, walang hindi sariling-kalikasan. Ang sariling-kalikasan ay walang kalikasan; ito ay tinatawag na tunay na kalikasan."

Malalim na Pagsusuri at Interpretasyon

Nagtatanghal ang Quatrain 27 ng isang malalim na paglalahad ng ganap, walang kundisyong kalikasan ng sukdulang realidad, na inilalantad itong non-dual, hindi nagbabago, at sumasaklaw sa lahat, habang sabay na malaya mula sa anumang nakapirming likas na pag-iral.

Ang pambungad na mga linya, "真如無二，無二真如。" (Linya 105), ay nagdedeklara ng non-dual na esensya ng sukdulang realidad. Ang "真如" (zhēnrú) ay nangangahulugang **"Tunay na Gayon"** (Opsyon 1) o **"Sukdulang realidad / Tathata"** (Opsyon 2), na tumutukoy sa realidad kung ano ito, lampas sa mga konseptuwal na overlay. Ito ay "無二" (wú'èr) – **"non-dual"** (Opsyon 1 at 2), o **"pagkakaisa"** (Opsyon 3). Binibigyang-diin nito na ang sukdulang realidad ay nag-iisa, hindi nahahati, at malaya mula sa lahat ng dualistikong pagkakaiba. Ang parirala ay pagkatapos ay makapangyarihang binaligtad: "無二真如" (wú'èr zhēnrú) – **"ang non-dual ay Tunay na Gayon"** (Opsyon 1), o **"ang non-dual na kalidad na ito ay ang Tunay na Gayon mismo"** (Opsyon 2), o **"ang pagkakaisa ay sukdulang realidad"** (Opsyon 3). Binibigyang-diin ng pagbabaligtad na ito na ang non-dualidad ay hindi lamang isang katangian ng

Tunay na Gayon, kundi ang mismong esensya nito; hindi sila mapaghihiwalay.

Ang Linya 106 pagkatapos ay inuulit ang mga pamilyar na konsepto mula sa nakaraang mga quatrain (hal., Quatrain 18) upang higit pang ilarawan ang walang kundisyong kalikasan na ito: "不增不減，不生不滅。" Ang "不增不減" (bùzēng bùjiǎn) ay nangangahulugang "**Hindi tumataas ni bumababa**" (Opsyon 1), "**Hindi ito lumalago ni bumababa**" (Opsyon 2), o "**Hindi ito nakakakuha o nawawala**" (Opsyon 3). Binibigyang-diin nito na ang Tunay na Gayon ay laging buo at kumpleto; hindi ito maaaring dagdagan o bawasan. Ito ay perpekto kung ano ito. Kasunod nito, ang "不生不滅" (bùshēng bùmiè) ay nangangahulugang "**hindi lumilitaw ni humihinto**" (Opsyon 1), "**hindi ito nagiging umiiral ni nawawala**" (Opsyon 2), o "**hindi rin ito nagsisimula o nagtatapos**" (Opsyon 3). Ito ay isang pundasyong konsepto ng Budismo na naglalarawan ng walang kundisyong kalikasan ng Nirvana; hindi tulad ng mga kundisyong phenomena, ang sukdulang realidad ay hindi napapailalim sa kapanganakan at kamatayan, paglitaw at pagkawala.

Ang Linya 107 pagkatapos ay nagpapalawak sa pagkalat ng "sariling-kalikasan": "一切時中，無非自性。" Ang "一切時中" (yīqiè shí zhōng) ay nangangahulugang "**Sa lahat ng oras**" (Opsyon 1), "**Sa bawat sandali at sa lahat ng oras**" (Opsyon 2), o "**Sa bawat punto ng oras**" (Opsyon 3). Nagpapahiwatig ito ng patuloy at omnipresente nitong kalikasan. Ang "無非自性" (wúfēi zìxìng) ay nangangahulugang **"walang hindi sariling-kalikasan"** (Opsyon 1), o **"walang hindi ang intrinsikong sariling-kalikasan"** (Opsyon 2), o **"lahat ay walang iba kundi intrinsikong kalikasan"** (Opsyon 3). Ang "自性" (zìxìng) ay tumutukoy sa "sariling-kalikasan" o "intrinsikong kalikasan," ang pundasyong esensya ng lahat ng phenomena. Ang makapangyarihang pahayag na ito ay nagpapatunay na ang lahat, sa bawat sandali, ay isang manipestasyon o ekspresyon ng intrinsikong, pundasyong kalikasan na ito. Walang umiiral sa labas nito.

Ang quatrain ay nagtatapos sa linya 108 na may isang malalim na paradoks na nagpapaliwanag ng kahulugan ng "sariling-kalikasan": "自性無性，是名真性。" Ang "自性無性" (zìxìng wúxìng) ay nangangahulugang **"Ang sariling-kalikasan ay walang kalikasan"** (Opsyon 1), o **"Ang 'sariling-kalikasan' na ito ay mismo ay walang nakapirming, likas na kalikasan"** (Opsyon 2), o **"Ang intrinsikong kalikasan ay walang likas na esensya"** (Opsyon 3). Ito ay isang mahalagang konsepto ng Mahayana Budismo. Nangangahulugan ito na habang ang mga phenomena ay lumilitaw na may indibidwal na "sariling-kalikasan" o intrinsikong mga katangian, mula sa sukdulang pananaw, ang mga "sariling-kalikasan" na ito ay walang laman ng isang nakapirming, substansyal, o independyenteng pag-iral. Sila ay walang laman ng sariling-kalikasan. Ang kawalan na ito ang kanilang tunay na kalikasan. Samakatuwid, ang "是名真性" (shì míng zhēnxìng) – **"ito ay tinatawag na tunay na kalikasan"** (Opsyon

1), "**ito ang tunay na itinatalaga bilang 'tunay na kalikasan' o 'sukdulang esensya'**" (Opsyon 2), o "**ito ay tinatawag na tunay na kalikasan**" (Opsyon 3). Ang paradoksikal na katotohanan na ito ay nagpapakita na ang sukdulang, tunay na kalikasan ng realidad ay hindi isang matatag, mahawakang esensya, kundi isang hindi mahawakang, walang laman ngunit laging naroroon at sumasaklaw na pundasyon ng pag-iral.

Sa kabuuan, nag-aalok ang Quatrain 27 ng isang sopistikado at nagpapalayang pag-unawa sa sukdulang realidad. Nagpapahayag ito ng Tunay na Gayon bilang non-dual at likas na kumpleto, hindi naaapektuhan ng mga siklo ng pagtaas/pagbaba o kapanganakan/kamatayan. Pagkatapos ay inilalalantad nito na ang intrinsikong sariling-kalikasan na ito ay sumasaklaw sa lahat ng bagay sa lahat ng oras. Mahalaga, nililinaw nito na ang "sariling-kalikasan" na ito ay hindi isang nakapirming entidad kundi mismo ay "walang laman" ng likas na kalikasan. Ang malalim na paradoks na ito ay tumuturo sa tunay, walang kundisyong esensya ng realidad, na nag-aanyaya sa naghahanap na lumampas sa lahat ng nakapirming konsepto at direktang matanto ang walang hanggan, hindi mahawakang katotohanan na bumubuo sa lahat ng pag-iral.

クワトレン27：無条件の本質：真如と自性の本質

この深遠なテキストの105-108行からなるクワトレン27は、主に「真如」（タタータ）と「自性」に焦点を当て、現実の究極的な性質に関する強力かつ直接的な説明として機能します。それはそれらの非二元的、無条件、そして時代を超越した性質を強調し、現実が根本的に増減、生起、または停止を超越していることを強調しています。このクワトレンは、この固有の自性自体が固定された性質を欠いているという深遠な逆説的な声明で締めくくられており、これこそがその真の本質です。オリジナルの漢字「真如無二，無二真如。不増不減，不生不滅。一切時中，無非自性。自性無性，是名真性」は、存在の本質への深い考察を促します。

「真如は無二にして、無二真如。増えず減らず、生ぜず滅せず。一切時中、自性にあらざるはなし。自性無性、これを真性と名づく。」

詳細な分析と解釈

クワトレン27は、究極の現実の絶対的で無条件な性質に関する深遠な表現を提供し、それが非二元的で、不変で、すべてを遍満していると同

時に、いかなる固定された固有の存在からも自由であることを明らかにしています。

冒頭の「真如無二，無二真如。」（105行）は、究極の現実の非二元の本質を宣言しています。「真如」（zhēnrú）は「真如」（オプション1）または「究極の現実／タタータ」（オプション2）を意味し、概念的な上書きを超えた、現実のありのままの姿を指します。それは「無二」（wú'èr）—「無二にして」（オプション1、2）、または「一体性」（オプション3）です。これは、究極の現実が単一で、分割されておらず、すべての二元的な区別から自由であることを強調しています。このフレーズは次に力強く反転されます：「無二真如」（wú'èr zhēnrú）—「無二真如」（オプション1）、または「この非二元の性質こそが真如そのものである」（オプション2）、または「一体性こそが究極の現実である」（オプション3）です。この反転は、非二元性が単なる真如の特性ではなく、そのまさに本質であることを強調しています。それらは不可分です。

106行は、次に以前のクワトレン（例：クワトレン18）から familiar な概念を繰り返し、この無条件の性質をさらに記述しています：「不増不減，不生不滅。」「不増不減」（bùzēng bùjiǎn）は「増えず減らず」（オプション1）、「それは成長も減少もしない」（オプション2）、または「得も損もせず」（オプション3）を意味します。

これは、真如が常に全体であり完全であること
を強調しています。それに何かを加えたり、そ
こから何かを取り去ったりすることはできませ
ん。それはあるがままに完璧です。これに続い
て、「不生不滅」（bùshēng bùmiè）は「生ぜず
滅せず」（オプション1）、「それは生まれるこ
とも滅することもない」（オプション2）、また
は「始まりも終わりもない」（オプション3）を
意味します。これは、ニルヴァーナの無条件の
性質を記述する基本的な仏教の概念です。条件
付けられた現象とは異なり、究極の現実は生と
死、出現と消失に支配されません。

107行は、次に「自性」の遍在性について詳しく
説明しています：「一切時中，無非自性。」「
一切時中」（yīqiè shí zhōng）は「一切時中」（
オプション1）、「あらゆる瞬間において、常に
」（オプション2）、または「あらゆる時点で」
（オプション3）を意味します。これは、その恒
常的で遍在する性質を示しています。「無非自
性」（wúfēi zìxìng）は「自性にあらざるはなし
」（オプション1）、または「固有の自性ではな
いものは何もない」（オプション2）、または「
すべては固有の性質に他ならない」（オプショ
ン3）を意味します。「自性」（zìxìng）は「自
性」または「固有の性質」を指し、すべての現
象の根本的な本質です。この強力な声明は、あ
らゆるものが、あらゆる瞬間に、この固有の、
根本的な性質の現れまたは表現であることを主

張しています。その外に存在するものは何もありません。

クワトレンは108行で、「自性」の意味を明確にする深遠な逆説で締めくくられています：「自性無性，是名真性。」「自性無性」（zìxìng wúxìng）は「自性無性」（オプション1）、「この『自性』は、それ自体が固定された固有の性質を持たない」（オプション2）、または「固有の性質には固有の本質がない」（オプション3）を意味します。これは重要な大乗仏教の概念です。これは、現象が個別の「自性」または固有の特性を持っているように見えても、究極的な観点から見れば、これらの「自性」は固定された、実体的な、または独立した存在を欠いていることを意味します。それらは自性を欠いています。この空性がそれらの真の性質です。したがって、「是名真性」（shì míng zhēnxìng）—「これを真性と名づく」（オプション1）、「これこそが真に『真性』または『究極の本質』と称されるものである」（オプション2）、または「これを真の性質と呼ぶ」（オプション3）です。この逆説的な真理は、現実の究極的で autentic な性質が、堅固で把握可能な本質ではなく、把握不能で、空でありながら常に存在し、遍在する存在の基盤であることを明らかにしています。

要約すると、クワトレン27は、究極の現実に関する洗練された解放的な理解を提供します。それは真如を非二元的でinherently 完全であり、増

減や生滅のサイクルに触れられないものとして位置づけます。次に、この固有の自性が常にすべてを遍満していることを明らかにします。重要なことに、それはこの「自性」が固定された実体ではなく、inherent な性質を「欠いている」こと自体を明確にしています。この深遠な逆説は、現実の autentic で無条件の本質を指し示し、探求者にあらゆる固定された概念を超越し、すべての存在の根底にある、無限で把握不能な真理を直接悟るよう促します。

Quatrain 28 The Omnipresent Now: Recognizing True Nature in Every Moment

Quatrain 28, encompassing lines 109-112 of this profound text, serves as a powerful declaration of the non-dual, undifferentiated, and universally present nature of ultimate reality. It builds upon previous themes of "True Nature" and "True Suchness," emphasizing that these are not abstract concepts but the very essence of existence, accessible in every moment and every place. The quatrain culminates in a profound assertion of the immediacy of truth, which is always self-revealing and never separate from one's present circumstances. The original Chinese characters, "真性不二，不二真性。 一切處所，無非真如。 真如無異，無異真如。 不離當處，常自

現前," call the seeker to a direct realization of what is already here.

"True nature is non-dual, non-dual is true nature. In all places, nothing is not True Suchness. True Suchness is not different, not different is True Suchness. It does not depart from this very spot, always manifests itself."

In-Depth Analysis and Interpretation

Quatrain 28 offers a compelling vision of reality as inherently unified, pervasive, and immediately accessible, urging the practitioner to realize this truth in the present moment rather than seeking it elsewhere.

The opening lines, **"真性不二，不二真性。" (Line 109)**, immediately declare the fundamental non-duality of "True Nature." "真性" (zhēnxìng) means "True nature" (Option 1) or "Authentic nature" (Option 3), referring to the ultimate, intrinsic essence of reality, as explored in the previous quatrain. This true nature is "不二." (bù'èr) – "non-dual" (Options 1 & 2) or "oneness" (Option 3). This emphasizes that it is single, undivided, and free from all conceptual distinctions or oppositions. The inverted phrase, "不二真性" (bù'èr zhēnxìng) – "non-dual is true nature" (Option 1), or "this non-dual quality *is* true nature itself" (Option 2), or "oneness is authentic nature" (Option 3) – reinforces this point, asserting that non-duality is not merely an attribute of true nature but its very essence; they are inseparable.

Line 110 then emphasizes the boundless pervasiveness of ultimate reality: "一切處所，無非真如。" "一切處所" (yīqiè chùsuǒ) means "In all places" (Option 1), "In every location and at all points" (Option 2), or "Everywhere" (Option 3). This signifies the boundless spatial presence of truth. The core assertion is "無非真如" (wúfēi zhēnrú) – "nothing is not True Suchness" (Option 1), or "there is nothing that is not True Suchness (ultimate reality)" (Option 2), or "all is nothing but ultimate reality" (Option 3). "真如" (zhēnrú) refers to "True Suchness," the ultimate reality as it truly is. This powerful statement indicates that every single location, every point in existence, is inherently a manifestation or expression of this ultimate reality. There is no place where True Suchness is absent.

Line 111 further elaborates on the homogeneous nature of True Suchness: "真如無異，無異真如。" "真如無異" (zhēnrú wúyì) means "True Suchness is not different" (Option 1) or "True Suchness has no inherent distinctions or differences" (Option 2), or "Ultimate reality is without divergence" (Option 3). This goes beyond mere non-duality to emphasize homogeneity; True Suchness is uniform and consistent throughout all its manifestations, without internal variations or qualitative distinctions. Whether experienced in one place or another, or through one phenomenon or another, its essence remains the same. The inverted phrase, "無異真如" (wúyì zhēnrú) – "not different is True Suchness" (Option 1), or "having no differences *is* True Suchness itself" (Option 2), or "without divergence is ultimate reality" (Option 3) – reinforces this complete lack of internal differentiation within ultimate reality.

The quatrain culminates in line 112 with a profound statement of the immediacy and self-revelation of truth: **"不離當處，常自現前。"** "不離當處" (bùlí dāngchù) means "It does not depart from this very spot" (Option 1), "It does not depart from one's present location or circumstances" (Option 2), or "It never leaves this very place" (Option 3). This is a vital teaching: ultimate reality is not somewhere else, in a distant heaven or an abstract realm. It is inherently present, inseparable from one's immediate experience. And because it is always here, it "常自現前" (cháng zì xiànqián) – "always manifests itself" (Option 1), or "always spontaneously manifests itself before one" (Option 2), or "always revealing itself" (Option 3). It doesn't need to be sought, found, or brought forth through arduous effort; it is inherently self-revealing, ever-present, and directly accessible, if only one's mind is clear enough to perceive it.

In summation, Quatrain 28 offers a powerful and direct articulation of the inherent non-duality, pervasive presence, and undifferentiated nature of ultimate reality. It asserts that True Nature is oneness itself, and that True Suchness permeates every single location without any inherent distinctions. The quatrain's profound conclusion is an invitation to recognize this truth as it is, here and now, always manifesting itself, urging the seeker to transcend the illusion of distance or separation from liberation.

Tagalog Translation

Quatrain 28: Ang Omnipresenteng Ngayon: Pagkilala sa Tunay na Kalikasan sa Bawat Sandali

Ang Quatrain 28, na sumasaklaw sa mga linya 109-112 ng malalim na tekstong ito, ay nagsisilbing isang makapangyarihang deklarasyon ng non-dual, hindi naiiba, at pandaigdigang naroroon na kalikasan ng sukdulang realidad. Ito ay nakabatay sa mga nakaraang tema ng "Tunay na Kalikasan" at "Tunay na Gayon," na binibigyang-diin na ang mga ito ay hindi abstract na konsepto kundi ang mismong esensya ng pag-iral, na naa-access sa bawat sandali at bawat lugar. Nagtatapos ang quatrain sa isang malalim na pagpapatunay ng pagiging kaagad ng katotohanan, na laging nagpapakita ng sarili at hindi kailanman hiwalay sa kasalukuyang kalagayan ng isang tao. Ang orihinal na mga karakter ng Tsino, "真性不二，不二真性。一切處所，無非真如。真如無異，無異真如。不離當處，常自現前," ay tumatawag sa naghahanap tungo sa isang direktang pagsasakatuparan ng kung ano ang narito na.

"Ang tunay na kalikasan ay non-dual, ang non-dual ay tunay na kalikasan. Sa lahat ng lugar, walang hindi Tunay na Gayon. Ang Tunay na Gayon ay hindi naiiba, ang hindi naiiba ay Tunay na Gayon. Hindi ito umaalis mula sa mismong lugar na ito, laging nagpapakita ng sarili."

Malalim na Pagsusuri at Interpretasyon

Nagtatanghal ang Quatrain 28 ng isang mapanghikayat na pananaw ng realidad bilang likas na nagkakaisa, malaganap, at kaagad na naa-access, na nag-uudyok sa nagsasanay na matanto ang katotohanang ito sa kasalukuyang sandali sa halip na hanapin ito sa ibang lugar.

Ang pambungad na mga linya, "真性不二，不二真性。" (Linya 109), ay agad na nagdedeklara ng pundasyong non-duality ng "Tunay na Kalikasan." Ang "真性" (zhēnxìng) ay nangangahulugang **"Tunay na kalikasan"** (Opsyon 1) o **"Tunay na kalikasan"** (Opsyon 3), na tumutukoy sa sukdulang, intrinsikong esensya ng realidad, tulad ng sinaliksik sa nakaraang quatrain. Ang tunay na kalikasan na ito ay "不二" (bù'èr) – **"non-dual"** (Opsyon 1 at 2) o **"pagkakaisa"** (Opsyon 3). Binibigyang-diin nito na ito ay nag-iisa, hindi nahahati, at malaya mula sa lahat ng konseptuwal na pagkakaiba o pagsalungat. Ang binaligtad na parirala, "不二真性" (bù'èr zhēnxìng) – **"ang non-dual ay tunay na kalikasan"** (Opsyon 1), o **"ang non-dual na kalidad na ito ay ang tunay na kalikasan mismo"** (Opsyon 2), o **"ang pagkakaisa ay tunay na kalikasan"** (Opsyon 3) –

pinapatibay ang puntong ito, na pinaninindigan na ang non-dualidad ay hindi lamang isang katangian ng tunay na kalikasan kundi ang mismong esensya nito; hindi sila mapaghihiwalay.

Ang Linya 110 pagkatapos ay binibigyang-diin ang walang hanggang pagkalat ng sukdulang realidad: "一切處所，無非真如。" Ang "一切處所" (yīqiè chùsuǒ) ay nangangahulugang "**Sa lahat ng lugar**" (Opsyon 1), "**Sa bawat lokasyon at sa lahat ng punto**" (Opsyon 2), o "**Saanman**" (Opsyon 3). Nagpapahiwatig ito ng walang hanggang spatial na presensya ng katotohanan. Ang pangunahing pagpapatunay ay "無非真如" (wúfēi zhēnrú) – "**walang hindi Tunay na Gayon**" (Opsyon 1), o "**walang hindi Tunay na Gayon (sukdulang realidad)**" (Opsyon 2), o "**lahat ay walang iba kundi sukdulang realidad**" (Opsyon 3). Ang "真如" (zhēnrú) ay tumutukoy sa "Tunay na Gayon," ang sukdulang realidad kung ano ito. Ipinahihiwatig ng makapangyarihang pahayag na ito na ang bawat lokasyon, bawat punto sa pag-iral, ay likas na isang manipestasyon o ekspresyon ng sukdulang realidad na ito. Walang lugar kung saan wala ang Tunay na Gayon.

Ang Linya 111 ay higit pang nagpapaliwanag sa homogenous na kalikasan ng Tunay na Gayon: "真如無異，無異真如。" Ang "真如無異" (zhēnrú wúyì) ay nangangahulugang "**Ang Tunay na Gayon ay hindi naiiba**" (Opsyon 1) o "**Ang Tunay na Gayon ay walang likas na pagkakaiba o pagkakaiba**" (Opsyon 2), o "**Ang sukdulang realidad ay walang**

pagkakaiba" (Opsyon 3). Ito ay lumalampas sa simpleng non-dualidad upang bigyang-diin ang homogeneity; ang Tunay na Gayon ay pare-pareho at pare-pareho sa lahat ng manipestasyon nito, nang walang panloob na mga pagkakaiba-iba o kwalitatibong pagkakaiba. Kung naranasan man sa isang lugar o sa iba, o sa pamamagitan ng isang phenomena o iba, ang esensya nito ay nananatiling pareho. Ang binaligtad na parirala, "無異真如" (wúyì zhēnrú) – "**ang hindi naiiba ay Tunay na Gayon**" (Opsyon 1), o "**ang walang pagkakaiba ay ang Tunay na Gayon mismo**" (Opsyon 2), o "**ang walang pagkakaiba ay sukdulang realidad**" (Opsyon 3) – pinapatibay ang kumpletong kawalan ng panloob na pagkakaiba sa loob ng sukdulang realidad.

Ang quatrain ay nagtatapos sa linya 112 na may isang malalim na pahayag ng pagiging kaagad at pagpapakita ng sarili ng katotohanan: "不離當處, 常自現前。" Ang "不離當處" (bùlí dāngchù) ay nangangahulugang "**Hindi ito umaalis mula sa mismong lugar na ito**" (Opsyon 1), "**Hindi ito umaalis mula sa kasalukuyang lokasyon o kalagayan ng isang tao**" (Opsyon 2), o "**Hindi ito kailanman umaalis sa mismong lugar na ito**" (Opsyon 3). Ito ay isang mahalagang turo: ang sukdulang realidad ay hindi nasa ibang lugar, sa isang malayong langit o isang abstract na kaharian. Ito ay likas na naroroon, hindi mapaghihiwalay mula sa agarang karanasan ng isang tao. At dahil laging narito, ito ay "常自現前" (cháng zì xiànqián) – "**laging nagpapakita ng sarili**" (Opsyon 1), o "laging kusang nagpapakita ng sarili sa harap ng isang tao" (Opsyon 2), o "laging nagpapakita ng sarili" (Opsyon 3). Hindi ito kailangang hanapin, matagpuan, o ilabas sa pamamagitan ng matinding pagsisikap; ito ay likas na nagpapakita ng sarili, laging naroroon, at direktang naa-access, kung ang isip lamang ng isang tao ay sapat na malinaw upang mapansin ito.

Sa kabuuan, nag-aalok ang Quatrain 28 ng isang makapangyarihan at direktang paglalahad ng likas na non-dualidad, malaganap na presensya, at hindi naiiba na kalikasan ng sukdulang realidad. Ipinaninindigan nito na ang Tunay na Kalikasan ay pagkakaisa mismo, at na ang Tunay na Gayon ay lumaganap sa bawat lokasyon nang walang anumang likas na pagkakaiba. Ang malalim na konklusyon ng quatrain ay isang imbitasyon na kilalanin ang katotohanang ito kung ano ito, dito at ngayon, laging nagpapakita ng sarili, na nag-uudyok sa naghahanap na lumampas sa ilusyon ng distansya o paghihiwalay mula sa kalayaan.

Japanese Translation

クワトレン28：遍在する現在：あらゆる瞬間に真の性質を認識する

この深遠なテキストの109-112行からなるクワトレン28は、究極の現実の非二元性、無差別の、そして普遍的に存在する性質を力強く宣言する

ものです。それは、「真の性質」と「真如」という以前のテーマに基づいて構築されており、これらが抽象的な概念ではなく、あらゆる瞬間とあらゆる場所でアクセス可能な存在そのものの本質であることを強調しています。このクワトレンは、真理の即時性を深く主張して締めくくられており、それは常に自己啓示的であり、個人の現在の状況から決して分離していません。オリジナルの漢字「真性不二，不二真性。一切處所，無非真如。真如無異，無異真如。不離當處，常自現前」は、すでにここにあるものへの直接的な悟りを探求者に呼びかけます。

「真性は不二にして、不二真性。一切の処所、真如にあらざるはなし。真如は異ならず、異ならざるは真如。まさに当処を離れず、常に自ら現前す。」

詳細な分析と解釈

クワトレン28は、現実がinherently 統一され、遍在し、即座にアクセス可能であるという説得力のあるビジョンを提供し、実践者にそれを他の場所で探すのではなく、現在においてこの真理を悟るよう促しています。

冒頭の「**真性不二，不二真性。**」（109行）は、「真性」の根本的な非二元性を直ちに宣言しています。「**真性**」（zhēnxìng）は「**真の性質**」（オプション1）または「**真正の性質**」（オプショ

ン3）を意味し、前述のクワトレンで探求された
ように、現実の究極的でinherentな本質を指しま
す。この真の性質は「不二」（bù'èr）―「不二
にして」（オプション1、2）または「一体性」
（オプション3）です。これは、それが単一で、
分割されておらず、すべての概念的な区別や対
立から自由であることを強調しています。反転
されたフレーズ「不二真性」（bù'èr zhēnxìng）
―「不二真性」（オプション1）、または「この
非二元の性質こそが真の性質そのものである」
（オプション2）、または「一体性こそが真正の
性質である」（オプション3）―はこの点を強化
し、非二元性が単に真の性質の属性ではなく、
そのまさに本質であることを主張しています。
それらは不可分です。

110行は、次に究極の現実の無限の遍在性を強調
しています：「一切處所，無非真如。」「一切
處所」（yīqiè chùsuǒ）は「一切の処所」（オプ
ション1）、「あらゆる場所、あらゆる点におい
て」（オプション2）、または「どこでも」（オ
プション3）を意味します。これは、真理の無限
の空間的遍在を示しています。核心的な主張は
「無非真如」（wúfēi zhēnrú）―「真如にあらざ
るはなし」（オプション1）、または「真如（究
極の現実）ではないものは何もない」（オプシ
ョン2）、または「すべては究極の現実に他なら
ない」（オプション3）です。「真如」（zhēnrú
）は「真如」、すなわち真のありのままの究極
の現実を指します。この強力な声明は、あらゆ

る場所、存在のあらゆる点がinherently この究極の現実の現れまたは表現であることを示しています。真如が存在しない場所はありません。

111行は、真如の同質性をさらに詳しく説明しています：「真如無異，無異真如。」「真如無異」（zhēnrú wúyì）は「真如は異ならず」（オプション1）または「真如にはinherent な区別や違いがない」（オプション2）、または「究極の現実に相違はない」（オプション3）を意味します。これは単なる非二元性を超えて、同質性を強調しています。真如は、そのすべての現れを通じて均一で一貫しており、内部的な変動や質的な区別はありません。ある場所で経験されようと、別の場所で経験されようと、あるいはある現象を通じて経験されようと、その本質は同じままです。反転されたフレーズ「無異真如」（wúyì zhēnrú）―「異ならざるは真如」（オプション1）、または「違いがないことこそが真如そのものである」（オプション2）、または「相違がないことこそが究極の現実である」（オプション3）―は、究極の現実内に内部的な区別が完全に欠如していることを強化しています。

クワトレンは112行で、真理の即時性と自己啓示に関する深遠な声明で締めくくられています：「不離當處，常自現前。」「不離當處」（bùlí dāngchù）は「まさに当処を離れず」（オプション1）、「個人の現在の場所や状況を離れない」（オプション2）、または「この場所を離れない

」（オプション3）を意味します。これは重要な教えです。究極の現実は、遠い天国や抽象的な領域にあるどこかにあるものではありません。それはinherently 存在し、個人の直接的な経験から分離できません。そして、それが常にここにあるため、それは「常自現前」（cháng zì xiànqián）—「常に自ら現前す」（オプション1）、または「常に自ら目の前に現れる」（オプション2）、または「常に自らを明らかにしている」（オプション3）です。それは、骨の折れる努力によって探したり、見つけたり、引き出したりする必要はありません。それはinherently 自己啓示的であり、常に存在し、直接アクセス可能です。ただ、心がそれを認識するのに十分なほど澄んでいれば、ですが。

要約すると、クワトレン28は、究極の現実のinherent な非二元性、遍在する存在、そして無差別の性質に関する強力で直接的な表現を提供します。それは、真の性質が一体性そのものであること、そして真如があらゆる場所にinherent な区別なく浸透していることを主張しています。このクワトレンの深遠な結論は、この真理をありのままに、今ここで、常に現れているものとして認識するよう促す招待であり、探求者に、解放からの距離や分離という幻想を超越するよう促しています。

Quatrain 28 The Omnipresent Now: Recognizing True Nature in Every Moment

Quatrain 28, encompassing lines 109-112 of this profound text, acts as a powerful declaration of the non-dual, undifferentiated, and universally present nature of ultimate reality. It builds upon previous themes of "True Nature" and "True Suchness," emphasizing that these aren't abstract concepts but the very essence of existence, accessible in every moment and every place. The quatrain culminates in a profound assertion of the immediacy of truth, which is always self-revealing and never separate from our present circumstances. The original Chinese characters, "真性不二， 不二真性。 一切處所， 無非真如。 真如無異， 無異真如。 不離當處， 常自現前," call the seeker to a direct realization of what is already here.

"True nature is non-dual; non-dual is true nature. In all places, nothing is not True Suchness. True Suchness is not different; not different is True Suchness. It doesn't leave this very spot, always manifests itself."

In-Depth Analysis and Interpretation

Quatrain 28 offers a compelling vision of reality as inherently unified, pervasive, and immediately accessible. It urges the practitioner to realize this truth in the present moment rather than seeking it elsewhere.

The opening lines, **"真性不二，不二真性。" (Line 109)**, immediately declare the fundamental **non-duality** of "True Nature." 真性 (zhēnxìng) refers to the ultimate, intrinsic essence of reality, as explored in the previous quatrain. This true nature is 不二 (bù'èr), meaning it is single, undivided, and free from all conceptual distinctions or oppositions. The inverted phrase, 不二真性 (bù'èr zhēnxìng), powerfully reinforces this point: non-duality is not merely an attribute of true nature but its very essence; they are inseparable. It's a reciprocal identity, emphasizing that the enlightened state *is* the realization of this inherent oneness.

Line 110 then emphasizes the boundless **pervasiveness** of ultimate reality: **"一切處所，無非真如。"** 一切處所 (yīqiè chùsuǒ) means "in all places" or "everywhere," signifying the boundless spatial presence of truth. The core assertion is 無非真如 (wúfēi zhēnrú): "nothing is not True Suchness." 真如 (zhēnrú) refers to "True Suchness," the ultimate reality as it truly is. This powerful statement indicates that every single location, every point in existence, is inherently a manifestation or expression of this ultimate reality. There is no place where True Suchness is absent; it completely permeates everything.

Line 111 further elaborates on the **homogeneous nature** of True Suchness: **"真如無異，無異真如。"** 真如無異 **(zhēnrú wúyì)** means "True Suchness is not different," or "True Suchness has no inherent distinctions or differences." This goes beyond mere non-duality to emphasize homogeneity; True Suchness is uniform and consistent throughout all its manifestations, without internal variations or qualitative distinctions. Whether experienced in one place or another, or through one phenomenon or another, its essence remains the same. The inverted phrase, 無異真如 **(wúyì zhēnrú)**, reinforces this complete lack of internal differentiation within ultimate reality. It's not just "not two," but "not different" in any way.

The quatrain culminates in line 112 with a profound statement of the **immediacy and self-revelation** of truth: **"不離當處，常自現前。"** 不離當處 **(bùlí dāngchù)** means "it doesn't depart from this very spot," or "it never leaves this very place." This is a vital teaching: ultimate reality isn't somewhere else—in a distant heaven, an abstract realm, or attainable only after death. It is inherently present, inseparable from one's immediate experience, here and now. And because it is always here, it 常自現前 **(cháng zì xiànqián)**—"always manifests itself," or "always spontaneously reveals itself." It doesn't need to be sought, found, or brought forth through arduous effort; it is inherently self-revealing, ever-present, and directly accessible, if only one's mind is clear enough to perceive it.

In summation, Quatrain 28 offers a powerful and direct articulation of the inherent non-duality, pervasive presence, and undifferentiated nature of ultimate reality. It asserts that True Nature is oneness itself, and that True Suchness permeates every single location without any inherent distinctions. The quatrain's profound conclusion is an invitation to recognize this truth as it is, here and now, always manifesting itself, urging the seeker to transcend the illusion of distance or separation from liberation.

Tagalog Translation

Quatrain 28: Ang Omnipresenteng Ngayon: Pagkilala sa Tunay na Kalikasan sa Bawat Sandali

Ang Quatrain 28, na sumasaklaw sa mga linya 109-112 ng malalim na tekstong ito, ay isang makapangyarihang deklarasyon ng **non-dual, hindi naiiba**, at **pandaigdigang naroroon** na kalikasan ng sukdulang realidad. Ito ay nakabatay sa mga nakaraang tema ng "Tunay na Kalikasan" at "Tunay na Gayon," na binibigyang-diin na ang mga ito ay hindi abstract na konsepto kundi ang mismong **esensya ng pag-iral**, na naa-access sa bawat sandali at bawat lugar. Nagtatapos ang quatrain sa isang malalim na pagpapatunay ng **pagiging kaagad ng katotohanan**, na laging nagpapakita ng sarili at hindi kailanman hiwalay sa ating kasalukuyang kalagayan. Ang orihinal na mga karakter ng Tsino, "真性不二，不二真性。一切處所，無非真如。真如無異，無異真如。不離當處，常自現前，" ay tumatawag sa naghahanap tungo sa isang direktang pagsasakatuparan ng kung ano ang **narito na**.

"Ang tunay na kalikasan ay non-dual; ang non-dual ay tunay na kalikasan. Sa lahat ng lugar, walang hindi Tunay na Gayon. Ang Tunay na Gayon ay hindi naiiba; ang hindi naiiba ay Tunay na Gayon. Hindi ito umaalis sa mismong lugar na ito, laging nagpapakita ng sarili."

Malalim na Pagsusuri at Interpretasyon

Nagtatanghal ang Quatrain 28 ng isang mapanghikayat na pananaw ng realidad bilang likas na **nagkakaisa**, **malaganap**, at **kaagad na naa-access**. Hinihikayat nito ang nagsasanay na matanto ang katotohanang ito sa kasalukuyang sandali sa halip na hanapin ito sa ibang lugar.

Ang pambungad na mga linya, "真性不二，不二真性。" (Linya 109), ay agad na nagdedeklara ng pundasyong **non-dualidad** ng "**Tunay na Kalikasan.**" Ang 真性 (zhēnxìng) ay tumutukoy sa sukdulang, intrinsikong esensya ng realidad, tulad ng sinaliksik sa nakaraang quatrain. Ang tunay na kalikasan na ito ay 不二 (bù'èr), ibig sabihin ito ay nag-iisa, hindi nahahati, at malaya mula sa lahat ng konseptuwal na pagkakaiba o pagsalungat. Ang binaligtad na parirala, 不二真性 (bù'èr zhēnxìng), ay makapangyarihang pinapatibay ang puntong ito: ang non-dualidad ay hindi lamang isang katangian ng tunay na kalikasan kundi ang mismong **esensya** nito; hindi sila mapaghihiwalay. Ito ay isang **resiprokal na pagkakakilanlan**, na binibigyang-diin na ang naliwanagan na estado ay ang pagsasakatuparan ng likas na pagkakaisang ito.

Ang Linya 110 ay nagbibigay-diin sa walang hanggang **pagkalat** ng sukdulang realidad: "一切處所，無非真如。" Ang 一切處所 (yīqiè chùsuǒ) ay nangangahulugang "sa lahat ng lugar" o "saanman," na nagpapahiwatig ng walang hanggang spatial na presensya ng katotohanan. Ang pangunahing pagpapatunay ay 無非真如 (wúfēi zhēnrú): "walang hindi Tunay na Gayon." Ang 真如 (zhēnrú) ay tumutukoy sa "Tunay na Gayon," ang sukdulang realidad kung ano ito. Ipinahihiwatig ng makapangyarihang pahayag na ito na ang bawat lokasyon, bawat punto sa pag-iral, ay likas na isang **manipestasyon** o ekspresyon ng sukdulang realidad na ito. Walang lugar kung saan wala ang Tunay na Gayon; ito ay ganap na **lumaganap sa lahat**.

Ang Linya 111 ay higit pang nagpapaliwanag sa **homogenous** na kalikasan ng Tunay na Gayon: "真如無異，無異真如。" Ang 真如無異 (zhēnrú wúyì) ay nangangahulugang "Ang Tunay na Gayon ay hindi naiiba," o "Ang Tunay na Gayon ay walang likas na pagkakaiba o pagkakaiba." Ito ay lumalampas sa simpleng non-dualidad upang bigyang-diin ang **homogeneity**; ang Tunay na Gayon ay pare-pareho at pare-pareho sa lahat ng manipestasyon nito, nang walang panloob na mga pagkakaiba-iba o kwalitatibong pagkakaiba. Kung naranasan man sa isang lugar o sa iba, o sa pamamagitan ng isang phenomena o iba, ang esensya nito ay nananatiling pareho. Ang binaligtad na parirala, 無異真如 (**wúyì zhēnrú**), ay pinapatibay ang kumpletong kawalan ng panloob na pagkakaiba sa loob ng sukdulang realidad. Hindi lang ito "hindi dalawa," kundi "hindi naiiba" sa anumang paraan.

Nagtatapos ang quatrain sa linya 112 na may isang malalim na pahayag ng **pagiging kaagad** at **pagpapakita ng sarili** ng katotohanan: "不離當處, 常自現前。" Ang 不離當處 (**bùlí dāngchù**) ay nangangahulugang "hindi ito umaalis sa mismong lugar na ito," o "hindi ito kailanman umaalis sa mismong lugar na ito." Ito ay isang mahalagang turo: ang sukdulang realidad ay hindi nasa ibang lugar—sa isang malayong langit, isang abstract na kaharian, o matatamo lamang pagkatapos ng kamatayan. Ito ay **likas na naroroon**, hindi mapaghihiwalay mula sa agarang karanasan ng isang tao, **dito at ngayon**. At dahil laging narito, ito ay 常自現前 (**cháng zì xiànqián**)—"laging nagpapakita ng sarili," o "laging kusang nagpapakita ng sarili." Hindi ito kailangang hanapin, matagpuan, o ilabas sa pamamagitan ng matinding pagsisikap; ito ay likas na **nagpapakita ng sarili**, **laging naroroon**, at **direktang naa-access**, kung ang isip lamang ng isang tao ay sapat na malinaw upang mapansin ito.

Sa kabuuan, nag-aalok ang Quatrain 28 ng isang makapangyarihan at direktang paglalahad ng likas na **non-dualidad**, **malaganap na presensya**, at **hindi naiiba** na kalikasan ng sukdulang realidad. Ipinaninindigan nito na ang Tunay na Kalikasan ay pagkakaisa mismo, at na ang Tunay na Gayon ay lumaganap sa bawat lokasyon nang walang anumang likas na pagkakaiba. Ang malalim na konklusyon ng quatrain ay isang imbitasyon na kilalanin ang katotohanang ito kung ano ito, dito at ngayon, laging nagpapakita ng sarili, na nag-uudyok sa naghahanap na lumampas sa ilusyon ng distansya o paghihiwalay mula sa kalayaan.

Japanese Translation

クワトレン28：遍在する現在：あらゆる瞬間に真の性質を認識する

この深遠なテキストの109-112行からなるクワトレン28は、究極の現実の**非二元性**、**無差別性**、そして**普遍的に存在する**性質を力強く宣言するものです。「真の性質」と「真如」という以前のテーマに基づいて構築されており、これらが抽象的な概念ではなく、あらゆる瞬間とあらゆる場所でアクセス可能な**存在そのものの本質**であることを強調しています。このクワトレンは

、真理の**即時性**を深く主張して締めくくられており、それは常に自己啓示的であり、私たちの現在の状況から決して分離していません。オリジナルの漢字「**真性不二，不二真性。一切處所，無非真如。真如無異，無異真如。不離當處，常自現前**」は、探求者にすでにここにあるものへの直接的な悟りを呼びかけます。

「真性は不二にして、不二真性。一切の処所、真如にあらざるはなし。真如は異ならず、異ならざるは真如。まさに当処を離れず、常に自ら現前す。」

詳細な分析と解釈

クワトレン28は、現実が**inherently 統一され、遍在し、即座にアクセス可能である**という説得力のあるビジョンを提供します。それは、実践者にそれを他の場所で探すのではなく、現在においてこの真理を悟るよう促しています。

冒頭の「**真性不二，不二真性。**」（109行）は、「真の性質」の根本的な**非二元性**を直ちに宣言しています。**真性 (zhēnxìng)** は、前述のクワトレンで探求されたように、現実の究極的で inherent な本質を指します。この真の性質は**不二 (bù'èr)** であり、それは単一で、分割されておらず、すべての概念的な区別や対立から自由であることを意味します。反転されたフレーズ**不二真性 (bù'èr zhēnxìng)** は、この点を力強く強化し

ています。非二元性は単に真の性質の属性では
なく、そのまさに**本質**です。それらは不可分で
す。それは**相互的な同一性**であり、悟りの状態
がこの固有の一体性の実現であることを強調し
ています。

110行は、次に究極の現実の無限の**遍在性**を強調
しています：「一切處所，無非真如。」一切處
所 (yīqiè chùsuǒ) は「一切の処所」または「どこ
でも」を意味し、真理の無限の空間的遍在を示
しています。核心的な主張は**無非真如 (wúfēi
zhēnrú)** です。「真如にあらざるはなし。」真如
(zhēnrú) は「真如」、すなわち真のありのまま
の究極の現実を指します。この強力な声明は、
あらゆる場所、存在のあらゆる点がinherentlyこ
の究極の現実の**現れ**または表現であることを示
しています。真如が存在しない場所はありませ
ん。それは**完全にすべてを遍満**しています。

111行は、真如の**同質性**をさらに詳しく説明して
います：「真如無異，無異真如。」真如無異
(zhēnrú wúyì) は「真如は異ならず」、または「
真如にはinherentな区別や違いがない」を意味し
ます。これは単なる非二元性を超えて、**同質性**
を強調しています。真如は、そのすべての現れ
を通じて均一で一貫しており、内部的な変動や
質的な区別はありません。ある場所で経験され
ようと、別の場所で経験されようと、あるいは
ある現象を通じて経験されようと、その本質は
同じままです。反転されたフレーズ**無異真如**

(wúyì zhēnrú) は、究極の現実内に内部的な区別が完全に欠如していることを強化しています。それは単に「二ではない」だけでなく、いかなる意味でも「異ならない」のです。

クワトレンは112行で、真理の**即時性**と**自己啓示**に関する深遠な声明で締めくくられています：「不離當處，常自現前。」不離當處 (bùlí dāngchù) は「まさに当処を離れず」、または「この場所を離れない」を意味します。これは重要な教えです。究極の現実は、遠い天国、抽象的な領域、あるいは死後にのみ達成できるどこかにあるものではありません。それは**inherently 存在**し、個人の直接的な経験から分離できません。**今、ここにあります。**そして、それが常にここにあるため、**常自現前 (cháng zì xiànqián)**—「常に自ら現前す」、または「常に自ら目の前に現れる」です。それは、骨の折れる努力によって探したり、見つけたり、引き出したりする必要はありません。それはinherently **自己啓示的**であり、**常に存在し、直接アクセス可能**です。ただ、心がそれを認識するのに十分なほど澄んでいれば、ですが。

要約すると、クワトレン28は、究極の現実の inherent な**非二元性**、**遍在する存在**、そして**無差別の性質**に関する強力で直接的な表現を提供します。それは、真の性質が一体性そのものであること、そして真如があらゆる場所にinherent な区別なく浸透していることを主張しています。

このクワトレンの深遠な結論は、この真理をありのままに、今ここで、常に現れているものとして認識するよう促す招待であり、探求者に、解放からの距離や分離という幻想を超越するよう促しています。

Quatrain 29 The Tathagata's Ever-Present Formlessness

Quatrain 29, encompassing lines 113-116 of this profound text, acts as a powerful synthesis of key insights presented throughout the work. It draws together themes of the immediacy of truth, the formless nature of ultimate reality, the path of effortless non-striving, and the paradoxical, omnipresent nature of the enlightened being. This quatrain underscores that the ultimate reality is not distant or abstract, but inherently manifest in every moment, and that the enlightened state is characterized by a profound freedom from conceptual fixation and conventional movement. The original Chinese characters, "現前之處，即是真如。 真如無相，無相無不相。 不作不修，是名如來。 如來無來，無去無不來," resonate with a profound and liberating truth.

"The place of present manifestation is precisely True Suchness. True Suchness is formless; formless is nothing not formless. Not acting, not cultivating, this is called the Tathagata. The Tathagata has no coming, no going, nothing not coming."

In-Depth Analysis and Interpretation

Quatrain 29 offers a holistic understanding of immediate realization, the ultimate nature of reality, and the essence of the enlightened being, elegantly weaving together concepts previously introduced.

The opening line, **"現前之處，即是真如。" (Line 113)**, emphasizes the **immanence and direct accessibility** of ultimate truth. 現前之處 **(xiànqián zhī chù)** means "the place of present manifestation" or "where reality presents itself," signifying the immediate, concrete reality of this very moment. This "place" 即是真如 **(jí shì zhēnrú)** – "is precisely True Suchness" (Option 1), "is none other than True Suchness (ultimate reality)" (Option 2), or "is ultimate truth" (Option 3). 真如 **(zhēnrú)**, or Tathata, is reality as it truly is. This powerful statement indicates that ultimate truth is not distant or abstract, but inherently manifest in every present moment, echoing insights from Quatrain 28 ("不離當處，常自現前").

Line 114 then delves into the **formless nature of this ultimate reality**: **"真如無相，無相無不相。"** 真如

無相 **(zhēnrú wúxiàng)** means "True Suchness is formless" (Option 1), or "This True Suchness is utterly without fixed form" (Option 2), or "Ultimate truth is formless" (Option 3). This reiterates a fundamental principle that ultimate reality transcends all fixed characteristics and appearances, consistent with phrases like "實相無相" from Quatrain 21 and "一相無相" from Quatrain 25. The second part, 無相 無不相 **(wúxiàng wú bùxiàng)** – "formless is nothing not formless" (Option 1), or "this profound formlessness encompasses absolutely everything, leaving nothing that is not formless" (Option 2), or "formless embraces all that is not form" (Option 3) – deepens the paradox. It means that this ultimate formlessness is not a void, but the very ground from which all forms arise and within which all forms exist. It is profoundly inclusive, encompassing all phenomena without being limited by any.

Line 115 provides a definition of the **Tathagata** (Enlightened One) through the lens of **non-striving**: "不作不修，是名如來。" 不作不修 **(bùzuò bùxiū)** means "Not acting, not cultivating" (Option 1), or "To neither deliberately 'do' nor deliberately 'cultivate' anything" (Option 2), or "Not striving, not perfecting" (Option 3). This principle of effortless non-doing is a recurring theme (e.g., Quatrain 17, 19, 23, 25). The text then declares that this state 是名如來 **(shì míng rúlái)** – "this is called the Tathagata" (Option 1), or "this is truly designated as the Tathagata (the Enlightened One)" (Option 2), or "this is the Buddha" (Option 3). This is a profound definition of the enlightened being, not based on external actions or accumulated merits, but on the inner realization of perfect spontaneity and freedom from contrivance. It implies an equivalence with Nirvana, as Quatrain 17 stated "不作不修，是名涅槃."

Finally, line 116 presents a deep paradox concerning the **Tathagata's presence and movement**: "如來無來，無去無不來。" 如來無來 (rúlái wúlái) means "The Tathagata has no coming" (Option 1), "The Tathagata has no inherent 'coming'" (Option 2), or "The Buddha does not arrive" (Option 3). This, combined with 無去 (wú qù) – "no going" (Option 1), or "no inherent 'going'" (Option 2), or "does not depart" (Option 3) – emphasizes that the enlightened being (or Buddha-nature) transcends conventional temporal and spatial movement. It is not an entity that physically comes or goes, echoing "無去無來" from Quatrain 26. However, the paradox is completed by 無不來 (wú bùlái) – "nothing not coming" (Option 1), or "yet there is nothing that does not 'come' as the Tathagata" (Option 2), or "yet there is no place the Buddha does not appear" (Option 3). This indicates that despite the absence of inherent coming or going, the Tathagata's presence is utterly pervasive and manifests universally. It is transcendent yet immanent, unmoving yet ever-present in all phenomena.

In summation, Quatrain 29 is a masterful integration of the text's core insights. It teaches that ultimate truth is found in the immediate, unconditioned present moment, is utterly formless yet encompasses all forms, and that the enlightened state is characterized by effortless non-striving. The quatrain culminates in the profound paradox of the Tathagata, who, having transcended all conventional movement, is paradoxically ever-present and manifests universally. This entire quatrain points to a liberation that is already complete, right here and now.

Tagalog Translation

Quatrain 29: Ang Laging Naroroon na Walang Porma ng Tathagata

Ang Quatrain 29, na sumasaklaw sa mga linya 113-116 ng malalim na tekstong ito, ay nagsisilbing isang makapangyarihang pagbubuo ng mga pangunahing pananaw na ipinakita sa buong akda. Pinagsasama nito ang mga tema ng **pagiging kaagad ng katotohanan**, ang **walang porma na kalikasan ng sukdulang realidad**, ang **landas ng walang pagsisikap na di-pagpupunyagi**, at ang paradoksikal, omnipresente na kalikasan ng naliwanagan na nilalang. Binibigyang-diin ng quatrain na ang sukdulang realidad ay hindi malayo o abstract, kundi likas na nagpapakita sa bawat sandali, at ang naliwanagan na estado ay nailalarawan sa pamamagitan ng isang malalim na kalayaan mula sa konseptuwal na pagkapit at kumbensyonal na paggalaw. Ang orihinal na mga karakter ng Tsino, "現前之處，即是真如。真如無相，無相無不相。不作不修，是名如來。如來無來，無去無不來,"

ay umaayon sa isang malalim at nagpapalaya na katotohanan.

"Ang lugar ng kasalukuyang pagpapakita ay ang Tunay na Gayon. Ang Tunay na Gayon ay walang porma; ang walang porma ay walang hindi walang porma. Hindi kumikilos, hindi nililinang, ito ay tinatawag na Tathagata. Ang Tathagata ay walang pagdating, walang pagpunta, walang hindi pagdating."

Malalim na Pagsusuri at Interpretasyon

Nagtatanghal ang Quatrain 29 ng isang holistikong pag-unawa sa agarang pagsasakatuparan, ang sukdulang kalikasan ng realidad, at ang esensya ng naliwanagan na nilalang, na elegantly pinagsasama ang mga konseptong naipakilala na.

Ang pambungad na linya, "現前之處，即是真如。" (Linya 113), ay binibigyang-diin ang immanence at direktang pagiging naa-access ng sukdulang katotohanan. Ang 現前之處 (**xiànqián zhī chù**) ay nangangahulugang "ang lugar ng kasalukuyang pagpapakita" o "kung saan nagpapakita ang realidad," na nagpapahiwatig ng agarang, kongkretong realidad ng mismong sandaling ito. Ang "lugar" na ito 即是真如 (**jí shì zhēnrú**) – "ay ang Tunay na Gayon" (Opsyon 1), "ay walang iba kundi ang Tunay na Gayon (sukdulang realidad)" (Opsyon 2), o "ay sukdulang katotohanan" (Opsyon 3). Ang 真如 (**zhēnrú**), o Tathata, ay realidad kung ano ito.

Ipinahihiwatig ng makapangyarihang pahayag na ito na ang sukdulang katotohanan ay hindi malayo o abstract, kundi likas na **nagpapakita sa bawat kasalukuyang sandali**, na umaayon sa mga pananaw mula sa Quatrain 28 ("不離當處，常自現前").

Ang Linya 114 ay dumudulo sa **walang porma na kalikasan** ng sukdulang realidad na ito: "真如無相，無相無不相。" Ang 真如無相 **(zhēnrú wúxiàng)** ay nangangahulugang "Ang Tunay na Gayon ay walang porma" (Opsyon 1), o "Ang Tunay na Gayon na ito ay ganap na walang nakapirming porma" (Opsyon 2), o "Ang sukdulang katotohanan ay walang porma" (Opsyon 3). Inuulit nito ang isang pundasyong prinsipyo na ang sukdulang realidad ay lumalampas sa lahat ng nakapirming katangian at anyo, na naaayon sa mga parirala tulad ng "實相無相" mula sa Quatrain 21 at "一相無相" mula sa Quatrain 25. Ang ikalawang bahagi, 無相無不相 **(wúxiàng wú bùxiàng)** – "ang walang porma ay walang hindi walang porma" (Opsyon 1), o "ang malalim na kawalan ng porma na ito ay ganap na sumasaklaw sa lahat, na walang iniiwan na hindi walang porma" (Opsyon 2), o "ang walang porma ay sumasaklaw sa lahat ng hindi porma" (Opsyon 3) – nagpapalalim sa paradoks. Nangangahulugan ito na ang sukdulang kawalan ng porma na ito ay hindi isang kawalan, kundi ang mismong batayan kung saan lumilitaw ang lahat ng porma at kung saan umiiral ang lahat ng porma. Ito ay malalim na **inklusive**, na sumasaklaw sa lahat ng phenomena nang hindi nililimitahan ng anumang bagay.

Nagbibigay ang Linya 115 ng isang depinisyon ng Tathagata (Naliwanagan) sa pamamagitan ng lente ng di-pagpupunyagi: "不作不修，是名如來。" Ang 不作不修 **(bùzuò bùxiū)** ay nangangahulugang "Hindi kumikilos, hindi nililinang" (Opsyon 1), o "Hindi sadyang 'gagawin' o sadyang 'lililinangin' ang anumang bagay" (Opsyon 2), o "Hindi nagpupunyagi, hindi nagpeperpekto" (Opsyon 3). Ang prinsipyong ito ng **walang pagsisikap na di-pagkilos** ay isang umuulit na tema (hal., Quatrain 17, 19, 23, 25). Idinedeklara ng teksto na ang estadong ito 是名如來 **(shì míng rúlái)** – "ito ay tinatawag na Tathagata" (Opsyon 1), o "ito ay tunay na itinatalaga bilang ang Tathagata (ang Naliwanagan)" (Opsyon 2), o "ito ang Buddha" (Opsyon 3). Ito ay isang malalim na depinisyon ng naliwanagan na nilalang, hindi batay sa panlabas na mga aksyon o naipon na mga merito, kundi sa panloob na pagsasakatuparan ng perpektong **spontaneity** at kalayaan mula sa paggawa. Ito ay nagpapahiwatig ng pagkakapantay-pantay sa Nirvana, tulad ng sinabi ng Quatrain 17 "不作不修，是名涅槃."

Sa wakas, nagtatanghal ang Linya 116 ng isang malalim na paradoks tungkol sa presensya at paggalaw ng Tathagata: "如來無來，無去無不來。" Ang 如來無來 **(rúlái wúlái)** ay nangangahulugang "Ang Tathagata ay walang pagdating" (Opsyon 1), "Ang Tathagata ay walang likas na 'pagdating'" (Opsyon 2), o "Ang Buddha ay hindi dumarating" (Opsyon 3). Ito, kasama ang 無去 **(wú qù)** – "walang pagpunta" (Opsyon 1), o "walang likas na 'pagpunta'"

(Opsyon 2), o "hindi umaalis" (Opsyon 3) –
binibigyang-diin na ang naliwanagan na nilalang (o
kalikasan ng Buddha) ay lumalampas sa
kumbensyonal na temporal at spatial na paggalaw.
Hindi ito isang entidad na pisikal na dumarating o
umaalis, na umaayon sa "無去無來" mula sa Quatrain
26. Gayunpaman, ang paradoks ay nakumpleto ng 無
不來 (wú bùlái) – "walang hindi pagdating" (Opsyon
1), o "ngunit walang hindi 'dumarating' bilang
Tathagata" (Opsyon 2), o "ngunit walang lugar na
hindi lumilitaw ang Buddha" (Opsyon 3).
Ipinahihiwatig nito na sa kabila ng kawalan ng likas
na pagdating o pagpunta, ang presensya ng Tathagata
ay ganap na **malaganap** at nagpapakita **sa lahat**. Ito
ay transendente ngunit immanente, hindi gumagalaw
ngunit laging naroroon sa lahat ng phenomena.

Sa kabuuan, ang Quatrain 29 ay isang kahanga-
hangang integrasyon ng mga pangunahing pananaw
ng teksto. Itinuturo nito na ang sukdulang
katotohanan ay matatagpuan sa agarang, walang
kundisyong kasalukuyang sandali, ay ganap na
walang porma ngunit sumasaklaw sa lahat ng porma,
at ang naliwanagan na estado ay nailalarawan sa
pamamagitan ng walang pagsisikap na di-
pagpupunyagi. Nagtatapos ang quatrain sa malalim na
paradoks ng Tathagata, na, matapos lumampas sa
lahat ng kumbensyonal na paggalaw, ay paradoksikal
na **laging naroroon** at **nagpapakita sa lahat**. Ang
buong quatrain na ito ay tumutukoy sa isang kalayaan
na **ganap na**, narito at ngayon.

クワトレン29：如来の遍在する無相

この深遠なテキストの113-116行からなるクワトレン29は、この著作全体で提示された主要な洞察の強力な統合として機能します。それは、**真理の即時性**、**究極の現実の無相性**、**努力しない無為の道**、そして**悟りを開いた存在の逆説的で遍在する性質**というテーマを結びつけます。このクワトレンは、究極の現実が遠く抽象的なものではなく、あらゆる瞬間にinherently 現れ、悟りの状態が概念的な固着と慣習的な動きからの深い自由によって特徴づけられることを強調しています。オリジナルの漢字「**現前之處，即是真如。真如無相，無相無不相。不作不修，是名如來。如來無來，無去無不來**」は、深遠で解放的な真理と共鳴します。

「現前の処、すなわち是れ真如。真如は無相にして、無相不相ならざるなし。作せず修せず、これを如来と名づく。如来は来なく、去なく、来らざるなし。」

詳細な分析と解釈

クワトレン29は、即時的な悟り、現実の究極的な性質、そして悟りを開いた存在の本質を包括的に理解し、以前に紹介された概念を**優雅に織り交ぜています**。

冒頭の「現前之處，即是真如。」（113行）は、究極の真理の内在性と直接的なアクセス可能性を強調しています。現前之處 (xiànqián zhī chù) は「現前の処」または「現実がそれ自体を提示する場所」を意味し、まさにこの瞬間の即時的で具体的な現実を示します。この「場所」即是真如 (jí shì zhēnrú) –「すなわち是れ真如」（オプション1）、「他ならぬ真如（究極の現実）である」（オプション2）、または「究極の真理である」（オプション3）です。真如 (zhēnrú)、またはタタータは、現実のありのままの姿です。この強力な声明は、究極の真理が遠く抽象的なものではなく、あらゆる瞬間にinherently 現れていることを示し、クワトレン28の洞察（「不離當處，常自現前」）と共鳴しています。

114行は、次にこの究極の現実の無相性を深く掘り下げています：「真如無相，無相無不相。」真如無相 (zhēnrú wúxiàng) は「真如は無相にして」（オプション1）、「この真如は全く固定された形を持たない」（オプション2）、または「究極の真理は無形である」（オプション3）を意味します。これは、究極の現実があらゆる固定された特性や外見を超越するという根本的な原則を繰り返しており、クワトレン21の「實相無相」やクワトレン25の「一相無相」のようなフレーズと一致しています。後半の無相無不相 (wúxiàng wú bùxiàng) –「無相不相ならざるなし」（オプション1）、「この深遠な無相は、全くすべてを包含し、無相ではないものを何も残さ

ない」（オプション2）、または「無相は形では
ないすべてを包含する」（オプション3）－は**逆
説を深めています**。これは、この究極の無相が
空虚ではなく、すべての形が生じ、すべての形
が存在するまさに**基盤**であることを意味します
。それは深く**包括的**であり、いかなる現象にも
限定されることなく、すべての現象を包含して
います。

115行は、**無為**という観点から如来（悟りを開い
た者）の定義を提供しています：「**不作不修，
是名如来。**」**不作不修 (bùzuò bùxiū)** は「作せず
修せず」（オプション1）、「意図的に何かを『
行う』ことも『修行する』こともない」（オプ
ション2）、または「努力せず、完成させず」（
オプション3）を意味します。この**努力しない無
為**の原則は、繰り返し現れるテーマです（例：
クワトレン17、19、23、25）。テキストは次に
、この状態が**是名如来 (shì míng rúlái)** －「これ
を如来と名づく」（オプション1）、「真に如来
（悟りを開いた者）と称される」（オプション2
）、または「これこそが仏である」（オプショ
ン3）と宣言しています。これは、悟りを開いた
存在の深遠な定義であり、外部の行動や積まれ
た功徳に基づいているのではなく、完全な**自発
性**と作為からの自由の内的な実現に基づいてい
ます。クワトレン17が「**不作不修，是名涅槃**」
と述べたように、涅槃との同等性を示唆してい
ます。

最後に、116行は如来の存在と動きに関する深い逆説を提示しています：「**如來無來，無去無不來。**」如來無來 (rúlái wúlái) は「如来は来なく」（オプション1）、「如来にはinherent な『来る』ことがない」（オプション2）、または「仏は到着しない」（オプション3）を意味します。これは、**無去 (wú qù)** – 「去なく」（オプション1）、「inherent な『去る』ことがない」（オプション2）、または「去らない」（オプション3）– と組み合わされて、悟りを開いた存在（または仏性）が慣習的な時間的・空間的な動きを超越していることを強調しています。それは物理的に来たり去ったりする実体ではなく、クワトレン26の「**無去無來**」と響き合っています。しかし、逆説は**無不來 (wú bùlái)** – 「来らざるなし」（オプション1）、「しかし、如来として『来ない』ものは何もない」（オプション2）、または「しかし、仏が現れない場所はない」（オプション3）– によって完成されます。これは、inherent な来たり去ったりがないにもかかわらず、如来の存在が完全に**遍在**し、**普遍的に現れる**ことを示しています。それは超越的でありながら内在的であり、動かないながらもあらゆる現象に常に存在しています。

要約すると、クワトレン29は、テキストの核心的な洞察の**見事な統合**です。それは、究極の真理が即時的で無条件な現在の瞬間に見出され、完全に無形でありながらすべての形を包含し、悟りの状態が努力しない無為によって特徴づけ

られることを教えています。このクワトレンは
、すべての慣習的な動きを超越した如来の深遠
な逆説で締めくくられています。如来は逆説的
に**常に存在し、普遍的に現れます**。このクワ
トレン全体は、**すでに完全である**、今ここにある
解放を指し示しています。

Quatrain 30 The Unconditioned Buddha: Equanimity and Liberation in the Non-Dual Realm

Quatrain 30, encompassing lines 117-120 of this profound text, serves as a powerful summation and culmination of many central themes presented throughout the work. It defines the "True Buddha" not as an entity, but as a state of liberation transcending conventional movement. It then delves into the paradoxical nature of this Buddha, asserting that the very 'absence of Buddha' is what allows for everything to be Buddha. The quatrain reiterates the ultimate reality's unconditioned qualities—beyond defilement and purity, increase and decrease—culminating in the assertion that this state of perfect balance is none other than Nirvana. The original Chinese characters, "無去無來, 是名真佛。 真佛無佛, 無佛無不佛。 不垢不淨, 不增不減。 是名平

等，是名涅槃," offer a profound insight into the ultimate realization.

"No going, no coming—this is called the True Buddha. The True Buddha has no Buddha; no Buddha is nothing not Buddha. Neither defiled nor pure, neither increasing nor decreasing. This is called equanimity; this is called Nirvana."

In-Depth Analysis and Interpretation

Quatrain 30 offers a final, comprehensive definition of enlightenment and the enlightened being, weaving together concepts of transcendence, paradox, unconditionality, and ultimate liberation.

The opening lines, **"無去無來，是名真佛。" (Line 117)**, define the **True Buddha** by a characteristic of ultimate reality: 無去無來 **(wú qù wú lái)** – "No going, no coming" (Option 1), or "When there is no inherent 'going' and no inherent 'coming'" (Option 2), or "Transcending arrival and departure" (Option 3). This principle, seen in Quatrains 26 and 29, signifies that ultimate reality and the enlightened being are beyond temporal and spatial limitations. They do not appear or disappear, arrive or depart, in any conventional sense. This state of non-movement is precisely 是名真佛 **(shì míng zhēnfó)** – "this is called the True Buddha" (Options 1 & 2), or "this is the authentic Buddha" (Option 3). The True Buddha is not an external deity or a fixed entity, but the realization of this unconditioned, ever-present reality.

Line 118 then presents a profound **paradox concerning the True Buddha**: "真佛無佛，無佛無不佛。" 真佛無佛 (zhēnfó wúfó) means "The True Buddha has no Buddha" (Option 1), or "This True Buddha is without a fixed 'Buddha-self'" (Option 2), or "The authentic Buddha is without a separate 'Buddha'" (Option 3). This is a crucial statement preventing any reification of the Buddha concept. True Buddhahood is not a separate entity, a solidified self, or a concept to be clung to. It is empty of inherent, fixed nature, much like "self-nature has no nature" (Quatrain 27) and "True Suchness is formless" (Quatrain 29). The paradox culminates with 無佛無不佛 (wúfó wú bùfó) – "no Buddha is nothing not Buddha" (Option 1), or "this very 'no-Buddha' leaves nothing that is not Buddha" (Option 2), or "without 'Buddha' means all is Buddha" (Option 3). This profound statement means that because the True Buddha is free from any fixed "Buddha-self," it is no longer limited. This very absence of a separate Buddha allows for *everything* to be Buddha. The entirety of phenomena, in their emptiness, are manifestations of this boundless, non-conceptual Buddhahood.

Line 119 reiterates core **unconditioned characteristics** of ultimate reality: "不垢不淨，不增不減。" These phrases have appeared identically in Quatrains 18 and 27, emphasizing their foundational importance. 不垢不淨 (bùgòu bùjìng) means "Neither defiled nor pure" (Option 1), or "It is neither stained nor pure" (Option 2), or "It is neither impure nor pure" (Option 3). Ultimate reality is beyond dualistic judgments of impurity or purity; these are conceptual distinctions that do not apply to its inherent, undefiled nature. Similarly, 不增不減 (bùzēng bùjiǎn) means "neither increasing nor decreasing" (Option 1), or "neither growing nor diminishing" (Option 2), or "neither adding nor subtracting" (Option 3). Ultimate reality is always whole, complete, and perfect as it is; it cannot be augmented or diminished by any external factors or efforts.

Finally, line 120 culminates by identifying this profound state: "是名平等，是名涅槃。" 是名平等 (shì míng píngděng) means "This is called equanimity" (Option 1), or "This state is called perfect equanimity" (Option 2), or "This is perfect balance" (Option 3). "平等" (píngděng) signifies equality, equanimity, or perfect balance. It refers to the non-dual realization where all phenomena are seen as fundamentally equal in their ultimate emptiness and unconditioned nature, transcending all conceptual hierarchies. And this state, ultimately, 是名涅槃 (shì míng nièpán) – "this is called Nirvana" (Option 1), or "this state is called Nirvana" (Option 2), or "this is liberation" (Option 3). Nirvana, the ultimate liberation, is thus defined not as a distant goal or a void, but as the direct experience of this perfect equanimity, the unconditioned, non-dual reality where all distinctions and limitations dissolve.

This links to "不作不修，是名涅槃" from Quatrain 17.

In summation, Quatrain 30 is a powerful and comprehensive articulation of the ultimate truth, defining the "True Buddha" as the transcendence of coming and going, an ungraspable presence that paradoxically encompasses all. It reinforces the unconditioned nature of reality—beyond purity/defilement and increase/decrease—and culminates by equating this state with perfect equanimity and Nirvana. This quatrain signifies the ultimate realization: a liberation found not in external seeking, but in the direct recognition of the boundless, non-dual, and inherently perfect nature of reality as it is.

Tagalog Translation

Quatrain 30: Ang Walang Kundisyong Buddha: Pagkakapantay-pantay at Kalayaan sa Non-Dual na Kaharian

Ang Quatrain 30, na sumasaklaw sa mga linya 117-120 ng malalim na tekstong ito, ay nagsisilbing isang makapangyarihang paglalagom at pagtatapos ng maraming sentral na tema na ipinakita sa buong akda. Binibigyang-kahulugan nito ang "Tunay na Buddha" hindi bilang isang entidad, kundi bilang isang **estado ng kalayaan** na lumalampas sa kumbensyonal na paggalaw. Pagkatapos ay dumudulo ito sa paradoksikal na kalikasan ng Buddhang ito, na pinaninindigan na ang mismong 'kawalan ng Buddha' ang nagpapahintulot para maging Buddha ang lahat. Inuulit ng quatrain ang walang kundisyong katangian ng sukdulang realidad—lampas sa dungis at kadalisayan, pagtaas at pagbaba—na nagtatapos sa pagpapatunay na ang estadong ito ng **perpektong balanse** ay walang iba kundi ang Nirvana. Ang orihinal na mga karakter ng Tsino, "無去無來，是名真佛。真佛無佛，無佛無不佛。不垢不淨，不增不減。是名平等，是名涅槃," ay nag-aalok ng isang malalim na pananaw sa sukdulang pagsasakatuparan.

"Walang pagpunta, walang pagdating—ito ay tinatawag na Tunay na Buddha. Ang Tunay na Buddha ay walang Buddha; walang Buddha ay walang hindi Buddha. Hindi marumi ni malinis, hindi tumataas ni bumababa. Ito ay tinatawag na pagkakapantay-pantay; ito ay tinatawag na Nirvana."

Malalim na Pagsusuri at Interpretasyon

Nagtatanghal ang Quatrain 30 ng isang huli, komprehensibong depinisyon ng kaliwanagan at ng naliwanagan na nilalang, na pinagsasama ang mga konsepto ng transendensya, paradoks, kawalang-kondisyon, at sukdulang kalayaan.

Ang pambungad na mga linya, "無去無來，是名真佛。" (Linya 117), ay nagbibigay-kahulugan sa Tunay na Buddha sa pamamagitan ng isang katangian ng sukdulang realidad: 無去無來 (**wú qù wú lái**) –

"**Walang pagpunta, walang pagdating**" (Opsyon 1), o "Kapag walang likas na 'pagpunta' at walang likas na 'pagdating'" (Opsyon 2), o "Lumalampas sa pagdating at pag-alis" (Opsyon 3). Ang prinsipyong ito, na makikita sa Quatrain 26 at 29, ay nagpapahiwatig na ang sukdulang realidad at ang naliwanagan na nilalang ay lampas sa temporal at spatial na mga limitasyon. Hindi sila lumilitaw o nawawala, dumarating o umaalis, sa anumang kumbensyonal na kahulugan. Ang estadong ito ng di-paggalaw ay tiyak na 是名真佛 (shì míng zhēnfó) – "**ito ay tinatawag na Tunay na Buddha**" (Opsyon 1 at 2), o "ito ang tunay na Buddha" (Opsyon 3). Ang Tunay na Buddha ay hindi isang panlabas na diyos o isang nakapirming entidad, kundi ang pagsasakatuparan ng walang kundisyon, laging naroroon na realidad na ito.

Ang Linya 118 ay nagtatanghal ng isang malalim na paradoks tungkol sa Tunay na Buddha: "真佛無佛，無佛無不佛。 " Ang 真佛無佛 (zhēnfó wúfó) ay nangangahulugang "**Ang Tunay na Buddha ay walang Buddha**" (Opsyon 1), o "Ang Tunay na Buddha na ito ay walang nakapirming 'sarili-ng-Buddha'" (Opsyon 2), o "Ang tunay na Buddha ay walang hiwalay na 'Buddha'" (Opsyon 3). Ito ay isang mahalagang pahayag na pumipigil sa anumang reification ng konsepto ng Buddha. Ang tunay na Buddhahood ay hindi isang hiwalay na entidad, isang nagiging-solido na sarili, o isang konsepto na dapat kapitan. Ito ay **walang laman ng likas, nakapirming kalikasan**, tulad ng "ang sariling-kalikasan ay walang kalikasan" (Quatrain 27) at "Ang Tunay na Gayon ay walang porma" (Quatrain 29). Nagtatapos ang paradoks sa 無佛無不佛 (wúfó wú bùfó) – "walang Buddha ay walang hindi Buddha" (Opsyon 1), o "ang mismong 'kawalan ng Buddha' na ito ay walang iniiwan na hindi Buddha" (Opsyon 2), o "walang 'Buddha' ay nangangahulugang lahat ay Buddha" (Opsyon 3). Ang malalim na pahayag na ito ay nangangahulugang dahil ang Tunay na Buddha ay malaya mula sa anumang nakapirming "sarili-ng-Buddha," hindi na ito limitado. Ang mismong kawalan ng hiwalay na Buddha na ito ang nagpapahintulot para maging Buddha ang lahat. Ang kabuuan ng phenomena, sa kanilang kawalan, ay mga manipestasyon ng walang hanggan, di-konseptuwal na Buddhahood na ito.

Inuulit ng Linya 119 ang mga pangunahing walang kundisyong katangian ng sukdulang realidad: "不垢不淨，不增不減。" Ang mga pariralang ito ay lumabas nang magkapareho sa Quatrain 18 at 27, na binibigyang-diin ang kanilang pundasyong kahalagahan. 不垢不淨 (bùgòu bùjìng) ay nangangahulugang "Hindi marumi ni malinis" (Opsyon 1), o "Hindi ito marumi ni malinis" (Opsyon 2), o "Hindi ito marumi ni dalisay" (Opsyon 3). Ang sukdulang realidad ay lampas sa dualistikong mga paghuhusga ng karumihan o kadalisayan; ang mga ito ay konseptuwal na mga pagkakaiba na hindi nalalapat sa likas, walang dungis na kalikasan nito. Katulad nito, ang 不增不減 (bùzēng bùjiǎn) ay nangangahulugang "hindi tumataas ni bumababa" (Opsyon 1), o "hindi lumalago ni bumababa" (Opsyon 2), o "hindi nagdaragdag ni nagbabawas" (Opsyon 3).

Ang sukdulang realidad ay laging buo, kumpleto, at perpekto kung ano ito; hindi ito maaaring dagdagan o bawasan ng anumang panlabas na mga salik o pagsisikap.

Sa wakas, nagtatapos ang Linya 120 sa pamamagitan ng pagtukoy sa malalim na estadong ito: "是名平等，是名涅槃。" Ang 是名平等 (shì míng píngděng) ay nangangahulugang "**Ito ay tinatawag na pagkakapantay-pantay**" (Opsyon 1), o "Ang estadong ito ay tinatawag na perpektong pagkakapantay-pantay" (Opsyon 2), o "Ito ay perpektong balanse" (Opsyon 3). Ang "平等" (píngděng) ay nagpapahiwatig ng pagkakapantay-pantay, pagkakapantay-pantay, o perpektong balanse. Tumutukoy ito sa non-dual na pagsasakatuparan kung saan ang lahat ng phenomena ay nakikita bilang pundasyong pantay sa kanilang sukdulang kawalan at walang kundisyong kalikasan, na lumalampas sa lahat ng konseptuwal na hierarchy. At ang estadong ito, sa huli, 是名涅槃 (shì míng nièpán) – "**ito ay tinatawag na Nirvana**" (Opsyon 1), o "ang estadong ito ay tinatawag na Nirvana" (Opsyon 2), o "ito ay kalayaan" (Opsyon 3). Ang Nirvana, ang sukdulang kalayaan, ay samakatuwid ay binibigyang-kahulugan hindi bilang isang malayong layunin o isang kawalan, kundi bilang ang direktang karanasan ng perpektong pagkakapantay-pantay na ito, ang walang kundisyon, non-dual na realidad kung saan natutunaw ang lahat ng pagkakaiba at limitasyon. Ito ay nagli-link sa "不作不修，是名涅槃" mula sa Quatrain 17.

Sa kabuuan, ang Quatrain 30 ay isang makapangyarihan at komprehensibong paglalahad ng sukdulang katotohanan, na nagbibigay-kahulugan sa "Tunay na Buddha" bilang ang transendensya ng pagdating at pagpunta, isang hindi mahawakang presensya na paradoksikal na sumasaklaw sa lahat. Pinapatibay nito ang walang kundisyong kalikasan ng realidad—lampas sa kadalisayan/karumihan at pagtaas/pagbaba—at nagtatapos sa pamamagitan ng pagtutumbas sa estadong ito sa perpektong pagkakapantay-pantay at Nirvana. Ang quatrain na ito ay nagpapahiwatig ng sukdulang pagsasakatuparan: isang kalayaan na matatagpuan hindi sa panlabas na paghahanap, kundi sa direktang pagkilala ng walang hanggan, non-dual, at likas na perpektong kalikasan ng realidad kung ano ito.

Japanese Translation

クワトレン30：無条件の仏：不二の領域における平静と解脱

この深遠なテキストの117-120行からなるクワトレン30は、この著作全体で提示された多くの中心テーマの強力な集約であり、集大成として機能します。それは「真の仏」をある実体としてではなく、慣習的な動きを超越した**解脱の状態**として定義しています。次に、この仏の逆説的な性質を深く掘り下げ、まさに「仏の不在」こそがすべてを仏たらしめるものであると主張し

ています。このクワトレンは、究極の現実の**無条件の性質**—汚染と純粋さ、増減を超越したもの—を繰り返し述べ、この完全なバランスの状態こそが涅槃であるという主張で締めくくられています。オリジナルの漢字「**無去無來，是名真佛。真佛無佛，無佛無不佛。不垢不淨，不增不減。是名平等，是名涅槃**」は、究極の悟りへの深遠な洞察を提供します。

「来なく去なく、これを真仏と名づく。真仏は仏なく、仏なきは仏ならざるなし。垢ならず浄ならず、増えず減らず。これを平等と名づく、これを涅槃と名づく。」

詳細な分析と解釈

クワトレン30は、悟りと悟りを開いた存在の最終的かつ包括的な定義を提供し、超越、逆説、無条件性、そして究極の解脱の概念を**巧みに織り交ぜています**。

冒頭の「**無去無來，是名真佛。**」（117行）は、究極の現実の特性によって真の仏を定義しています。**無去無來 (wú qù wú lái)** –「来なく去なく」（オプション1）、「inherent な『来』もなく、inherent な『去』もないとき」（オプション2）、または「到着と出発を超越する」（オプション3）です。クワトレン26と29で見られるこの原則は、究極の現実と悟りを開いた存在が時間的、空間的な制限を超えていることを示してい

ます。それらは、いかなる慣習的な意味においても、現れたり消えたり、来たり去ったりすることはありません。この無動きの状態こそが、まさに**是名真佛 (shì míng zhēnfó)** –「これを真仏と名づく」（オプション1、2）、または「これこそが真正の仏である」（オプション3）です。真の仏は外部の神や固定された実体ではなく、この無条件で常に存在する現実の**実現**です。

118行は、次に真の仏に関する深遠な逆説を提示しています：「**真佛無佛，無佛無不佛。**」真佛無佛 (zhēnfó wúfó) は「真仏は仏なく」（オプション1）、「この真の仏には固定された『仏としての自己』がない」（オプション2）、または「真正の仏には別個の『仏』がない」（オプション3）を意味します。これは、仏という概念のいかなる具象化も防ぐ重要な声明です。真の仏性は、別個の実体、固形化した自己、あるいは執着すべき概念ではありません。それはinherent な、固定された性質を**欠いて**おり、それは「自性無性」（クワトレン27）や「真如無相」（クワトレン29）と非常によく似ています。この逆説は**無佛無不佛 (wúfó wú bùfó)** –「仏なきは仏ならざるなし」（オプション1）、「このまさに『仏なし』は、仏でないものを何も残さない」（オプション2）、または「『仏』なしとは、すべてが仏であることを意味する」（オプション3）– で完結します。この深遠な声明は、真の仏がいかなる固定された「仏としての自己」からも自由であるため、もはや限定されないことを意

味します。この別個の仏の不在こそが、すべて
を仏たらしめるものです。現象の全体は、その
空性において、この無限で非概念的な仏性の**現
れ**です。

119行は、究極の現実の核心的な**無条件の特性**を
繰り返しています：「**不垢不淨，不增不減。**」
これらのフレーズは、クワトレン18と27に**全く
同じ形**で現れており、その基礎的な重要性を強
調しています。**不垢不淨 (bùgòu bùjìng)** は「**垢
ならず淨ならず**」（オプション1）、「それは汚
れることも清らかになることもない」（オプシ
ョン2）、または「それは不純でも純粋でもない
」（オプション3）を意味します。究極の現実は
、不純さや純粋さという二元的な判断を超越し
ています。これらは、そのinherent な、汚れない
性質には適用されない概念的な区別です。同様
に、**不增不減 (bùzēng bùjiǎn)** は「**増えず減らず
**」（オプション1）、「成長も減少もしない」（
オプション2）、または「加えも減らしもせず」
（オプション3）を意味します。究極の現実は常
に全体であり、完全であり、あるがままに完璧
です。いかなる外部の要因や努力によっても、
増大したり減少したりすることはありません。

最後に、120行はこの深遠な状態を識別すること
で完結しています：「**是名平等，是名涅槃。**」
是名平等 (shì míng píngděng) は「**これを平等と
名づく**」（オプション1）、「この状態は完全な
平静と呼ばれている」（オプション2）、または

「これが完全なバランスである」（オプション3）を意味します。「平等」（píngděng）は平等、平静、または完全なバランスを示します。それは、すべての現象がその究極的な空性と無条件の性質において根本的に平等であると見なされ、すべての概念的な階層を超越する非二元の実現を指します。そしてこの状態こそが、究極的には**是名涅槃 (shì míng nièpán)** – 「これを涅槃と名づく」（オプション1）、「この状態は涅槃と呼ばれている」（オプション2）、または「これが解脱である」（オプション3）です。したがって、究極の解脱である涅槃は、遠い目標や空虚としてではなく、この完全な平静の直接的な経験、すなわちすべての区別と制限が溶解する無条件で非二元の現実として定義されます。これは、クワトレン17の「**不作不修，是名涅槃**」と関連しています。

要約すると、クワトレン30は、究極の真理の強力で包括的な表現であり、「真の仏」を来たり去ったりすることの超越、逆説的にすべてを包含する捉えどころのない存在として定義しています。それは、現実の無条件の性質—純粋さ/汚染と増減を超越したもの—を強化し、この状態を完全な平静と涅槃と等しいものとして締めくくっています。このクワトレンは、究極の実現を示唆しています。それは外部の探求に見出されるものではなく、現実の無限で非二元的な、inherently 完璧な性質の直接的な認識に見出される解放です。

Quatrain 31 Nirvana's Namelessness and the Ineffable Way

Quatrain 31, encompassing lines 121-124 of this profound text, serves as a powerful testament to the ineffable nature of ultimate truth, specifically applying these insights to the concept of Nirvana. This quatrain strategically weaves together phrases from earlier sections (specifically, the latter half of Quatrain 21/13 and the first half of Quatrain 22/14), demonstrating the text's deliberate reiteration and synthesis of foundational principles. It underscores that Nirvana, as the pinnacle of liberation, transcends all linguistic labels and conceptual understanding, arising inherently with the Way itself. The original Chinese characters, "涅槃無名，名亦不名。 名者無實，是名實名。 與道俱起，非言所詮。 不可思議，言之所滯，" guide the seeker beyond words to direct experience.

"Nirvana has no name; the name also is not a name. That which names has no substance; this is called true naming. It arises with the Way, not explained by words; it's inconceivable, words only hinder."

In-Depth Analysis and Interpretation

Quatrain 31 powerfully re-emphasizes the ineffable nature of ultimate reality by applying previous philosophical statements directly to Nirvana, the state of perfect liberation. It highlights the profound limitations of language and conceptual thought in grasping this truth.

The first two lines, **"涅槃無名，名亦不名。 名者無實，是名實名。" (Lines 121-122)**, are almost identical to the second half of Quatrain 21 (Lines 83-84, which also appeared as part of Quatrain 13), with the crucial substitution of "Nirvana" for the more general "is named." This explicitly states that **Nirvana is without a fixed name** (涅槃無名, **nièpán wúmíng**). Just as ultimate reality itself (as stated in Quatrain 21) is beyond names, so too is the liberated state. This means that any label applied to Nirvana (like "peace," "cessation," "enlightenment") is provisional and cannot capture its true essence. The subsequent phrases, **"名亦不名" (míng yì bùmíng)** – "the name also is not a name" – and **"名者無實"** **(míngzhě wúshí)** – "That which names has no substance" – further deconstruct the function of naming. They emphasize that names are empty of inherent reality; they are mere conventions, not the thing itself. Therefore, **"是名實名" (shì míng shímíng)** – "this is called true naming" – implies that true naming acknowledges this inherent emptiness of labels, using them as pointers rather than fixed definitions. Applied to Nirvana, this means that to truly "name" Nirvana is to understand that any name given to it is ultimately empty and non-essential to its nature.

The latter two lines, **"與道俱起，非言所詮。 不可思議，言之所滯。 " (Lines 123-124)**, are a direct repetition of the first half of Quatrain 22 (Lines 85-86, also found in Quatrain 14). This powerful reiteration serves to emphasize the ineffability of Nirvana and its relationship with the Way (Tao). **"與道俱起" (yǔ dào jùqǐ)** means "It arises with the Way" or "It emerges in harmony with the Tao." This asserts that Nirvana is not something separate from the fundamental fabric of reality; it is an inherent, co-arising aspect of the Tao itself. It is not an external attainment but an inherent truth. Because it arises fundamentally with the Way, it is **"非言所詮" (fēi yán suǒ quán)** – "not explained by words" or "uncapturable by speech." This once again highlights the profound limitation of language in fully describing this ultimate state.

Furthermore, Nirvana is **"不可思議" (bùkě sīyì)** – "inconceivable" or "defies all thought." It transcends the realm of intellectual comprehension and conceptualization. The final phrase, **"言之所滯" (yán zhī suǒ zhì)** – "words only hinder" or "words only create stagnation"—serves as a strong warning. While words can be useful pointers, fixating on them or mistaking them for the truth itself can create conceptual "sticking points" that impede direct, unmediated experience of Nirvana. The repetition of these lines explicitly links Nirvana to that which is beyond speech and thought.

In summation, Quatrain 31 is a masterful demonstration of the text's core principles. By combining and re-contextualizing established phrases, it powerfully reiterates that Nirvana, as the ultimate liberation, is beyond all names and concepts. It is a state that co-arises with the fundamental Way, inherently elusive to conventional thought and language. This strategic repetition underscores the critical importance of moving beyond words and concepts to a direct, unconditioned realization of truth, which is the very essence of Nirvana.

Tagalog Translation

Quatrain 31: Ang Walang Pangalan ng Nirvana at ang Hindi Mailarawang Daan

Ang Quatrain 31, na sumasaklaw sa mga linya 121-124 ng malalim na tekstong ito, ay nagsisilbing isang makapangyarihang patunay sa **hindi mailarawang kalikasan** ng sukdulang katotohanan, partikular na inilalapat ang mga pananaw na ito sa konsepto ng Nirvana. Ang quatrain na ito ay estratehikong pinagsasama ang mga parirala mula sa naunang mga seksyon (partikular, ang huling kalahati ng Quatrain 21/13 at ang unang kalahati ng Quatrain 22/14), na nagpapakita ng sadyang pag-ulit at pagbubuo ng mga pundasyong prinsipyo ng teksto. Binibigyang-diin nito na ang Nirvana, bilang **rurok ng kalayaan**, ay lumalampas sa lahat ng lingguwistikong label at konseptuwal na pag-unawa, na likas na lumilitaw kasama ng mismong Daan. Ang orihinal na mga karakter ng Tsino, "涅槃無名，名亦不名。名者無實，是名實名。與道俱起，非言所詮。不可思議，言之所滯," ay gumagabay sa naghahanap lampas sa mga salita tungo sa direktang karanasan.

"Ang Nirvana ay walang pangalan; ang pangalan din ay hindi pangalan. Ang nagbibigay ng pangalan ay walang sustansya; ito ay tinatawag na tunay na pagpapapangalan. Ito ay bumabangon kasama ng Daan, hindi ipinaliliwanag ng mga salita; ito ay hindi maisip, ang mga salita ay nakahahadlang lamang."

Malalim na Pagsusuri at Interpretasyon

Makapangyarihang muling binibigyang-diin ng Quatrain 31 ang **hindi mailarawang kalikasan** ng sukdulang realidad sa pamamagitan ng direktang paglalapat ng mga naunang pilosopikal na pahayag sa Nirvana, ang estado ng perpektong kalayaan. Binibigyang-diin nito ang malalim na limitasyon ng wika at konseptuwal na pag-iisip sa pag-unawa sa katotohanang ito.

Ang unang dalawang linya, "涅槃無名，名亦不名。名者無實，是名實名。" (Mga Linya 121-122), ay halos magkapareho sa ikalawang kalahati ng Quatrain 21 (Mga Linya 83-84, na lumabas din bilang bahagi ng Quatrain 13), na may mahalagang pagpapalit ng

"Nirvana" para sa mas pangkalahatang "pinangalanan." Ito ay **malinaw na nagsasaad** na ang Nirvana ay walang nakapirming pangalan (涅槃無名, **nièpán wúmíng**). Kung paanong ang sukdulang realidad mismo (ayon sa Quatrain 21) ay lampas sa mga pangalan, gayundin ang naliwanagan na estado. Nangangahulugan ito na ang anumang label na inilalapat sa Nirvana (tulad ng "kapayapaan," "pagtigil," "kaliwanagan") ay **probisyonal** at hindi kayang makuha ang tunay nitong esensya. Ang mga sumusunod na parirala, "名亦不名" (míng yì bùmíng) – "ang pangalan din ay hindi pangalan" – at "名者無實" (míngzhě wúshí) – "Ang nagbibigay ng pangalan ay walang sustansya" – ay lalo pang **nagde-deconstruct** sa tungkulin ng pagpapangalan. Binibigyang-diin nila na ang mga pangalan ay **walang laman ng likas na realidad**; sila ay mga kumbensyon lamang, hindi ang mismong bagay. Samakatuwid, ang "是名實名" (shì míng shímíng) – "ito ay tinatawag na tunay na pagpapangalan" – ay nagpapahiwatig na ang **tunay na pagpapangalan** ay kinikilala ang likas na kawalan ng laman ng mga label, na ginagamit ang mga ito bilang mga pananda sa halip na nakapirming mga depinisyon. Kapag inilapat sa Nirvana, nangangahulugan ito na ang tunay na "pagpapangalan" sa Nirvana ay ang pag-unawa na ang anumang pangalan na ibinigay dito ay sa huli ay walang laman at hindi mahalaga sa kalikasan nito.

Ang huling dalawang linya, "與道俱起，非言所詮。不可思議，言之所滯。" (Mga Linya 123-124), ay isang direktang pag-uulit ng unang kalahati ng

Quatrain 22 (Mga Linya 85-86, matatagpuan din sa Quatrain 14). Ang makapangyarihang pag-uulit na ito ay nagsisilbing bigyang-diin ang **hindi mailarawan ng Nirvana** at ang kaugnayan nito sa Daan (Tao). Ang "與道俱起" (yǔ dào jùqǐ) ay nangangahulugang "Ito ay bumabangon kasama ng Daan" o "Ito ay lumilitaw nang naaayon sa Tao." Pinaninindigan nito na ang Nirvana ay hindi hiwalay sa pundasyong tela ng realidad; ito ay isang likas, kasamang lumilitaw na aspeto ng mismong Tao. Hindi ito isang panlabas na pagkamit kundi isang **likas na katotohanan**. Dahil ito ay bumabangon nang pundasyong kasama ng Daan, ito ay "非言所詮" (fei yán suǒ quán) – "hindi ipinaliliwanag ng mga salita" o "hindi kayang makuha ng pananalita." Ito ay muling nagbibigay-diin sa malalim na limitasyon ng wika sa ganap na paglalarawan ng sukdulang estado na ito.

Bukod pa rito, ang Nirvana ay "不可思議" (bùkě sīyì) – "hindi maisip" o "sumasalungat sa lahat ng pag-iisip." Lumalampas ito sa kaharian ng intelektuwal na pag-unawa at konseptuwalisasyon. Ang huling parirala, "言之所滯" (yán zhī suǒ zhì) – "ang mga salita ay nakahahadlang lamang" o "ang mga salita ay lumilikha lamang ng pagtigil"—ay nagsisilbing isang malakas na babala. Habang ang mga salita ay maaaring maging kapaki-pakinabang na mga pananda, ang pagkapit sa mga ito o ang pagkakamali sa mga ito bilang ang katotohanan mismo ay maaaring lumikha ng konseptuwal na "mga punto ng pagdikit" na humahadlang sa direkta, walang pagitan na karanasan ng Nirvana. Ang pag-uulit ng mga linyang ito ay **malinaw na nag-uugnay** sa Nirvana sa kung ano ang lampas sa pananalita at pag-iisip.

Sa kabuuan, ang Quatrain 31 ay isang kahanga-hangang pagpapakita ng mga pangunahing prinsipyo ng teksto. Sa pamamagitan ng pagsasama at muling pagbibigay-konteksto ng mga itinatag na parirala, makapangyarihan nitong inuulit na ang Nirvana, bilang ang sukdulang kalayaan, ay **lampas sa lahat ng pangalan at konsepto**. Ito ay isang estado na sabay na lumilitaw sa pundasyong Daan, likas na mailap sa kumbensyonal na pag-iisip at wika. Binibigyang-diin ng estratehikong pag-uulit na ito ang kritikal na kahalagahan ng paglampas sa mga salita at konsepto tungo sa isang direkta, walang kundisyon na pagsasakatuparan ng katotohanan, na siyang mismong esensya ng Nirvana.

Japanese Translation

クワトレン31：涅槃の無名と不可説の道

この深遠なテキストの121-124行からなるクワトレン31は、究極の真理の**不可説の性質**に対する強力な証しとして機能し、これらの洞察を特に涅槃の概念に適用しています。このクワトレンは、以前のセクション（具体的には、クワトレン21/13の後半とクワトレン22/14の前半）からのフレーズを戦略的に織り交ぜており、テキストの意図的な繰り返しと基礎的な原則の統合を示

しています。それは、解放の頂点としての涅槃が、すべての言語的ラベルと概念的な理解を超越し、道そのものとともにinherently 生じることを強調しています。オリジナルの漢字「**涅槃無名，名亦不名。名者無實，是名實名。與道俱起，非言所詮。不可思議，言之所滯**」は、探求者を言葉を超えて直接的な経験へと導きます。

「涅槃は名なく、名もまた名にあらず。名づくる者は実なく、これを実名と名づく。道とともに起り、言を以て詮せず。不可思議にして、言の滞る所。」

詳細な分析と解釈

クワトレン31は、以前の哲学的声明を完全な解脱の状態である涅槃に直接適用することにより、究極の現実の**不可説の性質**を強力に再強調しています。それは、この真理を把握する上での言語と概念的思考の深い限界を浮き彫りにしています。

最初の2行「**涅槃無名，名亦不名。名者無實，是名實名。**」（121-122行）は、クワトレン21の後半（83-84行、クワトレン13の一部としても出現）とほぼ同じであり、より一般的な「名づけられる」を「涅槃」に置き換えた点が重要です。これは、涅槃が固定された名前を持たない（**涅槃無名, nièpán wúmíng**）ことを**明確に述べています**。究極の現実そのもの（クワトレン21で述

べられているように）が名前を超越しているように、解放された状態も同様です。これは、涅槃に適用されるいかなるラベル（「平和」「停止」「悟り」など）も**暫定的なものであり**、その真の本質を捉えることはできないことを意味します。続くフレーズ「**名亦不名**」（míng yì bùmíng）―「名もまた名にあらず」―と「**名者無實**」（míngzhě wúshí）―「名づくる者は実なく」―は、命名の機能をさらに**脱構築しています**。それらは、名前がinherent な現実を**欠いていること**、単なる慣習であり、それ自体が物ではないことを強調しています。したがって、「**是名實名**」（shì míng shímíng）―「これを実名と名づく」―は、真の命名がラベルのこのinherent な空虚さを認識し、それらを固定された定義としてではなく、**指し示すものとして**使用することを意味します。涅槃に適用すると、これは涅槃を真に「名づける」とは、それに与えられたいかなる名前も究極的には空虚であり、その性質にとって本質的ではないことを理解することです。

後半の2行「**與道俱起，非言所詮。不可思議，言之所滯。**」（123-124行）は、クワトレン22の前半（85-86行、クワトレン14にも見られる）の直接的な繰り返しです。この強力な繰り返しは、涅槃の**不可説性**とその道（タオ）との関係を強調するために機能します。「**與道俱起**」（yǔ dào jùqǐ）は「道とともに起る」または「タオと調和して現れる」を意味します。これは、涅槃が現

実の根本的な構造から分離されたものではないことを主張しています。それは、タオそのもののinherent な、**ともに生じる側面**です。それは外部の達成ではなく、**inherent な真理**です。道とともに根本的に生じるため、それは「**非言所詮**」（fēi yán suǒ quán）—「言を以て詮せず」または「言葉では捉えられない」です。これは再び、この究極の状態を完全に記述する上での言語の深い限界を浮き彫りにしています。

さらに、涅槃は「**不可思議**」（bùkě sīyì）—「不可思議にして」または「すべての思考に反する」です。それは知的な理解と概念化の領域を超越しています。最後のフレーズ「**言之所滞**」（yán zhī suǒ zhì）—「言の滞る所」または「言葉は停滞を生むだけである」—は、強い警告として機能します。言葉は有用な指し示すものとなりえますが、それに固執したり、それ自体を真理と誤解したりすると、涅槃の直接的で媒介されていない経験を妨げる概念的な「滞り」を生み出す可能性があります。これらの行の繰り返しは、涅槃が言葉と思考を超越したものであることを**明確に結びつけています**。

要約すると、クワトレン31は、テキストの核心的な原則の**見事な実証**です。確立されたフレーズを結合し、再文脈化することで、解放の究極である涅槃が**すべての名前と概念を超越している**ことを強力に繰り返しています。それは、根本的な道とともに生じる状態であり、慣習的な

思考や言語にはinherently 捉えがたいものです。この戦略的な繰り返しは、言葉や概念を超えて、真理の直接的で無条件の実現へと進むことの**極めて重要な意味**を強調しており、それこそが涅槃の真髄なのです。

Quatrain 32 The Imperative of the Upright Mind: Effortless Wisdom vs. Self-Imposed Striving

Quatrain 32, encompassing lines 125-128 of this profound text, serves as a powerful and intentional reiteration of fundamental insights regarding the nature of the spiritual path and the essential disposition of the practitioner. **This quatrain is an exact duplicate of Quatrain 22 (Lines 85-88), which itself was an exact duplicate of Quatrain 14 (Lines 53-56).** This consistent and extensive use of repetition underscores the text's profound emphasis on the paramount importance of a "straight mind" as the direct route to understanding, contrasting it sharply with the futility and hindrance caused by a "crooked mind" and misdirected effort. The original Chinese characters, "直心是道，歪心不通。 與道相乖，勞形喪功。 既失玄元，勞神費功。 智者無為，愚人自縛," continue to guide the seeker toward genuine alignment and profound realization.

"The straight mind is the Way; the crooked mind does not pass through. When at odds with the Way, one toils in vain and loses merit. Having lost the profound origin, one exhausts the spirit and wastes effort. The wise act without contrivance; the foolish bind themselves."

In-Depth Analysis and Interpretation

Quatrain 32, through its precise repetition of Quatrain 22 (and Quatrain 14), profoundly reinforces two interconnected core teachings of the text: the critical importance of the practitioner's inner disposition and the inherent futility of striving when disconnected from the ultimate truth.

The opening lines, **"直心是道，歪心不通。" (Line 125)**, establish the essential condition for spiritual progress. 直心 **(zhíxīn)** refers to "the straight mind" (Option 1), "a 'straight mind' (sincere, unadulterated intent)" (Option 2), or "An upright heart-mind" (Option 3). This directness, sincerity, and lack of contrivance or prejudice is declared to 是道 **(shìdào)** – "is the Way" (Options 1 & 2), or "*is* the path" (Option 3). This is a direct identification: the path is not external; it is the quality of one's inner disposition. In stark contrast, 歪心 **(wāixīn)**, a "crooked mind" or "deviated mind," 不通 **(bùtōng)** – "does not pass through" (Option 1), "cannot achieve understanding" (Option 2), or "finds no passage" (Option 3). A mind that is insincere, deluded, or filled with biases cannot align with the directness of truth.

Line 126 continues to elaborate on the consequence of this misalignment: **"與道相乖，勞形喪功。"** 與道相乖 **(yǔ dào xiāngguāi)** means "When at odds with the Way" (Option 1), "When one acts contrary to the Way" (Option 2), or "When out of sync with the Way" (Option 3). This describes a state where one's inner disposition and actions are not aligned with the natural flow and truth of the Tao. The negative outcome is 勞形喪功 **(láoxíng sànggōng)**: "one toils in vain and loses merit" (Option 1), "one exhausts the body and loses all spiritual progress" (Option 2), or "one wastes effort and diminishes true accomplishment" (Option 3). This indicates that any efforts, no matter how strenuous, will be fruitless and even detrimental if the fundamental inner alignment (直心) is absent.

The final two lines, **"既失玄元，勞神費功。 智者無為，愚人自縛。"** **(Lines 127-128)**, which were also the opening lines of Quatrain 23 (and Quatrain 15), further solidify the argument about the futility of misdirected effort and the wisdom of effortlessness. 既失玄元 **(jì shī xuányuán)** means "Having lost the profound origin" or "If the subtle source is missed." When connection to the ultimate, mysterious source of truth is lost, the result is 勞神費功 **(láoshén fèigōng)** – "one exhausts the spirit and wastes effort" or "mental energy is wasted and effort squandered."

All striving becomes unproductive. This sets up the contrast: 智者無為 **(zhìzhě wúwéi)** – "The wise act without contrivance" or "The enlightened practice non-doing." The truly wise embody 無為 **(wúwéi)**, effortless non-action, acting spontaneously and in alignment with the Way. In stark contrast, 愚人自縛 **(yúrén zìfù)** – "the foolish bind themselves" or "the deluded tie themselves down." The ignorant person, through their conceptual clinging and strenuous efforts, creates their own suffering and limitations.

The powerful repetition of Quatrain 22 (and thus Quatrain 14) as Quatrain 32, and its inclusion of the first half of Quatrain 23 (and Quatrain 15), serves as a profound and persistent reminder. It underscores the text's consistent message that true spiritual progress depends on cultivating an upright, direct mind that aligns with the Way, recognizing that efforts divorced from this inherent wisdom are ultimately futile and self-binding. This reiteration aims to deeply ingrain these fundamental principles into the reader's understanding.

Tagalog Translation

Quatrain 32: Ang Utos ng Tuwid na Isip: Walang Pagsisikap na Karunungan Laban sa Pagsisikap na Ipinapataw sa Sarili

Ang Quatrain 32, na sumasaklaw sa mga linya 125-128 ng malalim na tekstong ito, ay nagsisilbing isang makapangyarihan at sadyang pag-uulit ng mga pangunahing pananaw tungkol sa kalikasan ng espiritwal na landas at ang mahahalagang disposisyon ng nagsasanay. Ang quatrain na ito ay isang eksaktong kopya ng Quatrain 22 (Mga Linya 85-88), na ito mismo ay eksaktong kopya ng Quatrain 14 (Mga Linya 53-56). Ang pare-pareho at malawak na paggamit ng pag-uulit na ito ay binibigyang-diin ang malalim na pagbibigay-diin ng teksto sa pinakamahalagang kahalagahan ng isang "tuwid na isip" bilang ang direktang ruta sa pag-unawa, na lubos na kinokontra ito sa kawalan ng saysay at sagabal na dulot ng isang "baluktot na isip" at maling pagdidirekta ng pagsisikap. Ang orihinal na mga karakter ng Tsino, "直心是道，歪心不通。與道相乖，勞形喪功。既失玄元，勞神費功。智者無為，愚人自縛," ay patuloy na gumagabay sa naghahanap tungo sa tunay na pagkakahanay at malalim na pagsasakatuparan.

"Ang tuwid na isip ay ang Daan; ang baluktot na isip ay hindi makaraan. Kapag salungat sa Daan, ang isa ay nagpapagal nang walang saysay at nawawalan ng merito. Nang mawala ang malalim na pinagmulan, ang isa ay nauubos ang espiritu at nasasayang ang pagsisikap. Ang marunong ay kumikilos nang walang pagpapanggap; ang hangal ay nagtatali sa kanilang sarili."

Malalim na Pagsusuri at Interpretasyon

Ang Quatrain 32, sa pamamagitan ng tumpak nitong pag-uulit ng Quatrain 22 (at Quatrain 14), ay lubos na pinapatibay ang dalawang magkakaugnay na pangunahing turo ng teksto: ang **kritikal na kahalagahan ng panloob na disposisyon** ng nagsasanay at ang likas na **kawalan ng saysay ng pagpupunyagi** kapag nawalan ng koneksyon sa sukdulang katotohanan.

Ang pambungad na mga linya, "直心是道，歪心不通。" (Linya 125), ay nagtatatag ng mahalagang kundisyon para sa espiritwal na pag-unlad. Ang 直心 **(zhíxīn)** ay tumutukoy sa **"ang tuwid na isip"** (Opsyon 1), "isang 'tuwid na isip' (taos-puso, walang halo na intensyon)" (Opsyon 2), o "Isang tuwid na puso-isip" (Opsyon 3). Ang direkta, taos-puso, at kawalan ng pagpapanggap o pagkiling na ito ay idinedeklara na 是道 **(shìdào)** – **"ay ang Daan"** (Opsyon 1 at 2), o "ay ang landas" (Opsyon 3). Ito ay isang direktang pagkakakilanlan: ang landas ay hindi panlabas; ito ay ang kalidad ng panloob na disposisyon ng isang tao. Sa matinding kaibahan, ang 歪心 **(wāixīn)**, isang **"baluktot na isip"** o "nalihis na isip," 不通 **(bùtōng)** – **"hindi makaraan"** (Opsyon 1), "hindi kayang makamit ang pag-unawa" (Opsyon

2), o "walang makitang daanan" (Opsyon 3). Ang isang isip na hindi taos-puso, nalilinlang, o puno ng mga pagkiling ay hindi makakahanay sa direkta ng katotohanan.

Ang Linya 126 ay patuloy na nagpapaliwanag sa kahihinatnan ng pagkakaiba ng pagkakahanay na ito: "與道相乖，勞形喪功。" Ang 與道相乖 **(yǔ dào xiāngguāi)** ay nangangahulugang "**Kapag salungat sa Daan**" (Opsyon 1), "Kapag ang isa ay kumikilos nang salungat sa Daan" (Opsyon 2), o "Kapag hindi naaayon sa Daan" (Opsyon 3). Inilalarawan nito ang isang estado kung saan ang panloob na disposisyon at mga aksyon ng isang tao ay hindi naaayon sa natural na daloy at katotohanan ng Tao. Ang negatibong resulta ay 勞形喪功 **(láoxíng sànggōng)**: "**ang isa ay nagpapagal nang walang saysay at nawawalan ng merito**" (Opsyon 1), "nauubos ang katawan at nawawalan ng lahat ng espiritwal na pag-unlad" (Opsyon 2), o "nagsasayang ng pagsisikap at nagpapababa ng tunay na tagumpay" (Opsyon 3). Ito ay nagpapahiwatig na ang anumang pagsisikap, gaano man kahirap, ay magiging walang bunga at maging nakakapinsala kung ang pundasyong panloob na pagkakahanay (直心) ay wala.

Ang huling dalawang linya, "既失玄元，勞神費功。智者無為，愚人自縛。" (Mga Linya 127-128), na siya ring pambungad na mga linya ng Quatrain 23 (at Quatrain 15), ay lalong pinapatibay ang argumento tungkol sa kawalan ng saysay ng maling pagdidirekta ng pagsisikap at ang karunungan ng pagiging walang pagsisikap. Ang 既失玄元 **(jì shī xuányuán)** ay nangangahulugang **"Nang mawala ang malalim na pinagmulan"** o "Kung nawawala ang banayad na pinagmulan." Kapag nawala ang koneksyon sa sukdulang, misteryosong pinagmulan ng katotohanan, ang resulta ay 勞神費功 **(láoshén fèigōng)** – **"nauubos ang espiritu at nasasayang ang pagsisikap"** o "nasasayang ang mental na enerhiya at nasasayang ang pagsisikap." Lahat ng pagpupunyagi ay nagiging hindi produktibo. Ito ay nagtatatag ng kaibahan: 智者無為 **(zhìzhě wúwúi)** – **"Ang marunong ay kumikilos nang walang pagpapanggap"** o "Ang naliwanagan ay nagsasanay ng di-pagkilos." Ang tunay na marunong ay nagtataglay ng 無為 **(wúwéi)**, walang pagsisikap na di-pagkilos, kumikilos nang kusang-loob at naaayon sa Daan. Sa matinding kaibahan, ang 愚人自縛 **(yúrén zìfù)** – **"ang hangal ay nagtatali sa kanilang sarili"** o "ang nalilinlang ay nagtatali sa kanilang sarili." Ang ignorante, sa pamamagitan ng kanilang konseptuwal na pagkapit at matinding pagsisikap, ay lumilikha ng sariling pagdurusa at mga limitasyon.

Ang makapangyarihang pag-uulit ng Quatrain 22 (at samakatuwid Quatrain 14) bilang Quatrain 32, at ang pagsasama nito ng unang kalahati ng Quatrain 23 (at Quatrain 15), ay nagsisilbing isang malalim at paulit-ulit na paalala. Binibigyang-diin nito ang pare-parehong mensahe ng teksto na ang tunay na espiritwal na pag-unlad ay nakasalalay sa paglinang ng isang **tuwid, direktang isip** na naaayon sa Daan, na kinikilala na ang mga pagsisikap na hiwalay sa likas na karunungan na ito ay sa huli ay walang saysay at nagtatali sa sarili. Ang pag-uulit na ito ay naglalayong lubos na ipaunawa ang mga pundasyong prinsipyo na ito sa pag-unawa ng mambabasa.

Japanese Translation

クワトレン32：まっすぐな心の要請：無為の智慧と自己が課す努力

この深遠なテキストの125-128行からなるクワトレン32は、精神的な道のりの性質と実践者の本質的な気質に関する根本的な洞察の強力かつ意図的な再表明として機能します。このクワトレンは、クワトレン22（85-88行）と全く同じであり、クワトレン22自体はクワトレン14（53-56行）と全く同じでした。この一貫した広範な繰り返しの使用は、理解への直接的な道としての「まっすぐな心」の**最優先の重要性**に対するテキストの深い強調を際立たせており、「曲がった心」と誤った方向への努力によって引き起こされる**無益さ**と**障害**とを鋭く対比させています。オリジナルの漢字「**直心是道，歪心不通。與道相乖，勞形喪功。既失玄元，勞神費功。智者無為，愚人自縛**」は、探求者を真の調和と深遠な悟りへと導き続けています。

「直心は道なり、歪心は通ぜず。道と相い乖くとき、形を労して功を喪う。すでに玄元を失い

、神を労して功を費やす。智者は無為にして、愚人は自ら縛る。」

詳細な分析と解釈

クワトレン32は、クワトレン22（およびクワトレン14）の正確な繰り返しを通じて、テキストの相互に関連する2つの核心的な教えを深く強化しています。それは、実践者の**内的な気質の決定的な重要性**と、究極の真理から切り離された場合の努力の**inherent な無益さ**です。

冒頭の「**直心是道，歪心不通。**」（125行）は、精神的な進歩のための本質的な条件を確立しています。**直心 (zhíxīn)** は「**まっすぐな心**」（オプション1）、「『まっすぐな心』（誠実で、純粋な意図）」（オプション2）、または「まっすぐな心身」（オプション3）を指します。この率直さ、誠実さ、そして作為や偏見の欠如が**是道 (shìdào)** –「**道なり**」（オプション1、2）、または「道である」（オプション3）と宣言されています。これは直接的な同一視です。道は外的なものではなく、**個人の内的な気質**の質です。対照的に、**歪心 (wāixīn)**、すなわち「曲がった心」または「偏った心」は**不通 (bùtōng)** –「**通ぜず**」（オプション1）、「理解を達成できない」（オプション2）、または「道を見つけられない」（オプション3）です。不誠実で、惑わされ、偏見に満ちた心は、真理の直接性と調和することができません。

126行は、この不調和の結果について詳しく述べています：「與道相乖，勞形喪功。」與道相乖 (yǔ dào xiāngguāi) は「道と相い乖くとき」（オプション1）、「道に反して行動するとき」（オプション2）、または「道と同期していないとき」（オプション3）を意味します。これは、個人の内的な気質と行動が、タオの自然な流れと真理と調和していない状態を記述しています。その負の結果は勞形喪功 (láoxíng sànggōng) です。「形を労して功を喪う」（オプション1）、「体を疲弊させ、すべての精神的な進歩を失う」（オプション2）、または「努力を無駄にし、真の達成を損なう」（オプション3）です。これは、たとえどれほど骨の折れる努力であっても、根本的な内的な調和（直心）がなければ、無駄であり、害にさえなりうることを示しています。

最後の2行「既失玄元，勞神費功。智者無為，愚人自縛。」（127-128行）は、クワトレン23（およびクワトレン15）の冒頭の行でもあったもので、誤った方向への努力の無益さと、無為の智慧に関する議論をさらに固めています。既失玄元 (jì shī xuányuán) は「すでに玄元を失い」または「微細な源を見失うと」を意味します。真理の究極的で神秘的な源との繋がりが失われると、その結果は勞神費功 (láoshén fèigōng) – 「神を労して功を費やす」または「精神的なエネルギーが無駄になり、努力が浪費される」です。すべての努力は非生産的になります。これは対比を設けます。智者無為 (zhìzhě wúwéi) – 「智者

は**無為にして**」または「悟りを開いた者は無為を実践する」です。真に賢い者は**無為 (wúwéi)**、すなわち努力しない無為を体現し、自発的に道と調和して行動します。対照的に、**愚人自縛 (yúrén zìfù)** –「**愚人は自ら縛る**」または「惑わされた者は自らを縛り付ける」です。無知な者は、その概念的な執着と骨の折れる努力によって、自らの苦しみと制限を生み出します。

クワトレン22（したがってクワトレン14）がクワトレン32として力強く繰り返され、クワトレン23（およびクワトレン15）の前半がそれに含まれていることは、深遠で**永続的なリマインダー**として機能します。それは、真の精神的な進歩が、道と調和するまっすぐで直接的な心を育むことにかかっているというテキストの一貫したメッセージを強調しており、このinherentな智慧から切り離された努力は究極的に無益であり、自己を縛るものであると認識しています。この繰り返しは、これらの根本的な原則を読者の理解に深く**根付かせよう**としています。

Quatrain 33 The Peril of Clinging and the Rest of the Mind

Quatrain 33, encompassing lines 129-132 of this profound text, serves as a powerful and direct synthesis of crucial teachings from earlier sections. It systematically reiterates the perils of conceptual clinging and the liberating realization that arises when the mind ceases its striving. This quatrain is a direct combination of two distinct, previously repeated halves: the latter half of **Quatrain 23 (Lines 91-92, also Quatrain 15, Lines 59-60)** and the first half of **Quatrain 24 (Lines 93-94, also Quatrain 16, Lines 61-62)**. This deliberate layering of core principles emphasizes the profound importance of non-attachment to concepts and the inherent non-duality of reality. The original Chinese characters, "法無異法，妄自愛執。用心若歇，法無處法。心法無異，妄自愛執。但取一法，是失法意," offer a concise yet deep insight into the nature of true understanding.

"Dharma has no differing Dharmas; delusion makes one cling. If the mind's activity ceases, Dharma has no place. Mind and phenomena are not separate; delusion makes one cling. To grasp just one Dharma is to lose the Dharma's true meaning."

In-Depth Analysis and Interpretation

Quatrain 33 acts as a potent distillation of critical teachings, directly addressing the pitfalls of conceptualization and the liberating truth revealed when such mental activity is quieted. It masterfully interweaves two fundamental principles: the non-duality of Dharma and the non-duality of mind and phenomena.

The first two lines, "法無異法，妄自愛執。 用心若歇，法無處法。 " (Lines 129-130), are a direct re-presentation of lines from Quatrain 23 (and Quatrain 15), emphasizing the nature of Dharma itself. 法無異法 (fǎ wú yìfǎ) means "Dharma has no differing Dharmas" or "Reality has no inherent differences." This fundamental principle asserts that ultimate truth is not fragmented into separate, inherently distinct 'Dharmas' or phenomena. All apparent distinctions are conceptual overlays. The reason for these perceived differences is identified as 妄自愛執 (wàng zì àizhí) – "delusion makes one cling" or "it's delusion that creates attachment." Our own deluded preferences and conceptual grasping create the illusion of separation and lead to suffering. The profound consequence of releasing this grip is then stated: 用心若歇 (yòngxīn ruòxiē) – "If the mind's activity ceases" or "When the heart-mind's exertion comes to rest"—then 法無處法 (fǎ wú chùfǎ) – "Dharma has no place" or "truth is everywhere and nowhere fixed." This does not mean Dharma disappears, but that it ceases to be an object to be sought, grasped, or located. When the conceptual mind rests, Dharma is revealed as pervasive and ungraspable, not a distinct entity.

The subsequent two lines, "心法無異，妄自愛執。但取一法，是失法意。" (Lines 131-132), are a direct re-presentation of lines from Quatrain 24 (and Quatrain 16), shifting the focus to the **non-duality of mind and phenomena**. 心法無異 (xīnfǎ wúyì) means "Mind and phenomena are not separate" or "Heart-mind and reality are indivisible." This is a core non-dual teaching: the perceiving mind and the perceived world are fundamentally of the same essence, not two distinct entities. Again, the text reiterates 妄自愛執 (wàng zì àizhí) as the source of affliction, emphasizing that it is through deluded preferences that one creates attachment and thus perceives separation. The quatrain then delivers a crucial warning against any form of conceptual reification, even of seemingly profound spiritual principles: 但取一法 (dàn qǔ yīfǎ) – "To grasp just one Dharma" or "To cling to any single aspect." This warns against fixation on *any* single idea, even a supposedly 'true' one. The consequence is 是失法意 (shì shī fǎ yì) – "is to lose the Dharma's true meaning" or "is to miss the Dharma's harmony." True understanding transcends all specific concepts or formulations; to fixate on one aspect is to miss the holistic, non-dual essence that embraces all.

In summation, Quatrain 33 is a powerful and condensed teaching on the nature of reality and the path to liberation. By combining these deeply resonant, previously iterated phrases, the text powerfully reinforces its central message: suffering arises from the deluded mind's tendency to create distinctions and cling to concepts, whether in the realm of external phenomena or internal mental constructs. True understanding and liberation are found in the cessation of this mental striving, revealing a reality where Dharma is everywhere and nowhere fixed, and where mind and phenomena are recognized as fundamentally one. This quatrain urges the practitioner to let go of all attachments, even to 'Dharma' itself, to realize the boundless, unconditioned truth.

Tagalog Translation

Quatrain 33: Ang Panganib ng Pagkapit at ang Pahinga ng Isip

Ang Quatrain 33, na sumasaklaw sa mga linya 129-132 ng malalim na tekstong ito, ay nagsisilbing isang makapangyarihan at direktang pagbubuo ng mahahalagang turo mula sa naunang mga seksyon. Sistematiko nitong inuulit ang mga **panganib ng konseptuwal na pagkapit** at ang **nagpapalaya na pagsasakatuparan** na lumilitaw kapag tumitigil ang isip sa pagpupunyagi nito. Ang quatrain na ito ay isang direktang kombinasyon ng dalawang magkahiwalay, naunang inulit na kalahati: ang huling kalahati ng Quatrain 23 (Mga Linya 91-92, din Quatrain 15, Mga Linya 59-60) at ang unang kalahati ng Quatrain 24 (Mga Linya 93-94, din Quatrain 16, Mga Linya 61-62). Ang sadyang paglalatag na ito ng mga pangunahing prinsipyo ay binibigyang-diin ang malalim na kahalagahan ng **di-pagkapit sa mga**

konsepto at ang likas na **non-dualidad ng realidad**. Ang orihinal na mga karakter ng Tsino, "法無異法，妄自愛執。用心若歇，法無處法。心法無異，妄自愛執。但取一法，是失法意," ay nag-aalok ng isang maikli ngunit malalim na pananaw sa kalikasan ng tunay na pag-unawa.

"Ang Dharma ay walang magkakaibang Dharma; ang delusyon ang nagpapapit. Kung ang gawain ng isip ay tumigil, ang Dharma ay walang lugar. Ang isip at phenomena ay hindi magkahiwalay; ang delusyon ang nagpapapit. Ang humawak lamang sa isang Dharma ay mawawala ang tunay na kahulugan ng Dharma."

Malalim na Pagsusuri at Interpretasyon

Ang Quatrain 33 ay nagsisilbing isang malakas na paglilinis ng mga kritikal na turo, na direktang tinatalakay ang mga **bitag ng konseptwalisasyon** at ang **nagpapalaya na katotohanan** na inilalabas kapag ang ganitong aktibidad ng isip ay pinatahimik. Ito ay dalubhasa na pinagsasama ang dalawang pangunahing prinsipyo: ang non-dualidad ng Dharma at ang non-dualidad ng isip at phenomena.

Ang unang dalawang linya, "法無異法，妄自愛執。用心若歇，法無處法。" (Mga Linya 129-130), ay isang direktang muling paglalahad ng mga linya mula sa Quatrain 23 (at Quatrain 15), na binibigyang-diin ang kalikasan ng mismong Dharma. Ang 法無異法 **(fǎ wú yìfǎ)** ay nangangahulugang "**Ang Dharma ay walang magkakaibang Dharma**" o "Ang realidad ay walang likas na pagkakaiba." Ang pundasyong prinsipyong ito ay nagsasaad na ang sukdulang katotohanan ay hindi nahahati sa magkahiwalay, likas na magkakaibang 'Dharma' o phenomena. Ang lahat ng maliwanag na pagkakaiba ay mga konseptuwal na sapin. Ang dahilan ng mga nakikitang pagkakaiba na ito ay kinikilala bilang 妄自愛執 (wàng zì àizhí) – "**ang delusyon ang nagpapapit**" o "ito ay delusyon na lumilikha ng pagkapit." Ang sarili nating mga nalilinlang na kagustuhan at konseptuwal na paghawak ay lumilikha ng ilusyon ng paghihiwalay at nagdudulot ng pagdurusa. Ang malalim na kahihinatnan ng pagpapakawala sa paghawak na ito ay pagkatapos ay sinabi: 用心若歇 (yòngxīn ruòxiē) – "**Kung ang gawain ng isip ay tumigil**" o "Kapag ang pagpupunyagi ng puso-isip ay huminto"—kung gayon 法無處法 (fǎ wú chùfǎ) – "**ang Dharma ay walang lugar**" o "ang katotohanan ay nasa lahat ng dako at walang tiyak na lugar." Hindi ito nangangahulugan na nawawala ang Dharma, kundi tumitigil ito na maging isang bagay na hinahanap, hinahawakan, o matatagpuan. Kapag nagpapahinga ang konseptuwal na isip, ang Dharma ay nahayag bilang malaganap at hindi mahawakan, hindi isang natatanging entidad.

Ang sumunod na dalawang linya, "心法無異，妄自愛執。但取一法，是失法意。" (Mga Linya 131-132), ay isang direktang muling paglalahad ng mga linya mula sa Quatrain 24 (at Quatrain 16), na inililipat ang pokus sa non-dualidad ng isip at phenomena. Ang 心法無異 (xīnfǎ wúyì) ay nangangahulugang "**Ang isip at phenomena ay**

hindi magkahiwalay" o "Ang puso-isip at realidad ay hindi mahahati." Ito ay isang pangunahing non-dual na turo: ang nakakakita na isip at ang nakikitang mundo ay sa pundamental ay iisang esensya, hindi dalawang magkahiwalay na entidad. Muli, inuulit ng teksto ang 妄自愛執 (wàng zì àizhí) bilang pinagmulan ng pagdurusa, na binibigyang-diin na sa pamamagitan ng mga nalilinlang na kagustuhan na lumilikha ang isa ng pagkapit at samakatuwid ay nakikita ang paghihiwalay. Ang quatrain ay naghahatid ng isang mahalagang babala laban sa anumang uri ng konseptuwal na reification, kahit na ng tila malalim na espiritwal na prinsipyo: 但取一法 (dàn qǔ yīfǎ) – "**Ang humawak lamang sa isang Dharma**" o "Ang kumapit sa anumang iisang aspeto." Ito ay nagbabala laban sa pagkapit sa anumang iisang ideya, kahit na isang diumano'y 'tunay' na ideya. Ang kahihinatnan ay 是失法意 (shì shī fǎ yì) – "**mawawala ang tunay na kahulugan ng Dharma**" o "makaligtaan ang pagkakaisa ng Dharma." Ang tunay na pag-unawa ay lumalampas sa lahat ng partikular na konsepto o formulasyon; ang pagkapit sa isang aspeto ay ang makaligtaan ang holistikong, non-dual na esensya na sumasaklaw sa lahat.

Sa kabuuan, ang Quatrain 33 ay isang makapangyarihan at siksik na turo sa kalikasan ng realidad at ang landas tungo sa kalayaan. Sa pamamagitan ng pagsasama ng mga malalim na umaalingawngaw, naunang inulit na mga parirala, makapangyarihang pinapatibay ng teksto ang sentral nitong mensahe: ang pagdurusa ay nagmumula sa pagkahilig ng nalilinlang na isip na lumikha ng mga pagkakaiba at kumapit sa mga konsepto, maging sa kaharian ng panlabas na phenomena o panloob na mental na konstruksyon. Ang tunay na pag-unawa at kalayaan ay matatagpuan sa **pagtigil ng pagpupunyagi ng isip**, na naglalabas ng isang realidad kung saan ang Dharma ay nasa lahat ng dako at walang tiyak na lugar, at kung saan ang isip at phenomena ay kinikilala bilang pundamental na isa. Hinihikayat ng quatrain na ito ang nagsasanay na pakawalan ang lahat ng pagkapit, maging sa 'Dharma' mismo, upang maisakatuparan ang walang hanggan, walang kundisyon na katotohanan.

Japanese Translation

クワトレン33：執着の危険と心の安息

この深遠なテキストの129-132行からなるクワトレン33は、以前のセクションからの重要な教えを**力強く直接的に統合**するものです。それは、概念的な執着の危険と、心がその努力を止めたときに生じる**解放的な悟り**を系統的に繰り返しています。このクワトレンは、以前に繰り返された2つの異なる半分の直接的な組み合わせです。すなわち、クワトレン23の後半（91-92行、クワトレン15の59-60行も同様）とクワトレン24の前半（93-94行、クワトレン16の61-62行も同様）です。この意図的な核心原則の重ね合わせは、概念への**無執着**と現実の**inherent**な不二性の深

い重要性を強調しています。オリジナルの漢字
「**法無異法，妄自愛執。用心若歇，法無處法。
心法無異，妄自愛執。但取一法，是失法意**」は
、真の理解の性質に対する簡潔かつ深い洞察を
提供します。

「法に異なる法なく、妄りにおのずから愛執す
。心を用いること若し歇むれば、法に処法なし
。心法に異なく、妄りにおのずから愛執す。但
だ一法を取れば、是れ法意を失う。」

詳細な分析と解釈

クワトレン33は、重要な教えを強力に凝縮した
もので、概念化の落とし穴と、そのような精神
活動が静まるときに現れる**解放的な真理**に直接
対処しています。それは、2つの基本的な原則、
すなわち**法の不二性**と**心と現象の不二性**を巧み
に織り交ぜています。

最初の2行「**法無異法，妄自愛執。用心若歇，法
無處法。**」（129-130行）は、クワトレン23（お
よびクワトレン15）からの行の直接的な再提示
であり、法そのものの性質を強調しています。
法無異法 (fǎ wú yìfǎ) は「**法に異なる法なく**」ま
たは「**現実にinherent な違いはない**」を意味しま
す。この根本的な原則は、究極の真理が、別個
でinherently 異なる「法」や現象に分断されてい
ないことを主張しています。すべての見かけ上
の区別は、概念的な上書きです。これらの認識

された違いの原因は、**妄自愛執 (wàng zì àizhí)** –「**妄りにおのずから愛執す**」または「執着を生み出すのは妄想である」と識別されています。私たち自身の迷った好みと概念的な把握が分離の幻想を生み出し、苦しみへと導きます。この執着を手放すことの深遠な結果が次に述べられています。**用心若歇 (yòngxīn ruòxiē)** –「**心を用いること若し歇むれば**」または「心身の努力が止むとき」—そのとき**法無處法 (fǎ wú chùfǎ)** –「**法に処法なし**」または「真理はどこにでもあり、どこにも固定されていない」です。これは法が消滅するという意味ではなく、探求され、把握され、場所を特定される対象ではなくなるという意味です。概念的な心が休止すると、法は遍在し、捉えがたいものとして、別個の実体ではなく、現れてくるのです。

続く2行「**心法無異，妄自愛執。但取一法，是失法意。**」（131-132行）は、クワトレン24（およびクワトレン16）からの行の直接的な再提示であり、焦点を心と現象の不二性に移しています。**心法無異 (xīnfǎ wúyì)** は「**心法に異なく**」または「心身と現実は不可分である」を意味します。これは核心的な不二の教えです。認識する心と認識される世界は、根本的に同じ本質であり、2つの異なる実体ではありません。ここでもテキストは、**妄自愛執 (wàng zì àizhí)** を苦悩の原因として繰り返し述べ、迷った好みを介して執着を生み出し、それによって分離を認識することを強調しています。クワトレンは次に、たと

え一見深遠な精神的な原則であっても、あらゆる形式の概念的な**実体化に対する重要な警告を**発しています。**但取一法 (dàn qǔ yīfǎ)** – 「但だ**一法を取れば**」または「いかなる単一の側面にも執着すること」です。これは、たとえ「真実」とされるものであっても、いかなる単一の考えにも固執することに警告を発しています。その結果は**是失法意 (shì shī fǎ yì)** – 「**法意を失う**」または「法の調和を見失う」です。真の理解は、すべての特定の概念や定式化を超越します。ある側面に固執することは、すべてを包含する全体的な、不二の本質を見失うことです。

要約すると、クワトレン33は、現実の性質と解脱への道に関する強力かつ簡潔な教えです。これらの深く共鳴し、以前に繰り返されたフレーズを組み合わせることによって、テキストは中心的なメッセージを力強く強化しています。苦しみは、迷った心が区別を生み出し、概念に執着する傾向から生じるものであり、それは外部の現象の領域であれ、内部の精神的な構造であれ同じです。真の理解と解脱は、この精神的な努力の**停止**に見出されます。そこでは、法はどこにでもあり、どこにも固定されておらず、心と現象が根本的に一つであると認識される現実が明らかになります。このクワトレンは、実践者に、**「法」そのものにさえ、あらゆる執着を**手放し、無限で無条件の真理を実現するよう促しています。

Quatrain 34 The Non-Dual Faith and the Unity of All Formless Forms

Quatrain 34, encompassing lines 133-136 of this profound text, stands as a potent synthesis of several core non-dual principles explored throughout the work. It masterfully interweaves the inherent nature of true faith, the limitations of language in expressing ultimate reality, and the unifying, formless essence underlying all spiritual paths. This quatrain is a direct combination of two distinct, previously presented halves: the latter half of **Quatrain 24 (Lines 95-96, which was also the latter half of Quatrain 16, Lines 63-64)** and the latter half of **Quatrain 25 (Lines 99-100)**. This deliberate layering underscores the text's consistent emphasis on the ineffable, timeless, and unifying nature of ultimate truth. The original Chinese characters, "信心不二，不二信心。言語道斷，非去來今。一切法門，皆歸一相。一相無相，無相無不相," resonate with a deeply profound and liberating understanding.

"Faith is non-dual; non-dual is faith. The path of words is cut off; it is not past, future, or present. All Dharma gates return to one form. One form is formless; formless is nothing not formless."

In-Depth Analysis and Interpretation

Quatrain 34 serves as a powerful reminder that genuine spiritual understanding transcends conceptual frameworks, resting on a non-dual faith and culminating in the realization of a boundless, formless reality that unites all phenomena.

The first two lines, "信心不二，不二信心。言語道斷，非去來今。" (Lines 133-134), are a direct representation of lines from Quatrain 24 (and Quatrain 16), powerfully articulating the nature of true faith and the ineffability of truth. 信心不二 (xìnxīn bù'èr) means "Faith is non-dual" or "Unwavering trust is oneness." 信心 (xìnxīn) is "faith-mind" or "trusting mind," which is the title of the text. 不二 (bù'èr) signifies "non-duality." This asserts that genuine faith is inherently non-dual; it does not operate on a basis of subject/object separation or duality. The phrase is then inverted, 不二信心 (bù'èr xìnxīn) – "non-dual is faith," emphasizing the inseparable nature of non-duality and true faith. They are not two separate things but two facets of the same reality. This then leads to the ultimate limitation of conceptual expression: 言語道斷 (yányǔ dàoduàn) – "the path of words is cut off" or "the way of language is extinguished." This means that ultimate reality cannot be fully captured by language or intellectual discourse. The reason is profound: 非去來今 (fēi qù lái jīn) – "it is not past, future, or present" or "it transcends all time." Ultimate truth exists beyond conventional linear time, making it utterly ineffable.

The latter two lines, "一切法門，皆歸一相。 一相無相，無相無不相。 " (Lines 135-136), are a direct re-presentation of lines from Quatrain 25, focusing on the unity and formlessness of all spiritual paths. 一切法門 (yīqiè fǎmén) refers to "All Dharma gates" or "All spiritual teachings and approaches"—the myriad methods, doctrines, and schools of thought aimed at spiritual liberation. The text states that they 皆歸一相 (jiē guī yīxiàng) – "all return to one form" or "all lead to a singular essence." This emphasizes that despite their apparent diversity, all genuine spiritual traditions ultimately point to and converge upon the same fundamental truth, the single, undifferentiated essence of reality.

The final line then deeply explores the nature of this "one form" or "singular essence": 一相無相 (yīxiàng wúxiàng) – "One form is formless" or "This singular essence is formless." This highlights that the ultimate reality, though unifying all things, is itself empty of fixed characteristics or appearance. It transcends any definable shape. The paradox deepens with 無相無不相 (wúxiàng wú bùxiàng) – "formless is nothing not formless" or "this formlessness encompasses all that is not form." This is a profound statement of radical non-duality and boundless inclusion. It means that because the ultimate reality is formless, it is not limited to being merely 'empty.' Rather, this very formlessness is the ground from which all forms arise and within which all forms exist; nothing falls outside of this ultimate, formless reality.

In summation, Quatrain 34 masterfully synthesizes core non-dual teachings through strategic repetition. It powerfully reiterates that authentic faith is inherently non-dual, and that the ultimate, timeless truth transcends all linguistic and conceptual boundaries. Furthermore, it clarifies that while there are myriad spiritual paths, they all converge upon a single, formless essence that paradoxically embraces all phenomena without being limited by any. This quatrain serves as a profound guide, encouraging the practitioner to let go of intellectual striving and linguistic limitations to directly experience the boundless, unconditioned reality that is always present.

Tagalog Translation

Quatrain 34: Ang Non-Dual na Pananampalataya at ang Pagkakaisa ng Lahat ng Walang Porma na mga Porma

Ang Quatrain 34, na sumasaklaw sa mga linya 133-136 ng malalim na tekstong ito, ay nagsisilbing isang makapangyarihang pagbubuo ng ilang pangunahing **non-dual na prinsipyo** na sinisiyasat sa buong akda. Dalubhasa nitong pinagsasama ang likas na kalikasan ng tunay na pananampalataya, ang mga limitasyon ng wika sa pagpapahayag ng sukdulang realidad, at ang nagkakaisa, walang porma na esensya na pinagbabatayan ng lahat ng espiritwal na landas. Ang quatrain na ito ay isang direktang kombinasyon ng dalawang magkahiwalay, naunang ipinakita na kalahati: ang huling kalahati ng Quatrain 24 (Mga Linya 95-96, na siya ring huling kalahati ng Quatrain 16, Mga Linya 63-64) at ang huling kalahati ng Quatrain 25 (Mga Linya 99-100). Ang sadyang paglalatag na ito ay binibigyang-diin ang pare-parehong pagbibigay-diin ng teksto sa **hindi mailarawan, walang hanggan, at nagkakaisang kalikasan** ng sukdulang katotohanan. Ang orihinal na mga karakter ng Tsino, "信心不二，不二信心。言語道斷，非去來今。一切法門，皆歸一相。一相無相，無相無不相," ay umaayon sa isang malalim na malalim at nagpapalaya na pag-unawa.

"Ang pananampalataya ay non-dual; ang non-dual ay pananampalataya. Ang landas ng mga salita ay naputol; hindi ito nakaraan, hinaharap, o kasalukuyan. Lahat ng mga pintuan ng Dharma ay bumalik sa isang porma. Ang isang porma ay walang porma; ang walang porma ay walang hindi walang porma."

Malalim na Pagsusuri at Interpretasyon

Ang Quatrain 34 ay nagsisilbing isang makapangyarihang paalala na ang tunay na espiritwal na pag-unawa ay lumalampas sa konseptuwal na mga balangkas, na nakasalalay sa isang non-dual na pananampalataya at nagtatapos sa pagsasakatuparan ng isang walang hanggan, walang porma na realidad na nagkakaisa sa lahat ng phenomena.

Ang unang dalawang linya, "信心不二，不二信心。言語道斷，非去來今。" (Mga Linya 133-134), ay isang direktang muling paglalahad ng mga linya mula sa Quatrain 24 (at Quatrain 16), na makapangyarihang nagpapahayag ng kalikasan ng tunay na pananampalataya at ang hindi mailarawan ng katotohanan. Ang 信心不二 (xìnxīn bù'èr) ay nangangahulugang "**Ang pananampalataya ay non-dual**" o "Ang matatag na tiwala ay pagkakaisa." Ang 信心 (xìnxīn) ay "isip ng pananampalataya" o "nagtitiwala na isip," na siyang pamagat ng teksto. Ang 不二 (bù'èr) ay nangangahulugang "non-dualidad." Ito ay nagsasaad na ang tunay na pananampalataya ay likas na non-dual; hindi ito nagpapatakbo sa batayan ng paghihiwalay ng paksa/bagay o dualidad. Ang parirala ay pagkatapos ay binaligtad, 不二信心 (bù'èr xìnxīn) – "ang non-dual ay pananampalataya," na binibigyang-diin ang hindi mapaghihiwalay na kalikasan ng non-dualidad at tunay na pananampalataya. Hindi sila dalawang magkahiwalay na bagay kundi dalawang aspeto ng iisang realidad. Ito ay nagtatapos sa sukdulang limitasyon ng konseptuwal na pagpapahayag: 言語道斷 (yányǔ dàoduàn) – "**ang landas ng mga salita ay naputol**" o "ang daan ng wika ay napawi." Nangangahulugan ito na ang sukdulang realidad ay hindi kayang ganap na makuha ng wika o intelektuwal na diskurso. Ang dahilan ay malalim: 非去來今 (fēi qù lái jīn) – "**hindi ito nakaraan, hinaharap, o kasalukuyan**" o "ito ay lumalampas sa lahat ng panahon." Ang sukdulang katotohanan ay umiiral lampas sa kumbensyonal na linear na panahon, na ginagawa itong ganap na hindi mailarawan.

Ang huling dalawang linya, "一切法門，皆歸一相。一相無相，無相無不相。" (Mga Linya 135-136), ay isang direktang muling paglalahad ng mga linya mula sa Quatrain 25, na nakatuon sa pagkakaisa at kawalan ng porma ng lahat ng espiritwal na landas. Ang 一切法門 (yīqiè fǎmén) ay tumutukoy sa **"Lahat ng mga pintuan ng Dharma"** o "Lahat ng espiritwal na turo at pamamaraan"—ang napakaraming pamamaraan, doktrina, at paaralan ng pag-iisip na naglalayong makamit ang espiritwal na kalayaan. Sinasabi ng teksto na sila ay 皆歸一相 (jiē guī yīxiàng) – **"lahat ay bumalik sa isang porma"** o "lahat ay humahantong sa isang iisang esensya." Binibigyang-diin nito na sa kabila ng kanilang maliwanag na pagkakaiba-iba, ang lahat ng tunay na espiritwal na tradisyon ay sa huli ay tumutukoy at nagtatagpo sa parehong pundasyong katotohanan, ang iisang, hindi naiiba na esensya ng realidad.

Ang huling linya ay malalim na nagsisiyasat sa kalikasan ng "iisang porma" o "iisang esensya" na ito: 一相無相 (yīxiàng wúxiàng) – **"Ang isang porma ay walang porma"** o "Ang iisang esensya na ito ay walang porma." Ito ay nagbibigay-diin na ang sukdulang realidad, bagaman pinagkakaisa ang lahat ng bagay, ay mismo walang laman ng nakapirming katangian o anyo. Lumalampas ito sa anumang mailarawan na hugis. Nagpapalalim ang paradoks sa 無相無不相 (wúxiàng wú bùxiàng) – **"ang walang porma ay walang hindi walang porma"** o "ang kawalan ng porma na ito ay sumasaklaw sa lahat ng hindi porma." Ito ay isang malalim na pahayag ng radikal na non-dualidad at walang hanggan na pagsasama. Nangangahulugan ito na dahil ang sukdulang realidad ay walang porma, hindi ito limitado sa pagiging 'walang laman' lamang. Sa halip, ang mismong kawalan ng porma na ito ang batayan kung saan lumilitaw ang lahat ng porma at kung saan umiiral ang lahat ng porma; walang nahuhulog sa labas ng sukdulang, walang porma na realidad na ito.

Sa kabuuan, ang Quatrain 34 ay dalubhasa na pinagsasama ang mga pangunahing non-dual na turo sa pamamagitan ng estratehikong pag-uulit. Makapangyarihan nitong inuulit na ang tunay na pananampalataya ay likas na non-dual, at na ang sukdulang, walang hanggan na katotohanan ay lumalampas sa lahat ng lingguwistiko at konseptuwal na mga hangganan. Bukod pa rito, nililinaw nito na habang mayroong napakaraming espiritwal na landas, ang lahat ay nagtatagpo sa isang iisang, walang porma na esensya na paradoksikal na sumasaklaw sa lahat ng phenomena nang hindi nililimitahan ng anumang bagay. Ang quatrain na ito ay nagsisilbing isang malalim na gabay, na naghihikayat sa nagsasanay na pakawalan ang intelektuwal na pagpupunyagi at mga limitasyon ng wika upang direktang maranasan ang walang hanggan, walang kundisyon na realidad na laging naroroon.

クワトレン34：不二の信心と無相の諸相の統一

この深遠なテキストの133-136行からなるクワトレン34は、この著作全体で探求されたいくつかの核心的な**不二の原則**の強力な統合として立っています。それは、真の信心のinherent な性質、究極の現実を表現する上での言語の限界、そしてすべての精神的な道を根底にある**統一された無相の本質**を巧みに織り交ぜています。このクワトレンは、以前に提示された2つの異なる半分の直接的な組み合わせです。すなわち、クワトレン24の後半（95-96行、クワトレン16の後半である63-64行も同様）とクワトレン25の後半（99-100行）です。この意図的な重ね合わせは、究極の真理の**不可説性**、**時を超越した性質**、そして**統一的な性質**に対するテキストの一貫した強調を際立たせています。オリジナルの漢字「**信心不二，不二信心。言語道斷，非去來今。一切法門，皆歸一相。一相無相，無相無不相**」は、深く深遠で解放的な理解と共鳴します。

「信心は不二にして、不二信心。言語道断し、去来今にあらず。一切の法門、皆一相に帰す。一相は無相にして、無相不相ならざるなし。」

詳細な分析と解釈

クワトレン34は、真の精神的な理解が概念的な枠組みを超越し、**不二の信心**に根ざし、すべての現象を統一する**無限で無相の現実**の実現へと完結するという強力なリマインダーとして機能します。

最初の2行「**信心不二，不二信心。言語道斷，非去來今。**」（133-134行）は、クワトレン24（およびクワトレン16）からの行の直接的な再提示であり、真の信心の性質と真理の不可説性を力強く明確に表現しています。**信心不二 (xìnxīn bù'èr)** は「信心は不二にして」または「揺るぎない信頼は一体である」を意味します。**信心 (xìnxīn)** は「信心の心」または「信頼する心」であり、それがこのテキストのタイトルです。**不二 (bù'èr)** は「不二性」を意味します。これは、真の信心がinherently 不二であることを主張しています。それは主体/客体の分離や二元性に基づいて機能しません。フレーズは次に反転され、**不二信心 (bù'èr xìnxīn)** – 「不二信心」、すなわち不二性と真の信心の不可分な性質を強調しています。それらは2つの別個のものではなく、同じ現実の2つの側面です。これは次に、概念的表現の究極の限界へと導きます。**言語道斷 (yányǔ dàoduàn)** – 「言語道断し」または「言葉の道は絶たれる」です。これは、究極の現実が言語や知的な議論によって完全に捉えられることはないことを意味します。その理由は深遠です。**非去來今 (fēi qù lái jīn)** – 「去来今にあらず」または「それはすべての時を超越する」です。究極

の真理は慣習的な線形時間を超えて存在するため、全く不可説です。

後半の2行「一切法門，皆歸一相。一相無相，無相無不相。」（135-136行）は、クワトレン25からの行の直接的な再提示であり、すべての精神的な道の統一と無相性に焦点を当てています。一切法門 (yīqiè fǎmén) は「一切の法門」または「すべての精神的な教えとアプローチ」を指します。精神的な解放を目指す無数の方法、教義、思想体系です。テキストは、それらが皆歸一相 (jiē guī yīxiàng) – 「皆一相に帰す」または「すべてが単一の本質へと導かれる」と述べています。これは、それらの見かけ上の多様性にもかかわらず、すべての真の精神的な伝統が最終的に同じ根本的な真理、現実の単一で無差別な本質を指し示し、そこへと収束することを強調しています。

最後の行は、この「一相」または「単一の本質」の性質を深く探求しています。一相無相 (yīxiàng wúxiàng) – 「一相は無相にして」または「この単一の本質は無相である」です。これは、究極の現実がすべてのものを統一しながらも、それ自体が固定された特性や外見を欠いていることを浮き彫りにしています。それはあらゆる定義可能な形を超越しています。逆説は無相無不相 (wúxiàng wú bùxiàng) – 「無相不相ならざるなし」または「この無相は、形ではないすべてを包含する」– で深まります。これは、徹

底的な不二性と無限の包摂性に関する深遠な声明です。これは、究極の現実が無相であるため、単に「空」であることに限定されないことを意味します。むしろ、この無相こそが、すべての形が生じ、すべての形が存在する基盤であり、究極的な、無相の現実の外に落ちるものはありません。

要約すると、クワトレン34は、戦略的な繰り返しを通じて、**核心的な不二の教えを巧みに統合**しています。それは、**真正の信心がinherently 不二であること**、そして**究極の、時を超越した真理がすべての言語的および概念的な境界を超越**していることを力強く繰り返しています。さらに、無数の精神的な道がある一方で、それらはすべて、あらゆる現象を逆説的に包含しながらも、いかなるものにも限定されない**単一の無相の本質**へと収束することを明確にしています。このクワトレンは、実践者が知的な努力と言語の限界を手放し、常に存在する無限で無条件の現実を直接体験するよう促す、深遠な指針として機能します。

Quatrain 35 The Ever-Present Way: Immanence and Unity in the Non-Dual Realm

Quatrain 35, encompassing lines 137-140 of this profound text, serves as a powerful and intentional reiteration of fundamental insights regarding the nature of ultimate reality and the experience of enlightenment. **This quatrain is an exact duplicate of Quatrain 26 (Lines 101-104).** This consistent and extensive use of repetition underscores the text's profound emphasis on the radical inclusivity of the Way, its immanence in every act of perception, its unblemished essence, and the ultimate unity of all beings. The original Chinese characters, "入不二門，無去無來。 見聞覺知， 無非是道。 道體常然， 不染諸塵。 一切凡聖， 皆同一真," continue to guide the seeker toward a direct recognition of the inherent truth.

"Entering the gate of non-duality, there is no going, no coming. Seeing, hearing, sensing, knowing—none of them are not the Way. The essence of the Way is eternally so, unstained by all defilements. All ordinary and holy beings are entirely of the same truth."

In-Depth Analysis and Interpretation

Quatrain 35, through its precise repetition of Quatrain 26, offers a profound and consistent articulation of ultimate reality, asserting that the Way (Tao) is not something external to be sought but is the fundamental essence of all experience and all beings.

The opening lines, "入不二門，無去無來。" (Line 137), describe the experience of profound realization. 入不二門 (rù bù'èr mén) means "Entering the gate of non-duality." This "gate of non-duality" signifies the point of awakening where all dualistic distinctions (like subject/object, good/bad, self/other) collapse. Once this gate is entered, there is 無去無來 (wú qù wú lái) – "no going, no coming" or "to transcend arrival and departure." This highlights that ultimate reality is not something one "arrives at" or "departs from" in a spatial or temporal sense. It is ever-present, always here and now, beyond the concepts of movement or change.

Line 138 then makes a powerful assertion about the **immanence of the Way in all experience**: "見聞覺知，無非是道。" 見聞覺知 (jiàn wén jué zhī) covers the full range of human perception and cognition: "Seeing, hearing, sensing, knowing," or "All forms of perception—sight, sound, sensation, thought." The crucial point is 無非是道 (wúfēi shì dào) – "none of them are not the Way," or "is nothing but the Way itself." This means that every single act of perception, every moment of awareness, is fundamentally the Tao in manifestation. The Way is not separate from our experience; it is the very fabric of it. There is no aspect of reality that is *not* the Way.

Line 139 describes the **inherent nature of the Way itself**: "道體常然，不染諸塵。" 道體 **(dào tǐ)** refers to "The essence of the Way" or "The Way's essence." This is the fundamental, inherent nature of reality. It is 常然 **(cháng rán)** – "eternally so" or "perpetually thus." This emphasizes its unchanging, unconditioned, and timeless quality. Furthermore, it is 不染諸塵 **(bùrǎn zhū chén)** – "unstained by all defilements" or "undefiled by any dust." 塵 **(chén)** refers to "dusts" or "defilements," symbolizing impurities, afflictions, or dualistic distinctions. The essence of reality is inherently pure and unaffected by any conceptual overlays, illusions, or perceived imperfections.

Finally, the quatrain culminates in line 140 with a powerful statement of **ultimate unity**: "一切凡聖，皆同一真。" 一切凡聖 **(yīqiè fán shèng)** encompasses "All ordinary and holy beings," or "All common people and sages." This refers to the entire spectrum of sentient beings, from the most deluded to the most enlightened. The profound declaration is that they 皆同一真 **(jiē tóng yī zhēn)** – "are entirely of the same truth," or "share one true reality." This eradicates all distinctions between ordinary beings and Buddhas, between the unawakened and the awakened. From the ultimate perspective, there is only one true reality, and all beings inherently participate in it.

In summation, Quatrain 35, through its exact repetition of Quatrain 26, offers a deeply liberating and inclusive understanding of reality. It reveals that the direct experience of the Way is found not by seeking something external, but by entering the "gate of non-duality" where all conventional distinctions of time and movement cease. It asserts that every act of perception is fundamentally the Way manifesting, and that the Way's essence is eternally pure and unstained. Most powerfully, it concludes by declaring that all beings, regardless of their apparent state, are ultimately unified in this single, ultimate truth, dismantling the very foundation of perceived separation. The strategic repetition of this entire quatrain serves to deeply impress upon the reader these fundamental truths.

Tagalog Translation

Quatrain 35: Ang Laging Naroroon na Daan: Immanence at Pagkakaisa sa Non-Dual na Kaharian

Ang Quatrain 35, na sumasaklaw sa mga linya 137-140 ng malalim na tekstong ito, ay nagsisilbing isang makapangyarihan at sadyang pag-uulit ng mga pangunahing pananaw hinggil sa kalikasan ng **sukdulang realidad** at ang karanasan ng kaliwanagan. Ang quatrain na ito ay isang eksaktong kopya ng Quatrain 26 (Mga Linya 101-104). Ang pare-pareho at malawak na paggamit ng pag-uulit na ito ay binibigyang-diin ang malalim na pagpapahalaga ng teksto sa **radikal na pagiging**

inklusibo ng Daan, ang **immanence nito sa bawat gawa ng persepsyon**, ang **walang dungis na esensya nito**, at ang **sukdulang pagkakaisa ng lahat ng nilalang**. Ang orihinal na mga karakter ng Tsino, "入不二門，無去無來。見聞覺知，無非是道。道體常然，不染諸塵。一切凡聖，皆同一真，" ay patuloy na gumagabay sa naghahanap tungo sa isang direktang pagkilala ng likas na katotohanan.

"Pagpasok sa pintuan ng non-dualidad, walang pagpunta, walang pagdating. Pagkakita, pagkarinig, pagdama, pagkaalam—wala sa kanila ang hindi ang Daan. Ang esensya ng Daan ay laging ganoon, hindi dinudumihan ng lahat ng mga dungis. Lahat ng ordinaryo at banal na nilalang ay ganap na iisa ang katotohanan."

Malalim na Pagsusuri at Interpretasyon

Ang Quatrain 35, sa pamamagitan ng tumpak nitong pag-uulit ng Quatrain 26, ay nag-aalok ng isang **malalim at pare-parehong pagpapahayag ng sukdulang realidad**. Ipinapahayag nito na ang **Daan (Tao)** ay hindi isang bagay na panlabas na hahanapin kundi ito ang **pundamental na esensya ng lahat ng karanasan at lahat ng nilalang**.

Ang pambungad na mga linya, "入不二門，無去無來。" (Linya 137), ay naglalarawan sa karanasan ng malalim na pagsasakatuparan. Ang 入不二門 (**rù bù'èr mén**) ay nangangahulugang "**Pagpasok sa pintuan ng non-dualidad.**" Ang "pintuan ng non-dualidad" na ito ay nagpapahiwatig ng punto ng paggising kung saan ang lahat ng dualistikong pagkakaiba (tulad ng paksa/bagay, mabuti/masama, sarili/iba) ay naglalaho. Kapag napasok na ang pintuan na ito, mayroong 無去無來 (wú qù wú lái) – "**walang pagpunta, walang pagdating**" o "lumalampas sa pagdating at pag-alis." Binibigyang-diin nito na ang sukdulang realidad ay hindi isang bagay na "dumarating" o "umaalis" sa isang spatial o temporal na kahulugan. Ito ay **laging naroroon, laging narito at ngayon**, lampas sa mga konsepto ng paggalaw o pagbabago.

Ang Linya 138 ay gumagawa ng isang makapangyarihang pagpapatunay tungkol sa **immanence ng Daan** sa lahat ng karanasan: "見聞覺知, 無非是道。" Ang 見聞覺知 (jiàn wén jué zhī) ay sumasaklaw sa buong saklaw ng persepsyon at kognisyon ng tao: "**Pagkakita, pagkarinig, pagdama, pagkaalam**," o "Lahat ng uri ng persepsyon—paningin, tunog, pakiramdam, pag-iisip." Ang mahalagang punto ay 無非是道 (wúfēi shì dào) – "**wala sa kanila ang hindi ang Daan**," o "walang iba kundi ang Daan mismo." Nangangahulugan ito na ang bawat isang gawa ng persepsyon, bawat sandali ng kamalayan, ay pundamental na ang Tao sa manipestasyon. Ang Daan ay hindi hiwalay sa ating karanasan; ito ang mismong tela nito. Walang aspeto ng realidad na hindi ang Daan.

Inilalarawan ng Linya 139 ang **likas na kalikasan** ng mismong Daan: "道體常然, 不染諸塵。" Ang 道體

(dào tǐ) ay tumutukoy sa "**Ang esensya ng Daan**" o "Ang esensya ng Daan." Ito ang pundamental, likas na kalikasan ng realidad. Ito ay 常然 (**cháng rán**) – "**laging ganoon**" o "patuloy na ganoon." Binibigyang-diin nito ang **walang pagbabago, walang kundisyon, at walang hanggan** na kalidad nito. Bukod pa rito, ito ay 不染諸塵 (**bùrǎn zhū chén**) – "**hindi dinudumihan ng lahat ng mga dungis**" o "hindi dinudumihan ng anumang alikabok." Ang 塵 (**chén**) ay tumutukoy sa "alikabok" o "mga dungis," na sumisimbolo sa mga karumihan, mga pagdurusa, o dualistikong pagkakaiba. Ang esensya ng realidad ay likas na dalisay at hindi naaapektuhan ng anumang konseptuwal na sapin, ilusyon, o napapansing imperpeksyon.

Sa wakas, nagtatapos ang quatrain sa linya 140 sa isang makapangyarihang pahayag ng **sukdulang pagkakaisa**: "一切凡聖，皆同一真。" Ang 一切凡聖 (**yīqiè fán shèng**) ay sumasaklaw sa "**Lahat ng ordinaryo at banal na nilalang**," o "Lahat ng ordinaryong tao at mga pantas." Ito ay tumutukoy sa buong spectrum ng mga nilalang na may damdamin, mula sa pinaka-nalilinlang hanggang sa pinaka-niliwanagan. Ang malalim na deklarasyon ay sila ay 皆同一真 (**jiē tóng yī zhēn**) – "**ganap na iisa ang katotohanan**," o "nagbabahagi ng isang tunay na realidad." Inaalis nito ang lahat ng pagkakaiba sa pagitan ng mga ordinaryong nilalang at mga Buddha, sa pagitan ng hindi nagising at ng nagising. Mula sa sukdulang pananaw, mayroon lamang **isang tunay na realidad**, at ang lahat ng nilalang ay likas na nakikilahok dito.

Sa kabuuan, ang Quatrain 35, sa pamamagitan ng eksaktong pag-uulit ng Quatrain 26, ay nag-aalok ng isang **malalim na nagpapalaya at inklusibong pag-unawa sa realidad**. Inilalabas nito na ang **direktang karanasan ng Daan** ay matatagpuan hindi sa paghahanap ng isang bagay na panlabas, kundi sa **pagpasok sa "pintuan ng non-dualidad"** kung saan ang lahat ng kumbensyonal na pagkakaiba ng panahon at paggalaw ay tumitigil. Pinaninindigan nito na ang bawat gawa ng persepsyon ay pundamental na ang Daan na nagpapakita, at na ang esensya ng Daan ay **laging dalisay at walang dungis**. Higit sa lahat, nagtatapos ito sa pamamagitan ng pagdedeklara na ang lahat ng nilalang, anuman ang kanilang maliwanag na estado, ay sa huli ay **nagkakaisa sa iisang, sukdulang katotohanan**, na sinisira ang mismong pundasyon ng napapansing paghihiwalay. Ang estratehikong pag-uulit ng buong quatrain na ito ay nagsisilbing lubos na ipaunawa sa mambabasa ang mga pundasyong katotohanan na ito.

Japanese Translation

クワトレン35：遍在する道：不二の領域における内在と統一

この深遠なテキストの137-140行からなるクワトレン35は、究極の現実の性質と悟りの経験に関

する根本的な洞察の、**強力かつ意図的な再表明**として機能します。このクワトレンはクワトレン26（101-104行）と全く同じものです。この一貫した広範な繰り返しの使用は、道の**根本的な包容性**、あらゆる認識行為における道の**内在性**、その**汚れなき本質**、そして**すべての存在の究極的な統一性**に対するテキストの深い強調を際立たせています。オリジナルの漢字「入不二門，無去無來。見聞覺知，無非是道。道體常然，不染諸塵。一切凡聖，皆同一真」は、探求者をinherent な真理の直接的な認識へと導き続けています。

「不二の門に入れば、去なく来なく。見聞覚知、道にあらざるなし。道体は常に然り、諸塵に染まず。一切の凡聖、皆同一の真。」

詳細な分析と解釈

クワトレン35は、クワトレン26の正確な繰り返しを通じて、究極の現実の**深遠で一貫した明確な表現**を提供し、道（タオ）は探求すべき外部のものではなく、**すべての経験とすべての存在の根本的な本質**であると主張しています。

冒頭の「入不二門，無去無來。」（137行）は、深遠な悟りの経験を記述しています。入不二門 **(rù bù'èr mén)** は「不二の門に入る」を意味します。この「不二の門」は、すべての二元的な区別（主観/客観、善/悪、自己/他者など）が崩壊

する覚醒の時点を示しています。この門に入ると、無去無來 (wú qù wú lái) –「去なく来なく」または「到着と出発を超越する」です。これは、究極の現実が空間的または時間的な意味で「到着する」または「出発する」ものではないことを強調しています。それは常に存在し、常に今ここであり、動きや変化の概念を超越しています。

138行は、すべての経験における道の内在性について力強い主張をしています：「見聞覺知，無非是道。」見聞覺知 (jiàn wén jué zhī) は、人間の認識と認知の全範囲をカバーしています。「見聞覚知」または「視覚、聴覚、感覚、思考といったあらゆる形式の認識」です。重要な点は無非是道 (wúfēi shì dào) –「道にあらざるなし」、または「道そのものであるに過ぎない」です。これは、認識のあらゆる行為、意識のあらゆる瞬間が、根本的に顕現したタオであることを意味します。道は私たちの経験から分離されていません。それはまさにその経験の構造です。道でない現実の側面は存在しません。

139行は、道そのもののinherent な性質を記述しています：「道體常然，不染諸塵。」道體 (dào tǐ) は「道体」または「道の神髄」を指します。これは現実の根本的な、inherent な性質です。それは常然 (cháng rán) –「常に然り」または「永続的にそうである」です。これはその不変性、無条件性、そして時を超えた性質を強調してい

ます。さらに、それは不染諸塵 (bùrǎn zhū chén)
–「諸塵に染まず」または「いかなる塵にも汚
されない」です。塵 (chén) は「塵」または「煩
悩」を指し、不純物、苦悩、または二元的な区
別を象徴しています。現実の本質はinherently 純
粋であり、いかなる概念的な上書き、幻想、ま
たは認識された不完全さにも影響されません。

最後に、クワトレンは140行で究極の統一性に関
する力強い声明で締めくくられています：「一
切凡聖，皆同一真。」一切凡聖 (yīqiè fán shèng)
は「一切の凡聖」または「すべての一般人と聖
者」を包含します。これは、最も迷った者から
最も悟りを開いた者まで、すべての有情の存在
の全スペクトルを指します。深遠な宣言は、彼
らが皆同一真 (jiē tóng yī zhēn) –「皆同一の真」
または「一つの真の現実を共有する」というこ
とです。これは、一般の存在と仏陀の間、未覚
醒と覚醒の間のあらゆる区別を排除します。究
極の観点からは、一つの真の現実しか存在せず
、すべての存在はinherently それに参加していま
す。

要約すると、クワトレン35は、クワトレン26の
正確な繰り返しを通じて、現実の深く解放的で
包括的な理解を提供します。それは、道の直接
的な経験が、外部の何かを探し求めることによ
ってではなく、時間と動きのすべての慣習的な

区別が止む「不二の門」に入ることによって見出されることを明らかにしています。それは、あらゆる認識行為が根本的に道が顕現していること、そして道の神髄が**永遠に純粋で汚れていないこと**を主張しています。最も力強いことに、それは、見かけ上の状態にかかわらず、すべての存在がこの単一の究極の真理において最終的に**統一されている**ことを宣言して締めくくられており、認識された分離のまさに基盤を打ち砕いています。このクワトレン全体の戦略的な繰り返しは、これらの根本的な真理を読者の心に深く刻み込むために機能します。

Quatrain 36 The Unconditioned Essence Revisited: True Suchness and the Paradox of Self-Nature

Quatrain 36, encompassing lines 141-144 of this profound text, serves as a powerful and intentional reiteration of fundamental insights regarding the ultimate nature of reality. **This quatrain is an exact duplicate of Quatrain 27 (Lines 105-108).** This consistent and extensive use of repetition underscores the text's profound emphasis on True Suchness (Tathata) and self-nature, highlighting their non-dual, unconditioned, and timeless qualities. The quatrain once again culminates in the profound paradoxical statement that this intrinsic self-nature is itself devoid of a fixed nature, which is precisely its true essence. The original Chinese characters, "真如無二，無二真如。 不增不減，不生不滅。 一切時中，無非自性。 自性無性，是名真性," continue to guide the seeker toward a deep contemplation into the fabric of existence.

"True Suchness is non-dual; non-dual is True Suchness. Neither increasing nor decreasing, neither arising nor ceasing. At all times, nothing is not self-nature. Self-nature has no nature; this is called true nature."

In-Depth Analysis and Interpretation

Quatrain 36, through its precise repetition of Quatrain 27, offers a powerful and consistent articulation of the absolute, unconditioned nature of ultimate reality, revealing it to be non-dual, unchanging, and pervading all, while simultaneously being free from any fixed inherent existence.

The opening lines, **"真如無二，無二真如。 " (Line 141)**, declare the **non-dual essence of ultimate reality**. 真如 (zhēnrú) refers to "True Suchness" or "Ultimate reality / Tathata," reality as it truly is, beyond conceptual overlays. It is 無二 (wú'èr) – "non-dual" or "oneness." This emphasizes that ultimate reality is single, undivided, and free from all dualistic distinctions. The phrase is then powerfully inverted: 無二真如 (wú'èr zhēnrú) – "non-dual is True Suchness" – underscoring that non-duality is not merely a characteristic of True Suchness, but its very essence; they are inseparable.

Line 142 then reiterates familiar concepts from previous quatrains (e.g., Quatrains 18 and 27) to further describe this **unconditioned nature**: "不增不減，不生不滅。" 不增不減 (bùzēng bùjiǎn) means "Neither increasing nor decreasing," or "It does not gain or lose." This emphasizes that True Suchness is always whole and complete; it cannot be added to or taken away from. It is perfect as it is. Following this, 不生不滅 (bùshēng bùmiè) means "neither arising nor ceasing," or "it neither comes into being nor passes away." This is a fundamental Buddhist concept describing the unconditioned nature of Nirvana; unlike conditioned phenomena, ultimate reality is not subject to birth and death, appearance and disappearance.

Line 143 then expands on the **pervasiveness of "self-nature"**: "一切時中，無非自性。" 一切時中 (yīqiè shí zhōng) means "At all times" or "In every moment and at all times," signifying its constant and omnipresent nature. 無非自性 (wúfēi zìxìng) means "nothing is not self-nature" or "all is nothing but intrinsic nature." 自性 (zìxìng) refers to "self-nature" or "intrinsic nature," the fundamental essence of all phenomena. This powerful statement asserts that everything, in every moment, is a manifestation or expression of this intrinsic, fundamental nature. There is nothing that exists outside of it.

Finally, the quatrain culminates in line 144 with a profound paradox that clarifies the meaning of "self-nature": "自性無性，是名真性。" 自性無性 **(zìxìng wúxìng)** means "Self-nature has no nature" or "Intrinsic nature is without inherent essence." This is a crucial Mahayana Buddhist concept. It means that while phenomena appear to have individual "self-natures" or intrinsic characteristics, from the ultimate perspective, these "self-natures" are empty of a fixed, substantial, or independent existence. They are empty *of* self-nature. This emptiness *is* their true nature. Therefore, 是名真性 **(shì míng zhēnxìng)** – "this is called true nature" or "this is called authentic nature." This paradoxical truth reveals that the ultimate, authentic nature of reality is not a solid, graspable essence, but an ungraspable, empty yet ever-present and pervasive ground of being.

In summation, Quatrain 36, through its exact repetition of Quatrain 27, powerfully reiterates a sophisticated and liberating understanding of ultimate reality. It posits True Suchness as non-dual and inherently complete, untouched by the cycles of increase/decrease or birth/death. It then reveals that this intrinsic self-nature pervades everything at all times. Crucially, it clarifies that this "self-nature" is not a fixed entity but is itself "empty" of inherent nature. This profound paradox points to the authentic, unconditioned essence of reality, inviting the seeker

to transcend all fixed concepts of self and phenomena
and directly realize the boundless, ungraspable truth
that underlies all existence.

Tagalog Translation

Quatrain 36: Ang Muling Pagdalaw sa
Walang Kondisyong Esensya: Tunay na
Ganoon at ang Paradoks ng Sariling-
Kalikasan

Ang Quatrain 36, na sumasaklaw sa mga linya 141-
144 ng malalim na tekstong ito, ay nagsisilbing isang
makapangyarihan at sadyang pag-uulit ng mga
pangunahing pananaw hinggil sa **sukdulang
kalikasan ng realidad**. Ang quatrain na ito ay isang
eksaktong kopya ng Quatrain 27 (Mga Linya 105-
108). Ang pare-pareho at malawak na paggamit ng
pag-uulit na ito ay binibigyang-diin ang malalim na
pagpapahalaga ng teksto sa **Tunay na Ganoon
(Tathata)** at sariling-kalikasan, na itinatampok ang
kanilang non-dual, walang kondisyon, at walang-
hanggang mga kalidad. Ang quatrain ay muling
nagtatapos sa malalim na paradoksikal na pahayag na
ang likas na sariling-kalikasan na ito ay mismo
walang nakapirming kalikasan, na siyang eksaktong
tunay nitong esensya. Ang orihinal na mga karakter
ng Tsino, "真如無二，無二真如。不增不減，不生
不滅。一切時中，無非自性。自性無性，是名真
性," ay patuloy na gumagabay sa naghahanap tungo

sa isang malalim na pagmumuni-muni sa tela ng pag-
iral.

"Ang Tunay na Ganoon ay non-dual; ang non-dual ay
Tunay na Ganoon. Hindi nagdaragdag o nagbabawas,
hindi lumilitaw o nawawala. Sa lahat ng oras, walang
hindi sariling-kalikasan. Ang sariling-kalikasan ay
walang kalikasan; ito ay tinatawag na tunay na
kalikasan."

Malalim na Pagsusuri at Interpretasyon

Ang Quatrain 36, sa pamamagitan ng tumpak nitong
pag-uulit ng Quatrain 27, ay nag-aalok ng isang
**makapangyarihan at pare-parehong
pagpapahayag ng ganap, walang kondisyong
kalikasan ng sukdulang realidad**, na inilalabas ito
bilang non-dual, hindi nagbabago, at lumalaganap sa
lahat, habang sabay na malaya mula sa anumang
nakapirming likas na pag-iral.

Ang pambungad na mga linya, "真如無二, 無二真
如。" (Linya 141), ay nagdedeklara ng **non-dual na
esensya ng sukdulang realidad**. Ang 真如 (zhēnrú)
ay tumutukoy sa "**Tunay na Ganoon**" o "Sukdulang
realidad / Tathata," ang realidad kung ano ito, lampas
sa mga konseptuwal na sapin. Ito ay 無二 (wú'èr) –
"**non-dual**" o "pagkakaisa." Binibigyang-diin nito na
ang sukdulang realidad ay iisa, hindi nahahati, at
malaya mula sa lahat ng dualistikong pagkakaiba.
Ang parirala ay pagkatapos ay makapangyarihang
binaligtad: 無二真如 (wú'èr zhēnrú) – "ang non-

dual ay Tunay na Ganoon" – na binibigyang-diin na ang non-dualidad ay hindi lamang isang katangian ng Tunay na Ganoon, kundi ang mismong esensya nito; sila ay hindi mapaghihiwalay.

Ang Linya 142 ay muling nag-uulit ng mga pamilyar na konsepto mula sa naunang mga quatrain (hal., Quatrain 18 at 27) upang lalo pang ilarawan ang **walang kondisyong kalikasan** na ito: "不增不減, 不生不滅。" Ang 不增不減 **(bùzēng bùjiǎn)** ay nangangahulugang "**Hindi nagdaragdag o nagbabawas,**" o "Hindi ito nagkakaroon o nawawalan." Binibigyang-diin nito na ang Tunay na Ganoon ay laging buo at kumpleto; hindi ito maaaring dagdagan o bawasan. Ito ay perpekto kung ano ito. Sumusunod dito, ang 不生不滅 **(bùshēng bùmiè)** ay nangangahulugang "**hindi lumilitaw o nawawala,**" o "hindi ito nabubuhay o namamatay." Ito ay isang pundamental na konsepto ng Budismo na naglalarawan ng walang kondisyong kalikasan ng Nirvana; hindi tulad ng mga kondisyong phenomena, ang sukdulang realidad ay hindi napapailalim sa kapanganakan at kamatayan, paglitaw at pagkawala.

Ang Linya 143 ay pagkatapos ay nagpapalawak sa **paglaganap ng "sariling-kalikasan"**: "一切時中, 無非自性。" Ang 一切時中 **(yīqiè shí zhōng)** ay nangangahulugang "**Sa lahat ng oras**" o "Sa bawat sandali at sa lahat ng oras," na nagpapahiwatig ng tuloy-tuloy at omnipresent nitong kalikasan. Ang 無 非自性 **(wúfēi zìxìng)** ay nangangahulugang "**walang hindi sariling-kalikasan**" o "lahat ay walang iba kundi likas na kalikasan." Ang 自性 (zìxìng) ay tumutukoy sa "sariling-kalikasan" o "likas na kalikasan," ang pundamental na esensya ng lahat ng phenomena. Ang makapangyarihang pahayag na ito ay nagsasaad na ang lahat, sa bawat sandali, ay isang manipestasyon o pagpapahayag ng likas, pundamental na kalikasan na ito. Walang umiiral sa labas nito.

Sa wakas, nagtatapos ang quatrain sa linya 144 sa isang **malalim na paradoks** na naglilinaw sa kahulugan ng "sariling-kalikasan": "自性無性，是名真性。" Ang 自性無性 (zìxìng wúxìng) ay nangangahulugang **"Ang sariling-kalikasan ay walang kalikasan"** o "Ang likas na kalikasan ay walang likas na esensya." Ito ay isang mahalagang konsepto ng Mahayana Budismo. Nangangahulugan ito na habang ang mga phenomena ay lumilitaw na may indibidwal na "sariling-kalikasan" o likas na katangian, mula sa sukdulang pananaw, ang mga "sariling-kalikasan" na ito ay **walang laman ng isang nakapirming, sustansyal, o independyenteng pag-iral**. Sila ay walang laman ng sariling-kalikasan. Ang kawalang-laman na ito ang kanilang tunay na kalikasan. Samakatuwid, ang 是名真性 (shì míng zhēnxìng) – **"ito ay tinatawag na tunay na kalikasan"** o "ito ay tinatawag na tunay na kalikasan." Ang paradoksikal na katotohanang ito ay naglalabas na ang sukdulang, tunay na kalikasan ng realidad ay hindi isang solid, mahawakang esensya, kundi isang **hindi mahawakan, walang laman ngunit laging naroroon at lumalaganap na batayan ng pag-iral**.

Sa kabuuan, ang Quatrain 36, sa pamamagitan ng eksaktong pag-uulit ng Quatrain 27, ay **makapangyarihang nag-uulit ng isang sopistikado at nagpapalaya na pag-unawa sa sukdulang realidad**. Ipinapalagay nito ang Tunay na Ganoon bilang **non-dual at likas na kumpleto**, hindi naaapektuhan ng mga siklo ng pagtaas/pagbaba o kapanganakan/kamatayan. Pagkatapos ay inilalabas nito na ang likas na sariling-kalikasan na ito ay **lumalaganap sa lahat ng bagay sa lahat ng oras**. Mahalaga, nililinaw nito na ang "sariling-kalikasan" na ito ay hindi isang nakapirming entidad kundi ay mismo **"walang laman"** ng likas na kalikasan. Ang malalim na paradoks na ito ay tumutukoy sa **tunay, walang kondisyong esensya ng realidad**, na nag-aanyaya sa naghahanap na lumampas sa lahat ng nakapirming konsepto ng sarili at phenomena at direktang matanto ang walang hanggan, hindi mahawakang katotohanan na pinagbabatayan ng lahat ng pag-iral.

Japanese Translation

クワトレン36：無条件の本質再考：真如と自性のパラドックス

この深遠なテキストの141-144行からなるクワトレン36は、究極の現実の性質に関する根本的な

洞察の、**力強く意図的な再表明**として機能します。このクワトレンはクワトレン27（105-108行）と全く同じものです。この一貫した広範な繰り返しの使用は、**真如（タタータ）と自性**に対するテキストの深い強調を際立たせており、それらの不二性、無条件性、時を超越した性質を浮き彫りにしています。このクワトレンは再び、このinherentな自性がそれ自体として固定された性質を持たないという深遠なパラドックス的な声明で締めくくられています。それこそが、その真の本質なのです。オリジナルの漢字「**真如無二，無二真如。不増不減，不生不滅。一切時中，無非自性。自性無性，是名真性**」は、探求者を存在の構造への深い考察へと導き続けています。

「真如は不二にして、不二真如。増えもせず減りもせず、生ずることも滅することもなし。一切の時の中に、自性にあらざるなし。自性は性なく、これを真性と名づく。」

詳細な分析と解釈

クワトレン36は、クワトレン27の正確な繰り返しを通じて、究極の現実の**絶対的で無条件の性質**を力強く一貫して明確に表現しており、それは不二であり、不変であり、すべてに遍在し、同時にいかなる固定されたinherentな存在からも自由であることを明らかにしています。

冒頭の「真如無二，無二真如。」（141行）は、究極の現実の不二な本質を宣言しています。真如 (zhēnrú) は「真如」または「究極の現実 / タタータ」を指し、概念的な上書きを超えた、現実そのもののあり方を意味します。それは無二 (wú'èr) –「不二」または「一体性」です。これは、究極の現実が単一であり、分割されておらず、すべての二元的な区別から自由であることを強調しています。フレーズはその後、力強く反転されます。無二真如 (wú'èr zhēnrú) –「不二真如」、すなわち不二性が真如の単なる特性ではなく、そのまさに本質であることを強調しています。それらは不可分です。

142行は、以前のクワトレン（例：クワトレン18と27）からの馴染み深い概念を繰り返し、この無条件の性質をさらに記述しています：「不増不減，不生不滅。」不増不減 (bùzēng bùjiǎn) は「増えもせず減りもせず」または「得もせず失いもせず」を意味します。これは、真如が常に完全であり、欠けることなく、加えられたり奪われたりすることはないことを強調しています。それはあるがままに完全です。これに続いて、不生不滅 (bùshēng bùmiè) は「生ずることも滅することもなし」または「生じることも滅びることもない」を意味します。これは涅槃の無条件の性質を記述する仏教の根本的な概念です。条件付けられた現象とは異なり、究極の現実は生と死、出現と消失の対象ではありません。

143行は、「自性」の遍在性について拡張しています：「一切時中，無非自性。」一切時中 (yīqiè shí zhōng) は「一切の時の中に」または「あらゆる瞬間、そしてあらゆる時において」を意味し、その不変で遍在する性質を示しています。無非自性 (wúfēi zìxìng) は「自性にあらざるなし」または「すべてはinherent な性質に過ぎない」を意味します。自性 (zìxìng) は「自性」または「inherent な性質」を指し、すべての現象の根本的な本質です。この力強い声明は、すべてが、あらゆる瞬間に、このinherent な、根本的な性質の顕現または表現であることを主張しています。その外に存在するものは何もありません。

最後に、クワトレンは144行で「自性」の意味を明確にする深遠なパラドックスで締めくくられています：「自性無性，是名真性。」自性無性 (zìxìng wúxìng) は「自性は性なく」または「inherent な性質はinherent な本質を持たない」を意味します。これは重要な大乗仏教の概念です。これは、現象が個々の「自性」またはinherent な特性を持つように見える一方で、究極の観点からは、これらの「自性」は固定された、実体的な、または独立した存在を欠いていることを意味します。それらは自性を欠いているのです。この空性こそがそれらの真の性質です。したがって、是名真性 (shì míng zhēnxìng) –「これを真性と名づく」または「これを真の本質と名づく」です。このパラドックス的な真理は、現実の究極の、真の本質が固定的で把握可能な本質

ではなく、**把握できない、空でありながら常に
存在し、遍在する存在の基盤**であることを明ら
かにしています。

要約すると、クワトレン36は、クワトレン27の
正確な繰り返しを通じて、**究極の現実に対する
洗練された解放的な理解**を力強く繰り返してい
ます。それは、真如を不二であり、**inherently 完
全である**とし、増減や生滅のサイクルに影響さ
れないと主張しています。そして、このinherent
な自性が**あらゆる時においてすべてに遍在して
いる**ことを明らかにしています。決定的に重要
なことは、この「自性」が固定された実体では
なく、それ自体がinherent な性質を「**欠いている**
」ことを明確にしている点です。この深遠なパ
ラドックスは、**現実の真の、無条件の本質**を指
し示し、探求者に対し、自己と現象に関するす
べての固定された概念を超越し、すべての存在
の根底にある**無限で把握できない真理**を直接的
に悟るよう促しています。

Quatrain 37 The Unbroken Circle: True Nature and the Omnipresent Suchness

The concluding lines of this profound text, **Quatrain 37 / Final Couplet (Lines 145-146)**, act as a poignant return to foundational principles, mirroring earlier pronouncements and bringing the journey of understanding full circle. These two lines are a direct repetition of the first two lines of **Quatrain 28 (Lines 109-110)**. This intentional reiteration underscores the pervasive, non-dual, and inherently present nature of ultimate reality, acting as a final, resonant affirmation for the seeker. The original Chinese characters, "真性不二，不二真性。 一切處所，無非真如," serve as a concise summary of the text's core message.

"True nature is non-dual; non-dual is true nature. In all places, nothing is not True Suchness."

In-Depth Analysis and Interpretation

This final couplet, through its precise repetition of previously established phrases, serves as a powerful and conclusive statement on the nature of reality. It succinctly encapsulates the text's central theme: the inherent non-duality and omnipresence of ultimate truth.

The first line, **"真性不二，不二真性。 " (Line 145)**, immediately declares the fundamental **non-duality of "True Nature."** 真性 (zhēnxìng) refers to the ultimate, intrinsic essence of reality, the authentic nature of all things. This true nature is 不二 **(bù'èr)**, meaning "non-dual" or "oneness." It signifies that ultimate reality is single, undivided, and free from all conceptual distinctions, oppositions, or fragmented aspects. The phrase is then powerfully inverted: 不二真性 **(bù'èr zhēnxìng)** – "non-dual is true nature" (Option 1), "this non-dual quality *is* true nature itself" (Option 2), or "oneness is authentic nature" (Option 3). This inversion emphasizes that non-duality is not merely an attribute of true nature but its very essence; they are inseparable and mutually defining. It's a reciprocal identity, asserting that the awakened state *is* the realization of this inherent oneness.

The second line, **"一切處所，無非真如。" (Line 146)**, then emphasizes the boundless **omnipresence of ultimate reality**. 一切處所 **(yīqiè chùsuǒ)** means "In all places" (Option 1), "In every location and at all points" (Option 2), or "Everywhere" (Option 3). This signifies the boundless spatial presence of truth, indicating its universal pervasiveness. The core assertion is 無非真如 **(wúfēi zhēnrú)**: "nothing is not True Suchness" (Option 1), "there is nothing that isn't True Suchness (ultimate reality)" (Option 2), or "all is nothing but ultimate reality" (Option 3). 真如 **(zhēnrú)** refers to "True Suchness," the ultimate reality as it truly is, beyond conceptual overlays. This powerful statement indicates that every single location, every point in existence, is inherently a manifestation or expression of this ultimate reality. There is no place, no moment, no phenomenon where True Suchness is absent; it completely permeates everything.

The strategic repetition of these two lines as the absolute conclusion of the text carries immense significance. It serves as a final, emphatic affirmation that the ultimate truth is not some distant, abstract concept or a goal to be achieved. Instead, it is the inherent, non-dual essence of all reality, constantly present in every moment and every place. By ending on this note, the text brings the seeker back to the fundamental starting point of realization: the immediate and undeniable oneness of all existence, which is the True Nature. This repetition reinforces the core message one last time, ensuring its profound resonance.

This final couplet encourages us to look not for complex explanations or distant realms, but to simply recognize that **our authentic nature is oneness, and this oneness is everywhere, because everything is ultimately nothing but this ultimate reality.** It's a call to immediate, direct realization of what is already the case.

Tagalog Translation

Quatrain 37: Ang Hindi Napuputol na Bilog: Tunay na Kalikasan at ang Omnipresent na Ganoon

Ang nagtatapos na mga linya ng malalim na tekstong ito, ang Quatrain 37 / Huling Kopla (Mga Linya 145-

146), ay nagsisilbing isang nakakaantig na pagbabalik sa mga pundasyong prinsipyo, na sumasalamin sa naunang mga pahayag at nagdadala sa paglalakbay ng pag-unawa sa isang buong bilog. Ang dalawang linyang ito ay isang direktang pag-uulit ng unang dalawang linya ng Quatrain 28 (Mga Linya 109-110). Ang sadyang pag-uulit na ito ay binibigyang-diin ang **laganap, non-dual, at likas na kasalukuyang kalikasan ng sukdulang realidad**, na nagsisilbing isang huling, umaalingawngaw na pagpapatunay para sa naghahanap. Ang orihinal na mga karakter ng Tsino, "真性不二，不二真性。一切處所，無非真如," ay nagsisilbing isang maikling buod ng pangunahing mensahe ng teksto.

"Ang tunay na kalikasan ay non-dual; ang non-dual ay tunay na kalikasan. Sa lahat ng dako, walang hindi Tunay na Ganoon."

Malalim na Pagsusuri at Interpretasyon

Ang huling kopleng ito, sa pamamagitan ng tumpak nitong pag-uulit ng mga naunang itinatag na parirala, ay nagsisilbing isang **makapangyarihan at nagtatapos na pahayag** sa kalikasan ng realidad. Maikli nitong nilalagom ang sentral na tema ng teksto: ang **likas na non-dualidad at omnipresence ng sukdulang katotohanan**.

Ang unang linya, "真性不二，不二真性。" (Linya 145), ay agad na nagdedeklara ng **pundamental na non-dualidad ng "Tunay na Kalikasan."** Ang 真性

(zhēnxìng) ay tumutukoy sa sukdulang, likas na esensya ng realidad, ang tunay na kalikasan ng lahat ng bagay. Ang tunay na kalikasan na ito ay 不二 **(bù'èr)**, nangangahulugang **"non-dual"** o "pagkakaisa." Ipinapahiwatig nito na ang sukdulang realidad ay iisa, hindi nahahati, at malaya mula sa lahat ng konseptuwal na pagkakaiba, oposisyon, o pira-pirasong aspeto. Ang parirala ay pagkatapos ay makapangyarihang binaligtad: 不二真性 **(bù'èr zhēnxìng)** – **"ang non-dual ay tunay na kalikasan"** (Opsyon 1), "ang non-dual na kalidad na ito ay mismong tunay na kalikasan" (Opsyon 2), o "ang pagkakaisa ay tunay na kalikasan" (Opsyon 3). Ang pagbabaligtad na ito ay binibigyang-diin na ang non-dualidad ay hindi lamang isang katangian ng tunay na kalikasan kundi ang mismong esensya nito; sila ay hindi mapaghihiwalay at kapwa naglalarawan. Ito ay isang resiprokal na pagkakakilanlan, na nagpapatunay na ang nagising na estado ay ang pagsasakatuparan ng likas na pagkakaisa na ito.

Ang ikalawang linya, "一切處所，無非真如。" (Linya 146), ay nagbibigay-diin sa **walang hanggan na omnipresence ng sukdulang realidad**. Ang 一切處所 **(yīqiè chùsuǒ)** ay nangangahulugang **"Sa lahat ng dako"** (Opsyon 1), "Sa bawat lokasyon at sa lahat ng punto" (Opsyon 2), o "Kahit saan" (Opsyon 3). Ipinapahiwatig nito ang walang hanggan na spatial na presensya ng katotohanan, na nagpapahiwatig ng unibersal nitong paglaganap. Ang pangunahing pahayag ay 無非真如 **(wúfēi zhēnrú)**: **"walang hindi Tunay na Ganoon"** (Opsyon 1), "walang hindi Tunay na Ganoon (sukdulang realidad)" (Opsyon 2), o "lahat ay walang iba kundi sukdulang realidad" (Opsyon 3). Ang 真如 **(zhēnrú)** ay tumutukoy sa "**Tunay na Ganoon**," ang sukdulang realidad kung ano ito, lampas sa mga konseptuwal na sapin. Ang makapangyarihang pahayag na ito ay nagpapahiwatig na ang bawat isang lokasyon, bawat punto sa pag-iral, ay likas na isang manipestasyon o pagpapahayag ng sukdulang realidad na ito. Walang lugar, walang sandali, walang phenomena kung saan wala ang Tunay na Ganoon; ganap nitong binubuo ang lahat.

Ang **estratehikong pag-uulit** ng dalawang linyang ito bilang ganap na konklusyon ng teksto ay nagtataglay ng napakalaking kahulugan. Nagsisilbi itong isang huling, **matinding pagpapatunay** na ang sukdulang katotohanan ay hindi isang malayong, abstrak na konsepto o isang layunin na makamit. Sa halip, ito ang **likas, non-dual na esensya ng lahat ng realidad**, na laging naroroon sa bawat sandali at bawat lugar. Sa pagtatapos sa ganitong tala, ibinabalik ng teksto ang naghahanap sa **pundamental na panimulang punto ng pagsasakatuparan**: ang agarang at hindi maikakailang pagkakaisa ng lahat ng pag-iral, na siyang Tunay na Kalikasan. Ang pag-uulit na ito ay muling nagpapalakas sa pangunahing mensahe sa huling pagkakataon, na tinitiyak ang malalim nitong pag-alingawngaw.

Ang huling kopleng ito ay naghihikayat sa atin na huwag maghanap ng kumplikadong paliwanag o malalayong kaharian, kundi **kilalanin lamang na ang ating tunay na kalikasan ay pagkakaisa**, at ang pagkakaisa na ito ay nasa lahat ng dako, dahil ang lahat ay sa huli ay walang iba kundi ang sukdulang realidad na ito. Ito ay isang panawagan sa **agarang, direktang pagsasakatuparan** ng kung ano ang nasa katotohanan na.

Japanese Translation

クワトレン37：途切れぬ円環：真性と遍在する真如

この深遠なテキストの結びの行、クワトレン37／最終対句（145-146行）は、根本原理への**感動的な回帰**として機能し、以前の宣言を映し出し、理解の旅を一周させています。これら2行は、クワトレン28の最初の2行（109-110行）の直接的な繰り返しです。この意図的な繰り返しは、**遍在し、不二であり、inherently 存在する究極の現実の性質**を際立たせており、探求者にとっての最後の、共鳴する肯定として機能します。オリジナルの漢字「**真性不二，不二真性。一切處所，無非真如**」は、テキストの核心的なメッセージを簡潔に要約しています。

「真性は不二にして、不二真性。一切の処所に、真如にあらざるなし。」

詳細な分析と解釈

この最終対句は、以前に確立されたフレーズの正確な繰り返しを通じて、現実の性質に関する**強力かつ結論的な声明**として機能します。それは、テキストの中心テーマである**究極の真理のinherent な不二性と遍在性**を簡潔に要約しています。

最初の行「**真性不二，不二真性。**」（145行）は、「真性」の**根本的な不二性**を即座に宣言しています。**真性 (zhēnxìng)** は、究極の、inherent な現実の本質、万物の真の本質を指します。この真の本質は**不二 (bù'èr)** であり、「不二」または「一体性」を意味します。それは、究極の現実が単一であり、分割されておらず、すべての概念的な区別、対立、または断片的な側面から自由であることを意味します。フレーズはその後、力強く反転されます。**不二真性 (bù'èr zhēnxìng)** –「不二真性」（オプション1）、「この不二の性質こそが真性そのものである」（オプション2）、または「一体性こそが真の本質である」（オプション3）。この反転は、不二性が真性の単なる属性ではなく、その**まさに本質**であることを強調しています。それらは不可分であり、相互に定義し合っています。これは相互的な同一性であり、覚醒した状態がこのinherent な一体性の実現であることを主張しています。

次の行「**一切處所，無非真如。**」（146行）は、究極の現実の**限りない遍在性**を強調しています。**一切處所 (yīqiè chùsuǒ)** は「一切の処所に」（

オプション1）、「あらゆる場所とあらゆる点において」（オプション2）、または「どこにでも」（オプション3）を意味します。これは、真理の無限の空間的遍在を示し、その普遍的な浸透を意味します。核心的な主張は**無非真如 (wúfēi zhēnrú)** です。「真如にあらざるなし」（オプション1）、「真如（究極の現実）でないものは何もない」（オプション2）、または「すべては究極の現実に過ぎない」（オプション3）。**真如 (zhēnrú)** は「真如」を指し、概念的な上書きを超えた、ありのままの究極の現実です。この力強い声明は、あらゆる場所、存在のあらゆる点が、inherently この究極の現実の顕現または表現であることを示しています。真如が存在しない場所、瞬間、現象はなく、それはすべてを完全に満たしています。

これら2行をテキストの**絶対的な結び**として戦略的に繰り返すことは、計り知れない重要性を持っています。それは、究極の真理が遠く離れた抽象的な概念や達成すべき目標ではないという、最後の、**強調された肯定**として機能します。代わりに、それは**すべての現実のinherent な不二の本質**であり、あらゆる瞬間、あらゆる場所に常に存在しています。この結びの言葉で終えることで、テキストは探求者を**悟りの根本的な出発点**、すなわち、真の本質である**すべての存在の即座で否定できない一体性**へと引き戻します。この繰り返しは、核心的なメッセージを最

後にもう一度強化し、その深遠な共鳴を確実にします。

この最後の対句は、複雑な説明や遠い領域を探すのではなく、私たちの真の本質が**一体性**であり、この一体性が**どこにでも存在する**こと、なぜならすべてが究極的にこの究極の現実に過ぎないことを、**単に認識する**よう促しています。それは、すでにそこにあるものを**即座に、直接的に悟る**ことへの呼びかけです。

end

Printed in Dunstable, United Kingdom

67329330R40332